ஒளிவிலகல்

ஒளிவிலகல்

யுவன் சந்திரசேகர்

எழுத்து
பிரசுரம்

Title: Oli Vilagal
Author's Name: Yuvan Chandrasekar

Published by Ezutthu Prachuram

Zero Degree Publishing
No. 55(7), R Block, 6th Avenue,
Anna Nagar,
Chennai - 600 040

Website: www.zerodegreepublishing.com
E Mail id: zerodegreepublishing@gmail.com
Phone: 89250 61999

Ezutthu Prachuram First Edition: November 2022
ISBN: 978-93-95511-16-2
TITLE NO EP: 379

Layout: Vijayan, Creative Studio

உற்ற தோழி, இந்தக் கதைகளின்
முதல் வாசகி, என் மூத்த சகோதரி
திருமதி கல்யாணி மோகனுக்கு

நன்றி

நண்பர்கள்

தமிழினி வசந்தகுமார்

சாருநிவேதிதா

மனுஷ்ய புத்திரன்

ஆகியோருக்கு...

என்னுரை

நகுலன் எழுதிய ஒரு சமர்ப்பணக் குறிப்பு ஞாபகம் வருகிறது.

உன் உலகத்தில் இருப்பது
தான் குதூகலமாக
இருக்கிறது.

'இருப்பதுதான்' என்று ஒரே வார்த்தையாக எழுதியிருந்தால், சொல்பவன் தன்னுடைய சந்தோஷத்தை மட்டுமே காண்பவனாக, சொல்பவனாக இருக்கிறான். மாறாக, 'தான்' என்ற ஒட்டு பிரிக்கப்பட்டு அடுத்த வரிக்கு அனுப்பப்படும்போது தனியான முழுச் சொல்லாகிவிடுகிறது, எதிராளி(addressee)யின் உலகம் பற்றிய பிரம்மாண்டமான சித்திரம் உண்டாகிறது. அந்த உலகத்தில் இருக்கும் துடைப்பம், பாறை, சிட்டுக்குருவி, எரிமலை எல்லாமே சந்தோஷமாக இருக்கின்றன என்பது தெரியவருகிறது. ஒரு சொல்லைப் பிளப்பதன் மூலம் உருவாகிவிடும் மானசீக இடைவெளியில் கவிதை அனுபவம் சாத்தியமாகிவிடுகிறது.

புனைகதையில் இதுபோன்ற உடனடித்தன்மைக்கான வாய்ப்பு இல்லை என்றுதான் சொல்லவேண்டும். இதில் பாத்திரங்களும் அவற்றின் பண்புகளும் தீர்க்கமாக விவரிக்கப்பட வேண்டியிருக்கிறது, நேரடியாகவோ, மறைமுகமாகவோ. ஒரு நிகழ்வைச் சொல்ல ஆரம்பிக்கும் தொனியிலேயே, 'இது ஏற்கனவே நடந்து முடிந்துவிட்ட

ஒன்று; ஒரு குறிப்பிட்ட உத்தேசம் கருதி இப்போது மீள் கூறப்படுகிறது' என்பது வாசிக்கும் மனதுக்குப் புலனாகிவிடுகிறது. அதாவது, ஒரு கவிதை தன்மை ஒருமையில் பேசும்போது, பேசப்படும் அனுபவத்தை வாசக மனம் தன்னுடைய சொந்த அனுபவமாகவே வரித்து அர்த்தப்படுத்திக்கொள்கிறது. புனைகதையிலோ, எத்தனை நெருக்கமான, நேரடி வார்த்தைகளில் விவரிக்கப்படும்போதும் வாசிப்பில் ஒரு புனைவுக்களமே ஸ்தாபிதமாகிறது. யாரோ ஒருவருக்கு எங்கோ நிகழ்ந்த ஒன்றை இப்போது வாசிப்பதான நம்பிக்கை ஒருபோதும் குலைவதில்லை. இந்த அடிப்படையில் கவிதையும் புனைகதையும் தத்தம் அளவில் முன்வைக்கும் காலப் பண்புகள் வெவ்வேறானவை.

எழுதுதல் என்னும் செயல்பாடு ஒரு பூடகமான மனநிலையிலிருந்து விளைகிறது. அது ஒரு தெளிவற்ற மனநிலை. தீர்மானங்கள் எதுவு மின்றி எழுத ஆரம்பித்து, எழுத்து ஒரு தாவரம்போலத் தன்னிச்சை யாக நகர்ந்து செல்லும் திசைகளை வேடிக்கை பார்ப்பது சுவாரசிய மான அனுபவம். ஆனால் ஒரு வேறுபாடு உணரக் கிடைக்கிறது. கவிதை, தான் கவிதையாக இருக்க வேண்டியதன் அவசியத்தாலேயே சில அம்சங்களை விலக்கியவாறு முன்னேறுகிறது. புனைகதை, தன் பாதையில் குறுக்கிடும் எந்த ஒன்றையும் தன்னுடையதாக சுவீகரித்துக்கொண்டு நகர்கிறது.

தான் பாய்ந்து மறைந்தபின் மீந்திருக்கும் அகண்டாகாரமான இருள் வெளியை கவனப்படுத்தும் எரிகல் போன்றது கவிதை. புனைகதை, தன் பாத்தியதைக்குள் வந்த வெளியை விளிம்புகளிட்டுக் காட்ட சிலந்தி பின்னும் வலை போன்றது. வேறுமாதிரி சொல்வதானால், ஒரு புனலின் (funnel) சேகரிப்புக் குழிவில் ஊற்றப்படும் திரவம் மறுமுனைக் குழாயில் ஒற்றைத்தாரையாய் இறங்குவதுபோலக் கவிதையும், அதே குழாயின் வழி விசையுடன் செலுத்தப்படும் திரவம் மறுமுனையில் சிதறலாய்ப் பீய்ச்சியடிப்பதுபோலப் புனைகதையும்.

மேற்சொன்ன விதமான ஒப்பீடு, கவிதை என்ற வடிவத்தில் ஆசையுடன் சிலகாலம் புழங்கிவந்ததால், என் மனம் கொள்ளும் பாரபட்சமான சாய்மானத்தினாலும்கூட இருக்கலாம். எனது கவிதை வெளிப்பாட்டு முறையில் தன்னியல்பாக நேர்ந்துவிட்டதாக நான்

உணர்ந்த இறுக்கத்தை நெகிழ்த்திக்கொள்ளவே புனைகதைக்குள் நுழைந்தேன். இந்தத் தொகுப்பிலுள்ள கதைகளை ஒருசேரப் படிக்கும்போது, கவிதையின் சொல்தளத்திலில்லாத ஒரு குறிப்பிட்ட வகையான சுதந்திரத்தைப் புனைகதை தன்னளவிலேயே உள்ளடக்கியிருப்பதாகத்தான் படுகிறது.

தொடர்ந்து சில வருடங்கள் கவிதைகளையும், கவிதை எழுத அநுசரணையானவற்றையும் வாசித்துக்கொண்டும், அவ்வப்போது கவிதைகள் எழுதிக்கொண்டும் வந்தபோது, 'இவையெல்லாம் கவிதையாக மாட்டா' என்பதாக ஒரு தனித்தொகுப்பு எனக்குள் சேர்ந்துவந்திருக்க வேண்டும். புனைகதையின் பக்கம் கவனம் திரும்பிய மாத்திரத்தில், அந்தத் தொகுப்பு தன்னை வெளிப்படுத்திக் கொள்வதற்கான மார்க்கத்தைக் கண்டறிந்த நிறைவில், இந்தக் கதைகளாகப் பதிவாகியிருக்கிறது என்று தோன்றுகிறது.

இரண்டு கவிதைத் தொகுதிகள் வெளியிட்டுவிட்ட பிறகு, கவிதை சம்பந்தமாக ஒருவிதத் தெளிவு உண்டாவதற்குப் பதிலாக, கவிதை சம்பந்தமான குழப்பங்கள் மிகுந்துவிட்டதைப்போலவே, இந்தக் கதைத் தொகுப்பு வெளியாகும் நேரத்தில் புனைகதை சம்பந்தமாகவும் சற்றுச் சிடுக்கான மனநிலையே இருக்கிறது.

சரி, இவற்றை நிர்ணயம் செய்யும் பணி வாசிப்பவர்களுடையதுதானே தவிர, என்னுடையதல்லவே.

இந்நூலின் முதல் பதிப்பு 2001இல் காலச்சுவடு வெளியீடாக வெளி வந்தது. இப்போது எழுத்து பிரசுரம் வெளியிடுகிறது. இரண்டு பதிப்பகங்களுக்கும் என் மனமார்ந்த நன்றியை சமர்ப்பிக்கிறேன்.

யுவன் சந்திரசேகர்

செப்டம்பர், 2022

சுழல் நாணயம்

நாணயத்தைச் சுண்டி முடிவெடுக்கும் பழக்கம் என்னைத் தொற்றியது தர்மராஜிடமிருந்து. சினிமாவுக்குப் போகலாமா வேண்டாமா, போவதானால் என்ன சினிமா, செலவு யாருடையது என்று ஒரே சந்தர்ப்பத்தின் பல்வேறு முனைகளை முடிவு செய்ய நாணயத்தைச் சுண்டிப்பார்த்து, நிகழும் கணத்தின் சாயல்களை அபூத வெளியிலிருந்து மலர்கள்போல் பறித்தெடுப்பவன் அவன். கட்டைவிரல் நகத்தின் விசையில் மேலெழும்பித் தரை நோக்கி வீழும் நாணயம் அந்தரத்தில் சுழன்று மர்மங்களை உண்டுபண்ணக் கூடியதாகவும் மர்மங்களை அவிழ்த்தெறிவதாகவும் உருக்கொள்ளும்.

என் மகன் பள்ளிக்கூடத்திலிருந்து வரும் வழியில் கண்டெடுத்ததாகக் கொண்டு வந்த நாணயம் ரொம்ப நாளாய் அலமாரியில் கிடந்து இன்று காலையில் என் கண்ணில் உறுத்தியது. கையிலெடுத்தேன். ஒரு பக்கம் கிரீடம் சுமந்த தலையின் செதுக்கல். மறுபக்கம் ஒரு எண்ணின் முழு அளவு உருவம். எழுத்தில் அதன் பெறுமானம் போன்ற ஒரு வரி பொறித்திருந்தது. அதன் வரிவடிவம் உருது மொழியின் வரிவடிவத்தை ஒத்ததாயிருந்தது. நாணய வட்டத்தின் கீழ் விளிம்பை ஒட்டி மூன்று எண்கள் போன்ற அச்சு. அது சற்று தேய்ந்திருந்தது எனினும் நாணயம் வெளியிடப்பட்ட ஆண்டைக் குறித்ததாயிருக்கும் என்று யூகித்தேன். எடையற்றுத் தக்கையாய் இருந்த நாணயத்தைக் கையில் உணர்ந்தபோது மனம் சற்று வெறி கொள்வதுபோல உணர்ந்தேன். அல்லது அது என் பிரமைகளில் ஒன்றாகவும் இருக்கக்கூடும் என்று சமாதானமும் கொண்டேன்.

வெளியிடப்பட்ட காலத்தில் அதன் பெறுமதி இன்றுள்ள மாற்று விகிதத்தின் பின்னணியில் என்னவாயிருக்கும்.

உள்ளங்கையில் இறகுபோல இருந்த நாணயம் தர்மராஜையும் ராஜேஸ்வரியையும் ஒருங்கே ஞாபகப்படுத்தியது. ராஜேஸ்வரி என் சக ஊழியை. அலுவலக எல்லைகளுக்கு அப்பால் சிநேகிதத்தின் நுண் தளங்களை விரிவாக்கிக் கொடுத்த அற்புதமான பெண்மணி. நேற்று அலுவலகம் முடிந்து கிளம்பும்போது எங்களுக்குள் ஏற்பட்ட சிறு தகராறு வாழ்நாள் முழுவதும் நான் துக்ககரமாக நினைவுகூரப்போகும் தருணமாக ஆகிவிடக்கூடும் என்ற பயம் தொற்றியிருந்தது என்னை. ராஜேஸ்வரியிடம் நானாகச் சென்று சமாதானம் கொண்டுவிடுவது என் ஊறிப்பெருத்த சுயத்திற்கு உகந்ததாக இருக்குமா அல்லது வேறுவகையான அவமான உணர்ச்சியில் என்னை அமிழ்த்திவிடுமா என்று முடிவெடுக்க முடியாத குழப்பத்தை தர்மராஜ், கண்டெடுத்த நாணயம் என்ற இரு கட்டைகளை ஊன்றித் தாண்ட வேண்டிய ஊனனாய் உணர்ந்தேன்.

நாணயத்தைச் சுண்டினேன் - பூவை மனதில் நினைத்துக்கொண்டு. எதிர்பார்த்த மாதிரியே தலை விழுந்தது. முறிவின் வேதனை பீடிக்க அனிச்சையாய் நாணயத்தைக் கட்டைவிரலால் நெம்பினேன்.

தரையில் படிந்திருந்த நாணயத்தின் அடியில் பூ விழுந்த அண்ட சராசரம் அமைதியாய்க் கிடந்தது. அதில் இப்போது நானிருக்கும் அறையும் காசு சுண்டும் நானும் பூப்பக்கம் சிரிக்கக் குழந்தை போலக் கிடக்கும் நாணயமும் காட்சியாய் விரிந்தது. சற்றுத் தள்ளி நான் வாயில் பால் புட்டியுடன் மல்லாந்து படுத்திருந்தேன். உயிர் கொண்ட புகைப்படம்போல விரிந்த காட்சியின் பகுதியாக மாறும் ஆவலுடன் உள்ளே இறங்கினேன். நாணயம் தானே மேலெழுந்து சுழன்றது. சுழற்சியின் மேல் கீழ்ப் புரளல்களில் தறிகெட்ட வேகத்தில் மாறி மாறி உருமாறின காட்சிகள்.

அந்தப் பையனுக்குப் பதிமூன்று அல்லது பதினாலு வயதிருக்கலாம். பலசரக்குக் கடையொன்றின் கல்லாவுக்கு அருகில் சம்மணமிட்டு அமர்ந்திருக்கிறான். மடியில் அறிவியல் பாடப் புத்தகம் விரிந்திருக்கிறது. கணக்குப்பிள்ளை மேஜையின் எழுதும் புறத்தில்

உட்கார்ந்திருக்கும் இளைஞன் ஒருவனுடன் பேசிக்கொண்டும் அவ்வப்போது புத்தகத்தில் பார்வையை ஓட்டிக்கொண்டும் இருக்கும் பையனின் முகம் அடிக்கடி சிவக்கிறது. அசட்டுத்தனமாய்ச் சிரிக்கிறான்.

புளி வாங்க ஒரு பெண் வருகிறாள். வந்த பெண்ணின் பெயர் நாகஜோதி என்பதும் கடைக்கார இளைஞன் பெயர் ஆறுமுகம் என்பதும் எனக்குத் தெரிந்திருப்பது ஆச்சரியமாக இருக்கிறது. தொடர்ந்து பார்க்கிறேன்.

அந்தப் பெண்ணின் கைகளை உரசியபடி ஆறுமுகம் புளிப் பொட்டலத்தைத் தருகிறான். நாகஜோதி குறுஞ்சிரிப்புடன் பொட்டலத்தையும் ஆறுமுகத்தின் விரல்களையும் வாங்கிக் கொள்கிறாள். ஆறுமுகம் பையனைச் சுட்டிக்காட்டி ஏதோ சொல்கிறான். அவள் குலுங்கிக் குலுங்கிச் சிரிக்கிறாள். உடல் குலுங்கச் சிரிக்கும் அவளை உற்றுப் பார்த்தபடியிருக்கும் பையனின் முகம் உணர்வுகளின் ரகளைக்கு ஆளாகிறது. பார்வையை விலக்க முடியாமல் தவிக்கிறான் என்பது தெரிகிறது.

சடாரென்று பையனின் முகம் தீவிரமடைகிறது.

> ஆறுமுகம் அண்ணே, உங்க கடையிலே எலி நிறைய இருக்கோ.
>
> ஆமாடா, நானே சொந்தமா ஒரு எலி வளக்குறேன்.

ஆறுமுகத்தின் சிரிப்பில் நாகஜோதியும் விரசமாகப் பங்கேற்கிறாள்.

சிறுத்த முகத்துடன் பையன் மடியில் விரித்த புத்தகத்தை உயர்த்திப் பார்க்கிறான். சம்மணமிட்ட கால்களுக்குக் கீழே சுருண்டு படுத்திருக்கிறது ஒரு பாம்புக்குட்டி, தன் பிளவுபட்ட நாக்கை நீட்டிப் பையனின் உள்ளங்காலை நக்கியவாறு. உயிர்வெறியுடன் எழுந்து பாய்கிறான் பையன், புத்தகத்தை விசிறியடித்தபடி. நேரே நாகஜோதியின் உடம்பின்மேல் மோதி நிற்கிறான். சமனம் குலைந்த நாகஜோதி பையனை இறுகப்பற்றித் தேற்ற ஆறுமுகம் கடைக்குள் ஓடுகிறான் - பாம்பை அடிக்கக் கோல் தேடி. நாகஜோதியின் கையில் மீதமிருந்த சில்லறைக் காசுகள் தரையில் சிதறிக் கிடக்கின்றன.

தன்னைத் தானே சுழற்றிக்கொள்ளும் நாணயத்தின் தலைப் பக்கம் பார்வையில் படுகிறது.

பெரியவருக்கு வயது எண்பதுக்குக் குறையாது. இருள் சன்னஞ் சன்னமாக அடர்ந்து வரும் பின்னந்தி வேளை. தோளில் தொங்கும் பையுடன் வாசலில் வந்து நிற்கும் இளைஞன் அவருக்கு வணக்கம் தெரிவிக்கிறான். சுருக்கம் விழுந்த கண்களை இன்னும் சுருக்கிக் கொண்டு அவர் அவனை நோக்குகிறார். அவன் தன்னை அறிமுகம் செய்து கொள்கிறான். அவர், தான் அமர்ந்திருக்கும் திண்ணையில் சற்று நகர்ந்து அவனுக்கும் அமர இடம் ஏற்படுத்தித் தருகிறார். அவருக்குப் பின்புறம் சுவரிலுள்ள பிறையில் ஏற்றி வைக்கப்பட்டிருக் கும் அகல் விளக்கை அவருடைய தலை மறைக்கிறது. விளக்கின் ஒளி அவர் தலையைச் சுற்றி ஒளிவட்டம் போலப் பரவுகிறது.

அவர்கள் பேசுகிறார்கள். ஓரிரு வார்த்தைகள் காதில் விழுகின்றன. மெட்டஃபிஸிக்ஸ், உருவம், படிமம், உத்தி என்றெல்லாம் பரிச்சயமான வார்த்தைகளும், ஜேம்ஸ் ஜாய்ஸ், நபகோவ், ஹெர்மன் மெல்வில், காஃப்கா, ஹெஸ்ஸெ என்பது போன்ற கேள்விப்பட்ட பெயர்களும் பெரியவரின் நாவிலிருந்து உதிர்கின்றன. இளைஞன் கட்டுடைத்தல், பொதுப்பிரக்ஞை, வன்முறை, மீறல், குற்றவியல், பாலியல் போன்ற சொற்களையும், லோஸா, கொஸின்ஸ்கி, லெர்மந்த்தோவ், கொரலென் கொவ், ஜெனெ என்பது மாதிரியான பெயர்களையும் உச்சரிக்கிறான். அவர்கள் உரையாடுவது போலவும், உரையாடல் என்று நடக்காதது போலவும் பேச்சின் சப்த ஒழுங்குகளை மீறிய மாயப் புலத்தில் இருவரும் தன்னிச்சையாக உலவித் திரியும் விலங்குகள் போலவும், தன் இசைக்குத் தானே கிறங்கிக் கண் சொக்கிச் சொருகும் பாடகர்கள் போலவும் தென்படுகின்றனர். பெரியவர் வலது கையின் விரல்களைக் கூப்பி அடிக்கடி உதறுகிறார், எதுவுமே உருப்படாது என்னும் பாவனையில் இளைஞன் இறுக்கிய முஷ்டியை அசைத்து அசைத்துப் பேசுகிறான். ஆரம்பமும் முடிவும் அற்ற தருணம் போல நீண்டுகொண்டிருந்த நிகழ்வில் சலிப்புற்றவனாக பார்வையைத் திருப்புகிறேன்.

வனத்தினுள் செல்வதற்கு வாகான பாதைகள் எதுவுமில்லை. மனிதப் புழக்கம் அற்ற இடமாகத் தெரிகிறது. நரைத்து அடர்ந்த

தாடியும், தோளில் ஒரு பையும் இடது கண்ணில் மட்டும் மாட்டி யிருக்கும் கண்ணாடியும் கொண்ட கிழவன் ஒருவன் காட்டினுள் வருகிறான். தானாய் முறிந்து மரங்களுக்கிடையில் கிடக்கும் கிளை களும், சூரிய வெளிச்சத்தை ஊடுருவ விடாது மறைக்கும் அடர்ந்த கூரையாய்த் தலைவிரித்து நிற்கும் மரங்கள் பரப்பும் இருட்டும் கிழவனின் நடையை வெகுவாக மந்தமடையச் செய்கிறது. அவன் பார்வை, புலப்படாத எதையோ ஆராய்வது போன்ற தீர்க்கம் கொண்டதாய் இருக்கிறது. ஒரு செடியின் அருகில் வெகுநேரம் நிற்கிறான். தோள்பையிலிருந்து குறிப்புப் புத்தகத்தைத் திறந்து ஏதோ குறித்துக்கொள்கிறான். செடியிலிருந்து செடிக்குப் பறக்கும் பூச்சி அவன் கவனத்தை ஈர்ப்பது தெரிகிறது. பூச்சியை நோக்கிய தியானத்தில் அவன் முகம் உறைகிறது. சில யுகங்கள் கடந்தது மாதிரியான தோற்றத்தின் பின்னும் எதுவுமே மாறாதது போல கண்களை இமைத்தபடி நடையைத் தொடரும் கிழவனின் பார்வையில் தாவும் குரங்கு ஒன்று சிக்குகிறது. குரங்கைப் பின் தொடர்கிறது அவன் சிந்தனை என்பது, வனமெங்கும் ரகசியமற்றுப் பரவும் காற்றுப்போல வெட்ட வெளிச்சமாய்த் தெரிகிறது. நடந்து நடந்து நடந்து வனத்தின் மறுபுறம் வெளியேறும் அவன் பார்வையில் ஆப்பிள் மரத்தடியில் மந்தகாச முகத்துடன் படுத்திருக்கும் வேறொரு வன் தட்டுப்படுகிறான். ஆப்பிள் ஒன்று சொத்தென்று வீழ்கிறது. படுத்திருப்பவனின் முகம் மலர்கிறது. எழுகிறான்.

இருவரும் அவரவர் பாதையில் நடக்கிறார்கள்.

பூங்காவின் ஆலமரத்தடியில் பறவை எச்சங்கள் மிக அதிகமாய் இருக்கின்றன. வெண்மை நிறம் சற்று அதிகமாய்த் தென்படுகிறது. நடுவயதினன் ஒருவன் சிகரெட் புகைத்தவாறு அமர்ந்திருக்கிறான். நாணயம் புரண்ட தற்செயலின் காரணத்தால் அங்கு வந்து சேர்ந் தவன் நான் என்பதை அறியாதவன் போலவும், அவனுடனே பிறந்து வளர்ந்து அவனுடன் சகலத்தையும் பகிர்ந்துகொள்பவன் நான் என்பது போலவும் என்னிடம் பேச ஆரம்பிக்கிறான். தகவல்களும், ரகசியங்களும், அவன் பார்வையின் விளிம்புகளுமாய் விரிகிறது அவன் பேச்சு. அவனது பேச்சு மொழியில் என் தாய் மொழியின் அழுத்தமான சாயல்கள் இருக்கின்றன. ஆனால், உச்சரிப்பு, சொற்பிர

யோகம், கலப்படமின்மை இவற்றின் காரணமாய் உண்டாகும் இசைத்தன்மை கொண்டதாய் இருக்கிறது அவன் சொல்லோட்டம். அவன் தன் மொழியில் சொல்வதை நான் என் மொழியில் ஆக்கிப் புரிந்துகொள்கிறேன்.

அவன் சொல்கிறான்.

ஐயா, நான் சொல்வதைப் பொறுமையாகக் கேட்பீர்களா.

நடு ராத்திரியில் கதவு தட்டப்படும்போது எனக்கு ஆச்சரியம் இருப்பதே கிடையாது. ஆயத்தமாய்க் கதவு திறந்து கிளம்பிவிடுவேன். போன வாரம் பள்ளிக்கூட விழாவில் குண்டு வெடித்ததைத் தொலைக்காட்சியில் பார்த்திருப்பீர்களே. மேடையில் நடனமாடிய இருபது சிறுமிகள் இறந்துபோனார்கள். அவர்களில் ஒருத்தி பாதுகாப்பு மந்திரியின் மகள் என்பதுவரை உங்களுக்குத் தெரிந் திருக்கும். உங்களுக்குத் தெரிந்திருக்காத பல விவரங்கள் நான் சொல்ல முடியும்.

பகல் வேளையில் நாங்கள் முகாம்களுக்கு அனுப்பப்பட்டதாய் ஞாபகமில்லை. நான் போக வேண்டிய முகாமின் எண், தெரு, என் மனைவி போகவேண்டிய முகாமின் எண், தெரு தெரிவிக்கப்பட்டன. சாமான்கள் எதுவும் எடுத்து வரவேண்டாம் என்று சொன்னார்கள். இது ஆறாவது முறை என்பதாலும், எங்கள் வீட்டிலிருந்து எதுவுமே எடுத்துச் செல்ல அனுமதிக்கப்பட்டதில்லை என்பதாலும், எங்கள் வீட்டிலிருந்து எடுத்துச் செல்ல எதுவுமே கிடையாது, ஐயா. எங்களையும் எங்கள் கிழிந்த துணிமணிகளையும் தவிர இந்த வாசகங்களின் வரிசை வருடக் கணக்காக மாறாமலேயே இருந்து வருவதும் ஆச்சரியத்திற்குரியதுதான். என்றாலும் இந்த முறை வந்த சார்ஜெண்ட் மிக நல்லவராய்த் தென்பட்டார். குரல் மட்டும் சற்றுக் கடூரமென்றாலும்.

போன தடவை வந்தவர் என்னைப் பிடரியில் அறைந்தது ஞாபகம் வந்தது. கண் காணாமல் நாட்கள், வாரங்கள் அல்லது மாதக்கணக்கில் இருக்கப்போகும் மனைவி. பிராயத்திலேயே அவள் பிரமாத அழகியொன்றும் இல்லையென்பதால் அசம்பாவிதம் எதுவும் அந்த அரைக்கிழவிக்கு நடந்துவிடாதுதான். என்றாலும் மனைவி யில்லையா. போய் வரவா என்று கேட்டேன். அறைந்துவிட்டார்.

இந்த முறை வந்தவர் நல்லவராய்த் தெரிந்தார். விடை பெற முடியும் என்றே தோன்றுகிறது. கைகூட அசைத்துக் கொள்ளலாம். கையை அசைக்கும்போது, வயதான பெண்களை விரும்பி ரசிக்காத காவல் வீரர்கள் உன் முகாமுக்கு அமையட்டும் என்று மானசீகமாய் வாழ்த்த வேண்டும். இப்படிக் குழந்தைத்தனமாக யோசித்துக்கொண்டு போனேனே என்று இப்போது கூடக் கழிவிரக்கம் எதுவும் இல்லை ஐயா, எனக்கு. வேறு விதமான எதையும் யோசிக்க முடியாது. யோசனையின் தர்க்கத்துக்கு வெளியில்தான் எங்கள் அன்றாடம் கழிகிறது.

இருட்டடிப்புக்கான சங்கு முழங்கும்போது திசைகள் எப்படிப் பதறும் என்று நீங்கள் அறிவீர்களா? திடீரென்று கவிழும் அந்தகாரம் என் ஆரம்ப முதுமை போலக் குலை நடுக்குவதை உணர முடியுமா உங்களால்.

மொழிக்கு, கேவலம் சப்த ஒழுங்குக்கு எவ்வளவு சக்தி உண்டு என்று என் வாழ்நாளில் தெரியக் கிடைத்துவிட்டது, ஐயா. அசாத்திய சக்திதான். இருளின் அடர்த்தியைத் துளைத்துக்கொண்டு துப்பாக்கிக் குண்டுகளைப் பாய வைக்க முடியும். அதிகபட்சம் எத்தனை நாட்கள் உண்ணாமல் உறங்காமல் மனித உடல் ஜீவித்திருக்க முடியும் என்று பரிசோதிக்க முடியும். நம்பிக்கையும் நிராசையும் அர்த்தமிழக்கும் தருணங்களை மெய்யாய் உணரச் செய்ய முடியும். இரவில் பதறும் துப்பாக்கிகள் பறித்த உயிர்களின் எண்ணிக்கைக்கும் பத்திரிகைகளில் சொல்லப்பட வேண்டிய எண்ணிக்கைக்கும் அரசாங் கம் வைத்திருக்கும் விகிதாசாரம் என்னவென்று விளங்கவே மாட்டே னென்கிறது. அரசாங்கத்துக்கே எந்த விகிதாசாரமும் தெரியவில்லை - வெவ்வேறு மொழி பேசும் மக்கள் எண்ணிக்கை, அவர்களில் துப்பாக்கி பிடிக்கத் தெரிந்த இளைஞர்களின் எண்ணிக்கை.

சாகலாம் என்று தோன்றுகிறது. தற்கொலைக்குப் பயமாயிருக்கிறது. இனி பள்ளிக்கூட விழாக்கள் எல்லாவற்றுக்கும் போக ஆரம்பித்துவிட வேண்டியதுதான்.

அவன் அழுகைக் குரல் பீதியூட்டியது. மெல்ல நகர்ந்தேன். முகத்தை மூடிக் குலுங்கும் அவன் கைகளை விலக்கிக் கொள்ளும் முன் விலகிவிட வேண்டும். குழந்தைகள் பூங்காவின் மையக் குளத்தைச் சுற்றியும், கூரையாகவும் போடப்பட்ட வலைக்குள் பறந்து பறந்து அமர்கின்றன பறவைகள்.

சுண்டும் விரல்களுக்கான அவசியமின்றித் தன்னிச்சையாய்ச் சுழல்கிறது நாணயம். பேய்ச் சுழற்சியை நிறுத்தத் துடிக்கும் விரல்களுடன் நகர்கிறான். அலமாரியில் கிடப்பதுபோலவும் விரலேறிப் பாய்வது போலவும் அந்தரத்தில் தொங்குவதுபோலவும் விளையாட்டுப் போலவும் கொலைப்பாய்ச்சல்போலவும் நாணயம்போலவும் குகைபோலவும் மைதானம்போலவும் தோற்றங்களின் மிரட்டலை வரமாகவும் சாபமாகவும் வழங்கியவாறிருக்கிறது.

அவனுடைய வயதை நிர்ணயிக்க முடியவில்லை. எந்தப் பிரதேசத்தைச் சேர்ந்தவன் என்பதையும் தீர்மானிக்க முடியவில்லை. சாம்பல்நிறக் கண்களும், சதுரமான மோவாயும், கறுத்து அடர்ந்து பிடரி வரை நீண்ட தலைமுடியும், பற்கள் உதிர்ந்து குழி விழுந்த கன்னங்களும், அகலமான நெற்றியில் சுருக்கங்களாய்ப் படிந்த வரிகளும் நிரந்தரமான புன்னகையும் கொண்டிருந்தவன், எனக்காகக் காத்திருந்தவன்போல வரவேற்றான்.

அவனது சோதனைச்சாலைக்குள் அழைத்துச் சென்றான். தான் வடிவமைத்திருந்த புதிய கருவியில் அமரச் சம்மதமா என்று கேட்டான். ஆமென்றேன்.

சற்றே சாய்வான நாற்காலியின் மேல்பகுதியில் விநோதமான வடிவங்களில் பொருட்கள் பொருத்தப்பட்டிருந்தன. ஒலிபெருக்கி, கண்ணாடிக் குடுவை, நீண்ட குழாய்கள், மின்சாரக் கம்பிகளையொத்த இழைகள், நாற்காலியின் கைப்பிடியில் பிணைக்கும் பட்டைகள், கால்களை வைத்துப் பிணைப்பதற்கான பீடம், எதிர்ச் சுவரில் பார்வை படும் இடத்தில் அந்தச் சூழ்நிலைக்குச் சம்பந்தமற்றதாய்த் தோன்றிய புலித்தலையொன்று.

என்னை நாற்காலியில் பொருத்தி, விசைகளை முடுக்கினான்.

என் உடல் விரிவதாய் உணர்ந்தேன். பேரண்ட வெளியாய் விரிய ஆரம்பித்த உடலில் சமவெளிகளும் கணவாய்களும் மலைகளும் பள்ளத்தாக்குகளும் நீரோடைகளும் புல்தரைகளும் மணல்மேடுகளும் சமுத்திரமும் இடம்பெற்றதும் அவற்றை விவரிப்பதற்கான சொல்

தொகுப்பு என்னிடம் இன்னும் தயாராகவில்லை என்பதும் முதல் தருணத்திலேயே அறியக் கூடியதாயிருந்தது.

சிந்தனையில் உருவான சொல் சப்தமாய் வெளியேறுவதற்கு முன் பல்லாயிரம் மைல்கள் கடக்க வேண்டியிருந்தது. எதிர்ச் சுவர்ப் புலித்தலை ஆகாயத் தொலைவுகளில் நகர்ந்து அதன் கண்கள் இரண்டும் மாறி மாறி ஒளிர ஆரம்பித்தன. மலைத்தொடர் நீங்கி விரையும் ஜீவநதியின் குருதியோட்டத்தில் துடுப்பசைக்காது படகோட்டும் பிரயாணியாய் நகர்ந்தேன். எல்லா திசைகளும் என் பயணத்துக்காகத் திறந்திருந்தன.

எங்கு செல்லும்போதும் அசரீரிக் குரல் ஒன்று ‘சத்தமின்றிச் சேரும் சிறுநீர்’ என்ற உச்சாடனத்தில் என்னை வசியப்படுத்தியவாறு தொடர்ந்தது.

இருவர் நடந்து வந்துகொண்டிருக்கிறார்கள். ஒருவனைப் பார்க்கும் போது என்னைப்போலவே இருக்கிறான். சட்டென்று பார்த்தால் நான் என்றே நம்பிவிடத் தோன்றும். உடன் வருபவர் எனக்கு மிகவும் தெரிந்த, என்னுடன் தினசரி தொலைபேசியிலும் நேரிலும் உரையாடும் நண்பர்போல இருக்கிறார். அவர்கள் நடந்து வரும் சாலை நான் அலுவலகம் சென்று திரும்பப் பயன்படுத்தும் பாதை போலிருக்கிறது. தெருவிளக்குகளின் மஞ்சள் ஒளியில் சாலை சற்றுப் புதிர்த்தன்மையேற்றதாகத் தென்படுகிறது. விரைந்து கடக்கும் வாகனங்களும், சாவதானமாய் நடக்கும் பாதசாரிகளும் கொண்ட சாலையைப் பார்க்கப் பார்க்க அறிமுகத்தன்மை கூடிக்கொண்டே போகிறது.

என் வீடு போன்ற இடம் ஒன்றை வந்தடைகிறோம். என் மனைவி யின் சாயலில் இருக்கும் ஒரு பெண் எங்களை எதிர்கொள்கிறாள். உபசரிக்கும் விதமாகக் காபி போன்ற திரவமொன்றைத் தந்து நிற்கிறாள். உடன் வந்த நண்பரும் அந்தப் பெண்ணும் ஏற்கனவே அறிமுகமானவர்கள் போல. சில வார்த்தைகள் பரிமாறிக் கொள்கிறார்கள்.

என் மகனின் வயதில் இருக்கும் ஒரு சிறுவன் எங்களை மகிழ்விக்கும் நோக்குடன் கருந்தகடு ஒன்றை அதற்கான கருவியில் சுழலவிடுகிறான்.

மிக நேர்த்தியான, ஒழுங்கமைக்கப்பட்ட ஒலிப்பிரவாகம் சூழலை நிறைக்க ஆரம்பிக்கிறது. நான் பலமுறை கேட்டு அனுபவம் கொண்ட மனிதக் குரலில் 'சொப்பன வாழ்வில் மகிழ்ந்தே' என்று ஒலிக்கிறது கருந்தகடு.

ஒலித் தொடர்ச்சி நிறைவுற்றதும் கருந்தகட்டைத் திருப்பிப் போடுகிறான் சிறுவன். அது இப்போது 'ஒட்டகத்தைக் கட்டிக்கோ' என்று ஒலிக்கிறது. அதன் நீட்சியாகக் குதிரைவாலால் கட்டிய வில் கொண்டு இசைக்கப்படும் தந்தி வாத்தியமும், தந்திகளை விரலால் அழுத்தியும் மீட்டியும் இசைக்கப்படும் வாத்தியமும் இழையும் சப்த வரிசை ஆரம்பிக்கிறது. உடன் வந்தவர், தகட்டை இயக்கும் கருவியைச் சுட்டிக்காட்டி 'ஆகாசவாணி சங்கீத சம்மேளனம்' என்கிறார். நீட்டிய சுட்டு விரல் இடறி, கருந்தகடு உடைந்து சுக்கல்சுக்கலாய் நொறுங்குகிறது.

ரொய்ங் என்ற ஓசையுடன் சுழன்றவண்ணம் இருக்கும் நாணயத்தின் ஆணையேற்று அரங்கத்துக்குள் நுழைகிறேன். திரைப்படம் போடப்பட்டு வெகுநேரம் ஆகிவிட்டது போல. அரங்கத்துக்குள் வெம்மை நிறைந்திருக்கிறது. ஓராயிரம் தனித்தனிக் கனவுகளின் தொகுப்பைத் திரையில் வியந்தவாறு அமர்ந்திருக்கிறார்கள். எனக்கான இருக்கை நிரப்பப்படாமல் காத்திருக்கிறது. யாரோ அமர்ந்து எழுந்துபோன வெதுவெதுப்பு மங்காத இருக்கையில் அமர்கிறேன்.

திரையையும், பக்கவாட்டில் கதவுகளின் முன்பும் அவசியமற்ற இடங்களில் அலங்காரமாகவும் அசைந்து தொங்கும் திரைச்சீலைகளையும், தலைக்கு நேர் மேலே சுழன்றவாறிருக்கும் மின் விசிறிகளையும், முன்னும் பின்னும் இருக்கும் இருக்கை வரிசைகளையும், திரைப்படக் கருவியிலிருந்து திரை வரை புனல் வடிவத்தில் பாயும் ஒளிக்கற்றையையும் மாறி மாறி வேடிக்கை பார்த்து எப்போதாவது திரையில் கவனம் செலுத்தினாலும் திரைப்படத்தின் நகர்வு புரியவே செய்தது.

சமூகத்துக்கு எதிரான ஒருவனின் கொடுமைகளையும் அவற்றுக்கெதிரான போராட்டத்தை முன்னெடுத்துச் செல்லும் ஒருவன் சந்திக்க நேரும் இடர்களையும், அவனுக்கு உறுதுணையாய்

அமையும் சந்தர்ப்பங்களையும் சித்தரிக்கும் படம் அது. படத்தின் இறுதிக் காட்சி நெருங்குகிறது. நீண்ட போராட்டத்தின் சலிப்பில் கதாநாயகன் எதிரியைக் கொன்றுவிடும் முடிவை வந்தடைகிறான்.

யார் சாவார் என்று கண்டுபிடிக்க முடியாதபடியும், யாரோ ஒருவர் கட்டாயம் செத்துவிடுவார் என்ற உத்தரவாதத்துடனும் வெவ்வேறு தளங்களில், வெவ்வேறு பின்புலங்களில், வெவ்வேறு நிலைகளில் சண்டை நடக்கிறது. நாயகன் கை ஓங்கும்போது பெருமூச்சுக்களும், எதிரியின் கை ஓங்கும்போது வசைச்சொற்களும் அரங்கத்தை நிறைக்கின்றன. எவ்வளவு நியாயமான காரணத்துக்காகவும் கொலை நடப்பது, அதற்குச் சாட்சியமாய் இருப்பது தவிர வேறொன்றும் செய்ய முடியாமலிருப்பது சம்பந்தமான என் அதிருப்தியைத் திருப்தி செய்வதற்காக எழுந்து வெளிநடக்க முடிவு செய்தேன்.

கொல்லப்படுபவனின் முகம் க்ளோஸ் - அப்பில் வந்தது. எனக்குத் தூக்கிவாரிப் போட்டது. அது என் முகம். எப்படி இவ்வளவு நேரம் கவனிக்காமலிருந்தேன். என் சம்மதமின்றி என் முகத்தை எப்படித் திரையில் காட்டலாம். அடக்க முடியாத கோபத்துடன் வெளியே நடக்க ஆரம்பித்தேன். என்றாலும் ஒரு நப்பாசை - நான் இறந்துவிட்டேனா இல்லையா என்று தெரிந்துகொள்ள. திரையைப் பார்த்தேன். நாயகனின் முகம் இப்போது க்ளோஸ் - அப்பில் வந்தது. இதுவும் என் முகம்தான்.

தாயம்மாப் பாட்டியின் நாற்பத்தோரு கதைகள்

தாயம்மாப் பாட்டிக்கு வைத்தியர்கள் நாள் குறித்துவிட்டார்கள். அதிக பட்சம் பதினைந்து நாள் தாங்கலாம். பாட்டியும் இனி இருந்து பார்ப்பதற்கு ஒன்றுமில்லை. பேரர்கள் எல்லாம் குடும்பஸ்தர்களாகி ஒரு பேரன் விவாகரத்தும் வாங்கியாகிவிட்டது. புற்றுநோயால் கனத்த வலது மார்பைக் கட்டிலில் கிடத்தி ஒருக்களித்துப் படுத்திருந்தாள் பாட்டி. மூடிய துணிக்குள்ளிருந்து அழுகிய நாற்றம் சிலவேளை உறுத்தும். என்றாலும் பாட்டிக்கு இரவுகளில் துணைக்குப் படுத்துக்கொள்கிறேன் என்று நானாகவே முன்வந்ததற்கு ஒரு முக்கியமான காரணம் உண்டு. பாட்டிக்கு என்மேல் உள்ள பிரியமும், அவளுடைய கதைகளின்மேல் எனக்கு உள்ள பிரியமும். பாட்டியும் அடிக்கடி சொல்வாள் - பேரன்களில் தாத்தாவை உரித்து வைத்துப் பிறந்தவன் நான் ஒருவன்தான் என்று.

முதல்நாள் இரவே பாட்டி பத்துக் கதைகள் சொன்னாள். எல்லாமே குட்டிக்கதைகள்தான். ஒரு கதை சொல்லிவிட்டு நீள நீளமாய்ப் பெருமூச்சுகள் விட்டுக்கொள்வாள். அந்தக் கதைகளை அவளுடைய மொழியிலேயே உங்களிடம் சொல்லத்தான் ஆசை. ஆனால் முடியாது. முத்துக்கிருஷ்ணக் கோனார் மாடுகளை நகர்த்த எழுப்பும் ஒலிகளைப் பாட்டி எழுப்பிக் காட்டுவதும், சம்பவங்களைச்

சொல்லும்போது பாட்டியின் முகம் மேற்கொள்ளும் அபூர்வமான உணர்வுக் குறிப்புக்களும், குரலில் நேரிடும் ஏற்ற இறக்கங்களும் எந்த மொழியிலுமே பதிவு செய்யப்பட முடியாதவை.

***

1. உங்க தாத்தா என்னைக் கல்யாணம் பண்ணிக்கொண்ட போது அவருக்கு வயசு இருபத்தொண்ணு. எனக்குப் பத்து வயசு. கோட்டயத்தில் வீடு தேடி வந்து பெண் கேட்டார். கூட அவருடைய மாமா - அவரை உங்கம்மாவே பார்த்ததில்லை - வந்தார். கஷ்டப்பட்ட குடும்பமா, கல்யாணத்தைப் பண்ணி அனுப்பிவிட்டார்கள். இங்கே வந்தப்போ எங்களைச் சாணியெறிஞ்சு வரவேத்தது யாரு தெரியுமோ? உங்க தாத்தாவுடைய மூத்த பொண்டாட்டி.

2. நான் பெரியவளாகும்போது எனக்குப் பதினாலு வயசு. எங்க வம்சத்திலே எல்லாருக்குமே எல்லாமே தாமஸம்தான். சீர் செய்ய வந்த பெரியண்ணா மூத்தார் கையாலே விளக்கமாத்தடி வாங்கினான். அத்தோட எனக்குப் பிறந்தகம் இல்லாமப் போச்சு. மூத்தாரை மெயின் ரோடுக்கு அந்தப் பக்கம் தனியாக் குடித்தனம் வைச்சார் உங்க தாத்தா. அதற்கப்புறம் அவர் பேரையே ரோடு லட்சுமி அக்கான்னுதான் சொல்வோம்.

3. உங்கம்மாவைப் பெண் கேட்டு வந்தப்போ உங்கப்பன் கைல ஒரு ஓட்டைக் காலணாகூடக் கிடையாது. பத்துக் குழந்தைகள் எனக்கு. பதினொண்ணாவதை உண்டாகியிருந்தேன். மூத்தவளை எப்படியாவது கரையேத்தணுமேன்னு கல்யாணம் பண்ணிக் கொடுத்தோம். கல்யாணத்துக்கு மறுமாசம் வடைத் தட்டைக் கையில் எடுத்துக்கொண்டு சந்தைலே விக்கப் போனான். அம்மணச் சாமியார் ஒருத்தன் வடைத் தட்டைப் பிடுங்கிக் கொட்டிட்டான். இவன் பதில் பேசாமல் திரும்பி வீட்டுக்கு வந்து அழுதான். அந்தச் சாமியார் பெரிய யோகியாம். அவதூதர்ன்னு சில பேர் சொன்னார்கள். அதுக்கப்புறம் ஒரே ஏறுமுகம்தான் உங்கப்பனுக்கு. பங்களா என்ன, தோட்டம் என்ன, துரவு என்னன்னு. சண்டாளன், மாமனார் சாகிறவரைக்கும் அவரோட ஒரு வார்த்தைகூடப் பேச மாட்டேனுட்டான்.

4. நம்ம சுப்பு சாஸ்திரி பட்டணத்துக்குப் போயிருக்கான். ரயிலைவிட்டு இறங்கி நிக்கும்போது யாரோ வந்து,

> சாமீ, மோதிரம் நல்லாயிருக்கே. களட்டுங்க பாப்பம். னு சொல்லியிருக்கான்.

இது பைத்தியம் கழட்டிக் குடுத்திருக்கு.

> நவரத்னம்டா

ன்னு சொல்லிக்கொண்டே. அவன் வேகமா நகந்துட்டான். இது

> பவித்ரம் பவித்ரம்.

னு கூவியிருக்கு.

யாருக்காவது புரிஞ்சாத்தானே. கூட்டம் கூடி என்ன ஏதுன்னு கேக்கறதுக்குள்ளே மோதிரம் போயாச்சு.

5. நாப்பத்தஞ்சு வயசு எனக்கு. ருக்குமணி அறுத்துட்டு வந்து ஆறுமாசமாகிறது. ராத்திரி ஆளைக் காணோம். அரிக்கேன் லைட்டை எடுத்துக்கொண்டு நானும் உங்க தாத்தாவும் தேடிப்போகிறோம். தொப்ளாக் கோனான் தோப்புக் கிணத்துக்குள்ளிருந்து குழந்தை குரல் கேட்கிறது.

> அம்மா இங்கே இருக்கேண்டி

ன்னு. எனக்கு பகீர்ன்னுது. பயந்தபடியே ஆகிவிட்டதே.

> சாகணும்னு விழுந்துட்டேன். தண்ணியிலே விழுந்ததும் தைரியம் போயிடுத்து. அம்மா, எப்பிடியாவது காப்பாத்தும்மா

ன்னு அழறா.

கிணத்துச் சுவத்தைப் பிடிச்சிக்கொண்டு அலைபாயறா. தாத்தா போய் பாதாளக் கரண்டியை எடுத்துக்கொண்டு, ஆட்களைக் கூட்டிக்கொண்டு வந்தார்.

6. ருக்குமணி வீட்டோட வந்த மறு வருஷம் பங்களாத் தெருவிலே கிறிஸ்தவப் பள்ளிக்கூடம் திறந்தார்கள். திரேஸ் மேரின்னு ஒரு வாத்திச்சி. அம்மா, அம்மான்னு எங்கிட்ட ரொம்பப் பிரியம். வயத்த வலி வந்து நான் துடிக்க ஆரமிச்சப்போ, அவதான் டோனாவூர் மிஷின் ஆஸ்பத்திரிக்கு என்னைக் கூட்டிக்கொண்டு போனாள்.

அங்கே வெச்சுத்தான் எனக்கு கர்ப்பப் பைக் கட்டியை எடுத்தது. பதினைஞ்சு நாள் பீ மூத்திரம் அந்தக் குழந்தைதான் அள்ளினது எனக்கு.

பாவம், வார்த்தைக்கு வார்த்தை கர்த்தரே ங்கும்.

7. விசாலாட்சியம்மன் கோயில் சந்நிதிக் கதவை அய்யா பட்டன் போய்த் திறக்கிறான், கதவிலே இருந்த மணிகளிலே ஒண்ணைக் காணோம். கோயில் ஆபீஸருக்கு என்ன பதில் சொல்றதுன்னு கைக் காசைப் போட்டு புது மணி வாங்கிக்கொண்டு வந்து மாட்டும் போது ஆபீஸர் பாத்துட்டான். இப்படித்தான் அம்மனோட நகை யெல்லாம் மாத்தினியோன்னு பட்டனை வேலையை விட்டுத் தூக்கிட்டான் ஆபீஸர்.

8. உங்க தாத்தா இறந்துபோய் ஒரு வருஷம் ஆனது. திவசம் போட்டோம். குப்பு சாஸ்திரி சிரத்தையாய்ப் பண்ணி வைக்கிறான். ரங்கநாதன் அப்பப்போ குமுறிக்கொண்டே மந்திரத்தைத் திருப்பிச் சொல்றான். பிராமணார்த்தம் வந்தவர்கள் சாப்பிடும்போது வீட்டுக்குள் காக்காய் ஒண்ணு வந்துட்டது. கால் ஊனமான காக்காய் போல. நிக்கவே தடுமாறுகிறது. புது மனிதர்களைப் பார்த்து மிரள்கிறது. வெளியில் போகத் தெரியாமல் தவிக்கிறது. ரங்கநாதன் எழுந்து விரட்டுகிறான். இவன் சொல்வது அதுக்குப் புரியுமா? தத்தித் தத்தி வீடு முழுக்க அலைகிறது. ரங்கநாதன் கம்பை எடுத்துக்கொண்டு வருகிறான். நான் பதர்றேன்.

> ரங்கா வேண்டாண்டா, பாவண்டா.

திடீர்னு தோணுகிறது.

> தெவசத்தன்னைக்கு காக்காய் வர்றது விசேஷண்டா. பித்ருக்கள்டா. உங்க அப்பாவேதானோ என்னமோடா.

அவன் காதில் விழுந்தால்தானே. பார்ப்பானுக்கு பட்சி வேட்டை தெரியுமா. பாதி தரையிலேயும் பாதி காக்காய் மேலேயும் அடிகள் விழுகிறது. குற்றுசிரும் குலையுசிருமாய்க் காக்காயை விளக்கமாற்றால் வாசலில் தள்ளுகிறான். நான் காமிரா உள்ளில் போய்த் தலையைக் கவிழ்ந்து ரொம்ப நேரம் அழுதுகொண்டிருந்தேன்.

9. காந்தி மகான் நம்ப ஊருக்கு வந்தப்போ கே.பி. சுந்தராம்பாள் கார் டாப்புல உட்கார்ந்து பாடிக்கொண்டே போனா. காந்தி நல்ல செவப்பு - ஒங்க கிட்டா மாமாவாட்டம். அவன்தான் பட்டாளத் திலே சேர்றேன்னு போன பிள்ளை, என்ன ஆனானோ, ஏது ஆனானோ...

10. ஏ. வி. ராமய்யா இருந்தானே, எங்க கூட பஜனை மடத்திலே வந்து பாட்டெல்லாம் பாடிக்கொண்டிருப்பான். அப்புறம் எழுத்தாள னாயி ரொம்பப் பிரபலமாயிட்டான். இங்க வந்து ஒரு வாட்டி நாடகம் போட்டான். வீடு வரை வந்து,

தாயம்மா நீ அவசியம் வந்து பாக்கணும்

னுட்டான்.

நானும் போனேன். ஆரம்பத்திலேர்ந்து கடைசி வரை ஒரே அழுகை. என் கதையை அப்படியே நாடகமா எழுதியிருந்தான், படவாப்பய. நாலு நாள் தலைவலியோட கஷ்டப்பட்டேன். என் கதையை ஊரே பாக்கிறதேன்னு வெக்கம் வேற. பாவம், அவனும் போன இடம் புல் மொளச்சாச்சு.

பாட்டிக்கு மூச்சு வாங்கியது.

காத்தாடியைச் சித்தே ஓரத்து வையேண்டா கிஷ்ணா

என்றாள்.

உலர்ந்த திராட்சையைப்போலச் சுருங்கியிருந்த முன் கைச் சதையை மெல்லப் பிடித்துவிட்டபடி,

பாட்டி, போதும் தூங்கு. நாளைக்குப் பாத்துக்கலாம்

என்றேன்.

பாட்டி சொன்ன கதைகளை எனக்கு ஞாபகம் இருந்த வரிசையில் குறித்து வைத்துக்கொண்டேன்.

***

இன்று பாட்டி உற்சாகமாக இருந்தாள். சொற்களில் வேகம் இருந்தது. முகம் குறும்புடனும் குரல் துள்ளலாகவும் இருந்தது.

11. நாலு வீடு தள்ளி இப்போக் குட்டிச்சுவரா நிற்கிறதே, அந்த வீட்டிலே காந்தி, காந்தின்னு ஒருத்தி இருந்தாள். கிளியாய் இருப்பாள். நான் சொல்றது முப்பது வருஷத்துக்கு முன்னாடி. பழைய வத்தலக்குண்டுக்கும் புது வத்தலக்குண்டுக்கும் நடுவிலே காடு மாதிரி இருக்கும் அப்போ. காந்திக்கு மாமியார் பிடுங்கல் ஜாஸ்தி. பழைய வத்தலக்குண்டுலே ஒரு வளைகாப்போ என்னமோ, போயிருக்காள். கிளம்பும்போது போதாயிட்டது. இருட்டுல நடந்து வராள். உடம்பு பூரா நகைகள். வழி மறிச்சுட்டான். கத்தியைக் காட்டறான். இவ சொன்னாளாம்.

> ஐயா, உனக்குப் புண்ணியமாப் போகட்டும். என்னை என்ன வேணாச் செய்துக்கோ. என் நகைகளை மட்டும் தொட்டுறாதே. என் மாமியார் என்னைக் கொன்னே போடுவா.

அவனும் நாணயஸ்தன் போலிருக்கு. என்ன வேணுமோ அதைச் செய்துட்டு ஊர் எல்லைவரை கொண்டு வந்து விட்டுட்டுப் போயிருக்கான். மாமியாரும் வந்தவுடனே கேட்டாளாம்,

> இந்த இருட்டுலயா வருவேடி ஒரு பொம்பளை. நகையெல்லாம் பத்திரமாயிருக்கோ?

மறுநாள் ஆத்தங்கரைல எங்கிட்ட தனியாச் சொல்லி அழுதாள், பாவம்.

12. ஆத்தங்கரையையொட்டி நமக்கு மூணு காணி நஞ்சை இருந்தது. பக்கத்திலேயே தொப்ளாக் கோனானோட தென்னந்தோப்பு. அறுவடையை மேல்பார்வை பாக்க உங்க தாத்தா போகும்போது நானும் போவேன். கிணத்தடி மேடையிலே உட்கார்ந்து ஏதாவது படிச்சிக்கொண்டிருப்பேன். இப்படித்தான் ஒரு தடவை. ஏ.வி. ராமய்யா எழுதின புஸ்தகம் ஒண்ணு. வத்தலக்குண்டு அப்படியே தத்ரூபமா வர்றது. பிரமாதமா இருக்கு. தொப்ளாக் கோனான் தோப்பு வர்றது அதிலே. ஒரு க்ஷணம் குழப்பமாகிவிட்டது எனக்கு. நான் இருக்கிறது நெஜத் தோப்புலயா, ராமய்யா எழுதின தோப்புலயா.

13. காமாட்சி கல்யாணத்தப்போ கடுமையான பணமுடை. கல்யாணம் முடிஞ்சு வீடு வந்தா சாப்பாட்டுக்கே திண்டாட்டம் தான்ங்கிற நிலைமை. கடனை உடனை வாங்கிப் பெண்ணைக் கரையேத்தணுங்கிறதுதான் ஒரே குறியாக் கல்யாணம் முடிஞ்சது... சாந்திக் கல்யாணத்துக்கு அறைக்குள்ளே போகணும்னால் மைனர் சங்கிலி போட்டாலே ஆச்சுங்கிறான் ஒங்க சித்தப்பன். சின்னமனூர்க் காரனுக்குத் துட்டுன்னா இம்புட்டு அம்புட்டு ஆசையில்லை. ரஹீம் பாய் பார்த்துக்கொண்டே இருந்தார். ஏற்கனவே அவர் இனாமாய்க் கொடுத்த காசிலேதான் சாந்திமுகூர்த்தப் பட்டுப் புடவையே வாங்கியிருக்கு. என்னைக் கூப்பிட்டார்.

> *தாயி, என்ன பிரச்சனை?*

இதுதாண்ணா விவரம்னு சொன்னேன்.

கழுத்திலே இருந்த சங்கிலியைக் கழட்டிக் கொடுத்துட்டார் மனுஷன். தாத்தா பதறுகிறார்.

> பாய், என்ன வேலை பண்ணுற. திருப்பித்தர காசு வேண்டாமா எங்கிட்ட?

பாய் சொல்றார்,

> யாருவே திருப்பிக் கேட்டா ஒம்மகிட்ட? எங் கொளந்தைக்கி நான் செய்த மொய் பத்தாதுன்னு அல்லாவோட சித்தம் போல. கொண்டுபோய்க் களுத்துல போட்டு வேலைய நடத்தும் வே.

நான் ரஹீம் பாய்க்கு நமஸ்காரம் பண்ணி அழுதேன். எதுக்குச் சொல்கிறேன், மனுஷர்கள் அந்த மாதிரி இருந்தார்கள் எங்க காலத்துலே.

14. ஒரு புலி, வேட்டி சட்டையெல்லாம் போட்டுக்கொண்டு ஜமீந்தார் வீட்டிலே போய்ப் பொண்ணு கேட்டதாம். ஆள் ராஜாவா யிருக்கானேன்னு அவர்களும் பெண்ணைக் கொடுத்துவிட்டார்கள். சாந்திமுகூர்த்தம் முடிஞ்சு மறுநாள் காலையிலே எலும்புக்கூடு ஒண்ணு வெளியிலே வந்து,

> நாந்தான் ஒங்க பொண்ணு. மாப்பிள்ளை ரொம்ப நல்லவர்

ன்னதாம்.

15. பால்கார முத்துக்கிருஷ்ணன் சாயங்காலம் வருகிறான். மூஞ்சியெல்லாம் கறுத்து, பொண்டாட்டியப் பறிகொடுத்தவன் மாதிரி இருக்கான்.

> என்னடா, ஒருமாதிரி இருக்கியே

ன்னேன்.

> அத யேங் கேக்குறீங்க ஆச்சி. நெலமையே சரியில்ல. நம்ம மூத்த மக பெரசவத்துக்கு வந்திருக்குல்ல. நம்ம செவல வேற ஈனுறதுக்கு இருந்துச்சா. நெனச்சது எல்லாம் எகணக்கி மொகணயாப் போச்சு. மாட்டுக்கு முந்திரும், மகளுக்கு நாளாவும்னு பாத்தோம், மக முந்திக்கிட்டா. மாட்டுக்குப் பிந்திருச்சி. மாடு கிடாரியே ஈனும், மகளுக்குப் பேரன் பொறப்பான்னு நினைச்சா, மாறிப் பொறந்துருச்சு. நான் நெனச்சேன், மாட்டுக்கு கொஞ்சம் சிரமமாயிரும், மகளுக்கு சுகப்பெரசவம் ஆகும்னு. அது பாத்தா , மாடு அது பாட்டுக்குப் பெத்துப் போட்ருச்சு, மகளுக்குக் கத்தி போட்டுட்டாங்க ஆசுபத்திரில. ஒண்ணும் சரியில்ல தாயி.

கேட்டுக்கொண்டே சும்மா நின்றிருந்த பட்டாளத்துக்காரன் சொன்னான்,

> எலே முத்துக்கிருஷ்ணா, நல்லவேள, மாட்டுக்குக் கொளந்தையும் மகளுக்குக் கன்னுக்குட்டியும் பொறக்கல. சந்தோஷப்படு.

முத்துக்கிருஷ்ணன் தன்னை மறந்து சிரிச்சுட்டான்.

16. பெரியவன் ராமநாதனுக்கு ஜோஸ்யர் திருமலை அய்யங்கார் பொண்ணு ரங்கநாயகியைக் கல்யாணம் பண்ணிக்கணும்னு ஆசை.

உங்கப்பா ஒத்துப்பாராடா ன்னேன்.

நெனச்ச மாதிரியே தாத்தா பிடிவாதமாச் சொல்லிவிட்டார்.

வைஷ்ணவப் பொண்ணு வீட்டுப் படியேறக் கூடாது.

அவளுக்கு வேற இடத்துல கல்யாணமாச்சு. குழந்தை பாக்கியம் இல்லேன்னு வேற ஆகிவிட்டது. ராமநாதனுக்கு சுத்தமல்லியிலேருந்து ஒரு வரன் அமைஞ்சது. தலைப் பிரசவத்திலே குழந்தையை பூமில போட்டுட்டு தாயார்க்காரி செத்துப்போயிட்டா. ஜன்னி. இவன்

என்ன செய்தான், ரங்கநாயகி புருஷன்கிட்டக் கொண்டு போய்க் குழந்தையை ஒப்படைக்கணும்னு ஒத்தக்காலிலே நின்னான். அது படியே கொண்டு போய்க்கொடுத்துட்டு வந்தோம். அவர்கள் சந்தோஷமாய் வாங்கிக்கொண்டார்கள். இவன்தான் மறு வாரமே வீட்டை விட்டு ஓடிட்டான். பாரு, இத்தனை வருஷம் கழிச்சும் சொல்லும்போது பெத்த வயிறு பத்தியெரிகிறது.

17. சின்னமனூர் போறதுக்காக பஸ் ஸ்டாண்டில் நிற்கிறோம். மோடி வித்தைக்காரன் 'கூட்டத்திலே யாராவது வந்து படுங்கோ'ங்கிறான். உங்க தாத்தா போய்ப் படுத்துட்டார். அவன் போர்வையாலே இவரை மூடிட்டான். என்னல்லாமோ கேக்கறான். இவர் மூஞ்சி மூடியிருக்கு. நேரிலே பார்க்கிறது மாதிரி பதில் சொல்லிக்கொண்டே போகிறார். கூட்டத்திலே யாரு சட்டைப் பையிலே எவ்வளவு ரூபா இருக்கு, யாரு சட்டை என்ன கலர், ரெட்டை ஜடை போட்ட குழந்தை பேரு என்ன, காசு போடாமப் போகிறவன் நல்லாயிருப்பானா? ரத்தம் கக்கிச் சாவானா?

சகலத்துக்கும் பொட்டில் அறைஞ்ச மாதிரி பதில். கடைசியாய்ப் போர்வைக்குள்ளே கத்தியை விட்டுக் கழுத்தை அறுத்து ரத்தத்தை எடுத்துக் காட்டுகிறான். எனக்கு எப்படியிருக்கும் சொல்லு. அழ ஆரம்பிச்சுட்டேன். அப்புறம் நல்ல மனசு வந்து அவரை எழுப்பி அனுப்பிச்சான்னு வச்சிக்கோ. நான் கேட்டேன்.

> எப்படி உங்களுக்கு அம்புட்டும் தெரிஞ்சது.
>
> நான் ஒண்ணுமே சொல்லலையேடி. படுத்தவுடனே தூக்கம் வந்தது. தூங்கிட்டேன்

னார். அடக் கூறுகெட்ட மனுஷா ன்னு நினெச்சுக் கொண்டேன்.

18. கிளிக்கண்ணி கேட்டுருக்கியோ கிஷ்ணா. பட்டம்மாள் பாடிக் கேக்கணும். உங்கப்பா கிட்டே ரிக்காடு இருந்தது. சொந்தமாய் கிராமபோன் பெட்டி வச்சிருந்தார் மனுஷன். ஊமத்தம்பூவைப் படுக்க வைச்ச மாதிரி இருக்கும். நான் போனால் மாமி கேளுங்கோன்னு போட்டுக் காட்டுவார். தாத்தாவைத்தான் கண்டால் ஆகாதேயொழிய நானுன்னால் ரொம்ப மரியாதை. அதுல ஒரு வரி வரும்.

மாலை வடி வேலவர்க்கு
வரிசையாய் நானெழுதும்
ஓலை கிறுக்காச்சுதே கிளியே - என்
உள்ளமும் கிறுக்காச்சுதே.

இப்போ நான் பாடுகிறது வேடிக்கையாய் இருக்கும். முந்தியெல்லாம் விசேஷம்னால் என்னைத்தான் பாடச்சொல்வார்கள் எல்லாரும். அதைவிடு, இதைப் பாடும்போதெல்லாம் எங்க பெரியண்ணா ஞாபகம் வந்துரும் எனக்கு. சீர் செய்ய வந்து செருப்படி வாங்கிக் கொண்டு போனானே, அந்த உத்தமன் முகம்கூட மறந்துட்டதடா, கிஷ்ணா. எவ்வளவு செல்லமா வச்சிருப்பான் என்னை. பாவி, நான் அன்னிக்கே செத்திருக்க வேணாமா சொல்லு.

19. இங்க ஒரு நாய் வளர்ந்தது. கறுப்பன்னு பேரு. நல்ல சூட்டிகை. தாத்தா கூடவே போகும், வரும். வீட்டுக்குள்ளேயே வராது. வாசலோட சரி. அந்நிய மனுஷர் ஒருத்தரை அண்டவிடாது. காமாட்சி கைக்குழந்தை. மத்தியானம் பக்கத்துல விட்டுக்கொண்டு பால் கொடுக்கறேன். கறுப்பன் திடீர்னு வீட்டுக்குள்ளே பாய்ஞ்சு வர்றது. ஏது, இது இப்படிப் பண்ணாதேன்னு நெனச்சு முடிக்கல, தொட்டிமுற்றத்துல கருநாகம். கறுப்பன் பாய, அது சீற, நான் குழந்தையைத் தூக்கிக்கொண்டு வெளியிலே ஓடிட்டேன். அக்கம் பக்கத்திலே இருந்து மனுஷரெல்லாம் வந்து பாத்தப்போ பாம்பு கண்ட துண்டமாக் கிடக்கு. பக்கத்துலே கறுப்பனும் வாயிலே நுரை தள்ளிக் கிடக்கு. எனக்கானால் துக்கம் முட்டுகிறது. என் குழந்தைன்னா பாம்புகிட்ட அப்படி விட்டுட்டுப் போயிருப்பேனா? இப்போ நெனச்சாலும் அவமானமா இருக்கு. கறுப்பன் மட்டும் இல்லேன்னா உனக்குக் கதை சொல்ல பாட்டி கிடையாது இப்போ.

20. மதுரையிலே பாகவதர் கச்சேரி. தாத்தா கூட்டிக்கொண்டு போயிருக்கார். கூட்டம் அலைமோதுகிறது. பாகவதர் தங்கப் பழமாக இருக்கார். குரலானால் எட்டூருக்குக் கேட்கும் போல. வெங்கலமாய் இருக்கு. அவர் பாடப்பாட, நாம் கேக்கக் கேக்க மனசை என்னமோ பண்ணுகிறது. எங்கேயோ அத்துவானத்திலே நீந்துகிறது அவர் குரல். 'ராஜன் மகராஜன்' எடுக்கிறார். கூட்டம் வெறியாய்க் கைதட்டுகிறது. திருநீலகண்டர், சிவகவி, அசோக்குமார் எல்லாத்திலேர்ந்தும் பாடுகிறார். கச்சேரி முடிஞ்சு ராமசாமி அய்யர் ஓட்டலிலே பூரி வாங்கித் தந்தார் உங்க தாத்தா. சாப்பிட்டுக்

கொண்டே,

என்னமாப் பாடறான் மனுஷன்

னார். நான் சும்மாயிருக்க மாட்டேனோ.

ஆளும்தான் எத்தனை அழகு

ன்னுட்டேன்.

அவ்வளவுதான். பாதிர்சாப்பாட்டிலே,

போறும் போறும், எழுந்திரு

ன்னு சொல்லிக் கிளம்பிட்டார். அதுக்கப்புறம் எம்.கே. ட்டிங்கற பேச்சே கிடையாது வீட்டிலே.

இன்னிக்கென்னமோ அந்த மனுஷர் ஞாபகமாகவே வர்றது. கொஞ்சப் பாடா படுத்தியிருக்கார் என்னை. நானும் நல்லவள் இல்லேன்னு வச்சிக்கோ. எவ்வளவோ நானும் படுத்தியிருக்கேன். சரி விடு, மணி என்ன பன்னெண்டு இருக்குமா.

***

பாட்டி இன்று தன் ரணத்தைக் காட்டினாள். கொய்யாப்பழத்தின் உள்ளிருக்கும் சிவந்த சதைபோலக் கனிந்திருந்தது மார்பு. அழுகிய நெடி மூக்கைக் கீறியது. பார்வைக்கே தென்பட்ட வலியின் உக்கிரத்தை எப்படிச் சகித்துக்கொண்டு என்னுடன் சுபாவமாகப் பேசுகிறாள் இந்த ராட்சஸி என்று தோன்றியது. எண்பத்தாறு வருடங்களையும் மீண்டும் நிகழ்த்திப் பார்த்துக்கொள்ளும் வேட்கைக்கு நான் பயன்படுகிறேன் என்ற எண்ணத்தில் மிகவும் ஆதுரமாக உணர்ந்தேன், பாட்டியிடம்.

இன்று கதைகளின் தொனி வேறு மாதிரியாகத் திரும்பிவிட்டது.

21. நள்ளிரவில் விழிப்புத் தட்டியதாம் ஒருநாள். வெளியே இருளின் பேய்க் கூத்து அரட்டுகிறது. வராந்தாவின் கம்பி அழியைப் பிடித்தபடி இருளில் பார்த்துக்கொண்டிருந்தாள். விசாலாட்சியம்மன் கோவிலின் கலசங்கள் வாழைப் பூவைக் காம்பில் நிறுத்தி வைத்த மாதிரி மௌனமாய் இருந்து வேடிக்கை பார்க்கின்றன. இருள் மெல்ல மெல்லத் திரண்டு தாத்தாவின் உருக்கொள்கிறது. அடிவயிற்றில் உருளும் கல் பந்து மாதிரி பயத்தை உணர்ந்தாளாம். இருள்

தாத்தா அழிக் கம்பிகளின் ஊடாக நுழைந்து வந்து பாட்டியை அணைத்துக்கொள்கிறார். தாத்தாவின் உடல் தீண்டிய இடங்களில் நெருப்பால் சூடு வைத்ததுபோலக் காந்தியதாம். உடம்பின் ஏதோ ஆழத்திலிருந்து ஒரு விசும்பல் புறப்பட்டு மிருகத்தின் குரல்போலக் குரல்வளையைத் தாண்டி வெளியேறியபோது உள்ளே ஓடிவந்து தரையில் சட்டடியாய் விழுந்தேன் என்றாள் பாட்டி. நெற்றியில் பலமான அடி பெரிதாகப் புடைத்துவிட்டதாம். அருகில் நான் பத்து வயதுச் சிறுவனாகப் படுத்திருந்தேனாம். என்னை இறுகக் கட்டிக்கொண்டாளாம். எனக்கு நினைவில்லை. ஆனால் கிழவியின் ஞாபகத்தைப் பழுது சொல்லவே முடியாது.

22. உன் தாத்தாவுக்கும் எனக்கும் பதினோரு வயசு வித்தியாசம். அவர் அறுபத்தாறு வயசில் இறந்துபோனார். இப்போ எனக்கு வயசு எண்பத்தாறு. அப்படியானால் அவருக்கு இப்போ தொண்ணூத்தேழு வயசு இருக்கணுமாயில்லையா? அதுதான் இல்லை. அவருக்கு அறுபத்தாறோடு வயசு நின்னு போச்சு. அந்த முகம்தான் இப்போ வரைக்கும் ஞாபகத்தில் இருக்கு. என்னைச் சொல்லு, வதைபட வரம் வாங்கிவந்தவள். கிழவியாகி, படுகிழவியாகி, தொண்டு கிழவியாகி, உடம்பெல்லாம் புழுத்துச் சாகக் கிடக்கிறேன். இதுவும் ஒரு ஜென்மமாடா கிஷ்ணா.

23. வரிசையாகப் பெண்கள் புருஷனைப் பறிகொடுத்துவிட்டு வீடு திரும்பினார்கள். அவர்கள் முன்னால் தாத்தா என்னிடம் பேசினாலே எனக்குக் கூசிக் குறுகும். பலபேரும் சொன்னார்கள். ரோடு அக்காவின் மூத்த பையன் ராமச்சந்திரன்தான் லெப்பையிடம் போய் முட்டை மந்திரித்துவிட்டானாம். நான் நம்பவில்லை. என்னை அம்மா என்று அழைக்கிற பிள்ளை எனக்குக் கெடுதல் நினைப்பானா? அப்படியே நினைத்தாலும் அதில் தப்புண்டா? தெரிஞ்சோ தெரியாமலோ அவன் அம்மாவின் வாழ்க்கையை நான் சீர்கெடுக்கலையா. இந்தத் தேசத்தில் மட்டும், புராணங்களிலேயாகட்டும், நடைமுறை வாழ்க்கையிலேயாகட்டும் எல்லாத் தப்புகளுக்கும் பதில் சொல்ல வேண்டியது பொம்பளைகள்தான் கிஷ்ணா. பாஞ்சாலியைப் பாரு. தாயக்கட்டையைக் கையாலேயாவது தொட்டாளா? என்னாச்சு? பலபேர் முன்னாடி சபையிலே அம்மணமா நிக்க வேண்டி வந்ததா இல்லையா. தர்மனும் பீமனுமா நின்னான்கள்? அப்பொப் பார்த்து அவளுக்கு மாசாந்திரக் கஷ்டம் வேறே.

24. சுந்தரம்னு ஒரு வளையல்காரச் செட்டிப்பையன். மாசா மாசம் இங்கே வருவான். வரும்போதெல்லாம் மீனாட்சி ஏதோ வளைகாப்புக்கு அடுக்கிக்கொள்கிற மாதிரி மணிக்கட்டிலேர்ந்து முழங்கை வரை கண்ணாடி வளையல்களை அடுக்கிக்கொள்வாள். அவனும் பிடித்த கையை விடமாட்டான். அப்போத் தங்கம் விலை இப்போப் பாக்கச் சல்லிசுதான். ஆனால் யார்கிட்டேப் பணம் இருந்தது வாங்க? போகிறது, குழந்தை இப்படியாவது அடுக்கிக்கொள்ளட்டும் என்று விட்டுவிட்டேன். கல்யாணத்துக்கு ஜாதகத்தை எடுக்கும்போது தீர்மானமாய்ச் சொல்லிவிட்டாள். தாத்தா கொஞ்ச அடியா அடிச்சார் அவளை. அவளானால் முடிவாய்ச் சொல்லிவிட்டாள்.

> அடிவாங்கிச் செத்தாலும் சாவேன். இன்னொருத்தனுக்குக் கழுத்தை நீட்ட மாட்டேன்.

பொன்னமராவதியில் வைச்சு அவர்கள் வழக்கப்படி தாலி கட்டினான். கடைசி நிமிஷத்தில் மனசு கேக்காமல் தாத்தா என்னை மட்டும் போய்விட்டு வரச்சொன்னார் - மூத்தவனைக் கூட்டிக் கொண்டு போனேன். கடன்காரி, எத்தனை மாசம் வாழ்ந்தா? ஆறே மாசம். பாண தீர்த்தம் பார்க்கப் போனார்களாம் ரெண்டு பேரும். அவள் வழுக்கி விழ, அவன் காப்பாத்தப் போக, ரெண்டு பேரோட பிரேதத்தையும் பார்க்கப் போகக் கூடாதுன்னு சொல்லி விட்டார் தாத்தா. இங்கேயே முழுக்குப் போட்டோம். இதுதான் உங்க செட்டிச் சித்தப்பன் கதை.

25. விசாலாட்சியம்மன் கோவிலில் வருஷா வருஷம் அன்னதானம் நடக்கும். ஊர் முழுக்கத் தானியமும், துட்டும் சேகரிச்சு. மூணு நாளைக்கு ஊரில் யார் வீட்டிலும் சமையல் கிடையாது. அப்பளக் கார பி.எம்.எஸ். அய்யன் ஓடி ஓடிப் பந்தி பார்ப்பான். பரிமாறுவான்.

நாங்க சாப்பிடப் போனப்போ அவன் அப்பளம் போடுகிறான், இலைக்கு. வேஷ்டியை டப்பாக் கட்டு கட்டிக்கொண்டிருக்கிறான். நாசமாப் போறவன் அன்றைக்குக் கௌபீனம் கட்டிக்கொள்ள மறந்துட்டான் போலிருக்கு. குனிஞ்சு குனிஞ்சு பரிமாறுகிறான். பொம்பளைகளானா ஒருத்தரையொருத்தர் பார்த்துப் பார்த்துச் சிரிக்கிறார்கள். ஆம்பளைகளுக்கு அவன் மேல் என்ன கடுப்போ. ஒருத்தனாவது அவனுக்கு எடுத்துச் சொல்லணுமே. உங்க மீனாட்சிச் சித்தி சும்மாயிருக்க மாட்டாளோ.

மாமா, அந்த வரிசைக்குக் கொஞ்சம் வேணுமாம்.

மாமா, இந்த வரிசைக்குக் கொஞ்சம் வேணுமாம்

னு ஒரு வரிசையிலே ஒருத்தர் பாக்கியில்லாம எல்லாருக்கும் தரிசனம் செய்ஞ்சு வைச்சா.

26. ராத்திரிக் காத்தெடுத்தாப் போதும். சலங்கைச் சத்தம் கேட்க ஆரம்பிச்சுரும். எங்கேயிருந்து வருதுன்னு யாருக்கும் தெரியலே. ஆனா எல்லாருக்கும் கேட்கிறது. ஆளாளுக்குக் கதை விட்டார்கள். குறளிப் பேயன்னான் ஒருத்தன் வயசுக்கு வந்த பெண்களை அசுர சந்தி வேளையில் வெளியே அனுப்பக்கூடாதுன்னாள் ஒரு மாமி. ராத்திரியில் ஒண்ணுக்கு எழுந்து வந்தப்போ சிவப்பா ரெண்டு கண்ணு மட்டும் தெரிஞ்சதுன்னான் ரைஸ்மில்காரன். மாடு நிலை கொள்ள மாட்டேங்குது ஆச்சியம்மான்னான் முத்துக் கிருஷ்ணன். விடிகாலையில் வீட்டுக்குள் தேங்காயளவு பருமனில் கல் வந்து விழுவதாய் நாலைந்து பேர் சொன்னார்கள். ஒருத்தி தன் வீட்டு வாசலிலே ஒரு கூடை மலம் கிடந்தது, வாசல் தெளிக்க வந்தப்போ பார்த்தேன்னாள். வாசல்ல வேப்பிலைக் கொத்தைக் கட்டி வையுங் கோன்னு எல்லாத் தெருவிலேயும் போய்ச் சொல்லிவிட்டு வந்தான் குப்பு சாஸ்திரி

இப்படியே ஒருமாசம் போலப் போயிருக்கும். ஒருநாள் அடை மழை. ஆலங்கட்டியாய் விழுகிறது. குழந்தைகளுக்கு ஒரே கொண் டாட்டம். ஐஸ் கட்டிகளைப் பொறுக்கிப் பொறுக்கித் தின்கிறார்கள். முதல்லே விசாலாட்சியம்மன் கோவில் வாசல் விளக்குக் கம்பம் ஒடிஞ்சு விழுந்தது. நாங்க பார்த்துக்கொண்டேயிருக்கிறோம், விசாலாட்சியம்மன் கோவில் வெளிப் பிராகாரத்திலே இருந்த வில்வ மரம் அப்படியே வேரோட சரிஞ்சாச்சு. மதில் சுவருக்கு மேல அகலமாப் பச்சைநிறக் குடையாட்டம் நின்ன மரம் க்ஷணப்பொழு திலே மறைஞ்சுட்டது. மழைவிட்டதும் மரத்தைச் சுத்தி ஜனங்கள். கோவில் காவக்கார இருளப்பன் மரக் கிளையை ஒண்ணொண்ணா வெட்டிப் போடும்போது ஒரு கிளையிலே சின்ன மணி ஒண்ணு கட்டியிருக்கு. கோவில் கதவிலே காணாமல் போன அதே மணி. அதுதானா சங்கதி என்று எல்லோரும் பேசிக்கொண்டார்கள். அய்யா பட்டன் பேரு ரொம்ப அடிபட்டது கூட்டத்தில். அவன்தான் பாவம், வேலை போன உடனே ஊரைவிட்டே போயிட்டானே.

27. கிறுக்கு ராஜம் செத்தபோது ஊரே கல்யாண வீடு மாதிரி ஆகிவிட்டது. ஏக அமர்க்களம். அவள் நாராசச் சந்தில் ஒருநாள் முழுக்கக் கிடந்தபோது யாருக்கும் தோணவில்லை. சாயங்காலம் அவள் மூஞ்சியை நாய் மோந்து பார்க்கிறதையும் அவள் சும்மாப் படுத்துக்கொண்டிருப்பதையும் கவனிச்ச சாமிநாதன் எல்லார்ட்டையும் சொல்லி, ஆகவேண்டியதைப் பார்க்க வேண்டியதுதான்னு சொன்னான். கோவில் நடையை உடனே சாத்தியாச்சு. மூங்கிலுக்கும் பெட்ரோமாக்ஸ் லைட்டுக்கும் சொல்லிவிட்டாச்சு. நாங்கள் பொம்பளைகளெல்லாம் அவளைக் குளிப்பாட்டிக் கோடித் துணியாலே போர்த்தினோம். அனாதைப் பொணம்னாலும் மனுஷப் பொணம் தானே. செய்ய வேண்டியதைச் செய்யலைன்னா மனசாட்சி அப்பறம் சும்மா விடுமா சொல்லு.

ஆச்சு, பொணத்தை எடுக்க வேண்டியதுதான். சிவகாமிதான்னு நெனக்கிறேன், சந்தேகத்தைக் கிளப்பினா. ராஜம் தோளிலே எப்பவும் போட்டுக்கொண்டு திரிகிற கோணிச் சாக்கை என்ன செய்கிறது?

அதையும் சேர்த்து எரிச்சிற வேண்டியதுதான்

னு சொல்றார் நாட்டாமைக்காரர். பாடை கட்ட வந்த சவுண்டி ஒரு மூங்கில் குச்சியை எடுத்து மூட்டையை நோண்டினான் விளையாட்டாய். மூட்டை பிரிஞ்சு உள்ளேர்ந்து அழுக்குத் துணியாய் வருகிறது. அவன் இன்னமும் கிளறுகிறான். நாட்டாமைக்காரர் சத்தம் போடுகிறார்.

எலே, ஊத்தக் கையை வச்சிக்கிட்டுச் சும்மா இருக்க மாட்டே.

அவன் கேக்கலை.

எதுக்கும் பாத்துறலாங்கையா.

ணங்குன்னு ஒரு சப்தம். உள்ளேயிருந்து ஒரு வெள்ளித் தம்ளர் உருள்றது. பரபரப்பாயிட்டா எல்லாரும். தொடர்ந்து கோணிக்குள்ளேயிருந்து கம்மலென்ன, நெக்லசென்ன, கொலுசென்ன. புத்துலேர்ந்து எறும்பு ஊர்ற மாதிரி தங்கமும் வெள்ளியுமாய்க் கொட்டுகிறது கிறுக்கு ராஜத்தின் மூட்டையிலிருந்து. எல்லாரும் பொணத்தை மறந்தாச்சு. அவரவர் வீட்டுலே காணாமல் போனதையெல்லாம் அடையாளம் காட்டி எடுத்துக்கலாம்னு நாட்டாமை அறிவிக்கிறார். ஊருக்குள்ளே எத்தனை சந்தேகமும் சண்டையும் உண்டாயிருக்கும்,

அந்தக் காணாமப் போன நகைகளால? அத்தனையும் மறுபடியும் நடக்கிறது இப்போ. பாப்பா நம்மளோட வளையல் ஒண்ணைத் தன்னுதுன்னா. எவ்வளவோ சொல்லிப் பாத்துட்டு, ஒரு கட்டத்துக்கு மேலே நான் விட்டுட்டேன்.

போகிறது போ, சவத்துச் சொத்து யாருக்கு வேணும்.

28. சிலுக்குவார்பட்டி ஜோஸியன்கிட்டே உங்க தாத்தா ஜாதகத்தை எடுத்துக்கொண்டு போறோம்.

இந்த மனுஷனுக்கு சதா ஏதாவது உபாதை. பீமசாந்திவரையாவது உசிரோட இருப்பாரான்னு பாத்துறலாம். ஜோசியன் சம்முகம் ஆள் ரொம்பக் கெட்டி. கணிப்பெல்லாம் பிசகவே பிசகாது. நவக்கிரகமும் அவன் சொல்லுக்குக் கட்டுப்படும். படுபாவி, என்னன்னமோ பேசுகிறான்.

> பெரிய பாப்பா இப்ப எந்தூர்லே இருக்கு.
>
> நஞ்சையைக் குடுத்திட்டீங்களாமே.
>
> வயசு காலத்திலே இம்புட்டு தூரம் அலையணுமா. ஆளனுப்பினா வர மாட்டேனா.
>
> தம்பி யாரு பேரனா. நாட்டாமைக்குச் சொகமில்லையாமே.
>
> இந்த வருஷம் அன்னதானத்துக்கு சரியாத் துட்டுப் பிரியலையாமே.
>
> பஞ்சாங்கம் இந்த வருஷம் மழை பொய்ச் சுருங்குதே. சனங்க குண்டி காஞ்சு சாவப்போகுது...
>
> அய்யா, கேட்ட கேள்விக்கி பதிலைச் சொல்லும். அய்யர் ஆயுசு எப்பிடி.

அந்தப் பாவி சொல்றான்,

> ஆச்சியம்மா, மூக்குக் கண்ணாடியைக் காணலியே. அடுத்த வாரம் நானே ஊர்ல வந்து பாத்துச் சொல்றேனே.

அடுத்த வாரம் இவர் இருந்தாத்தானே வந்து பாத்துச் சொல்ல.

29. ஒரு தடவை ஒரு சொப்பனம். கருநீலத்துல, கருங்கல் பளபளப்புல ஒரு குதிரை. ரெண்டு விலாவிலேயும் மகா பெரிய

றெக்கைகள். எங்கேர்ந்தோ பறந்து வருது. றெக்கைலேயும் உடம்பு லேயும் கால் குளம்புலேயும் பஞ்சுப் பிசிறு மாதிரி மேகம் ஒட்டி யிருக்கு. கனைக்கிற சத்தத்திலே இடி தோத்துப் போகும். மொட்டை மாடியிலே வந்து இறங்கி படிக்கட்டிலே ஒவ்வொரு படியா நிதானமா நடந்து வருது. நான் படுத்திருக்கிற அறை வாசல்லே வந்து நின்னாச்சு. உள்ளே வருது. எனக்கானா பயமாவும் இருக்கு. பார்த்துக் கொண்டே இருக்கணும்போலவும் இருக்கு. கண் கொட்டாமல் பார்க்கிறேன். குதிரையின் வாயிலேர்ந்து சொட்டுச் சொட்டாய் ரத்தம் கொட்டு கிறது. அப்பறம் கோடு மாதிரி. ரத்தம் அறை முழுக்க நிரம்பித் தரையெல்லாம் பிசுபிசுன்னு ஆகி, கொஞ்ச நேரத்துக்கெல்லாம் அறை முழுக்க ரத்தம். ரத்தத்திலே நான் மிதக்க ஆரம்பிக்கிறேன். திடீர்னு குதிரை என் அடிவயித்திலே ஒரு மிதி வைக்கிறது. நான் மாச விலக்காகி இருக்கிறவள். வாங்கின மிதியில் செத்தாச்சுன்னே நினைச்சுக்கறேன். ஆனா சாகலை. குதிரை மிதி மிதின்னு மிதிச்சு என் உடம்பைக் கூழாய் ஆக்கி ரத்தச் சகதியிலே என்னை விட்டுட்டு விலகும்போதுகூடப் பார்த்துக்கொண்டுதான் இருக்கிறேன். குதிரை வெளியேறிப் பறந்து மறைஞ்சவுடனேயே முழிப்புத் தட்டினது. வேர்த்துக் கொட்டியிருக்கு. அழுகையா வருது. சரி விடு, சொப்பனம்தானேன்னா, மனசு சமாதானமாக மாட்டேனென்கிறது. அதுதான் கடைசித் தடவை. அதுக்கப்புறம் நான் தூரம் விலகவேயில்லை.

30. அவர் செத்தப்போ நான் அழவில்லை. மனிதர் பார்க்க வேண்டியதெல்லாம் பார்த்தாச்சு. அனுபவிக்க வேண்டியதெல்லாம் அனுபவிச்சாச்சு. எட்டெட்டில் சாகணும்னு அடிக்கடி சொல்வார். அந்தக் கணக்குக்கு ரெண்டு வயசுதான் அதிகம் இருந்தார். குடுத்து வச்ச மனுஷர் என்று நினைச்சுக்கொண்டேன். நான் அழுதது எப்போ தெரியுமா? பதினோராவது நாள் அதிகாலையில் என்னை எழுப்பினார்கள். நானே பிரமை பிடிச்சு சவம் மாதிரித்தான் இருந்தேன்.

பின்னங்காலில் குதிரைச்சதை வரை நீண்ட கூந்தல் எனக்கு. கொத்தாகக் கையில் தூக்கிப் பிடித்து 'அளக பாரம்' என்பார் உன் தாத்தா. நாவிதன் வந்திருந்தான். தலையில் நீர் தெளித்து சிறுகச் சிறுக மழிக்க ஆரம்பித்தான். குதுகுதுவென்று உடம்பு முழுக்க உஷ்ணம் பரவுகிறது. அந்த அதிகாலையிலும் வேர்க்க ஆரம்பிக்கிறது.

தலையிலிருந்து ஒரு கொத்து மயிர் என் மடியில் விழுகிறது. முன்னந்தலையிலிருந்து தண்ணீர் மூக்கோடு வழிந்து உதட்டில் பட்டுக் கரிக்கிறது. சண்டாளா, போயிட்டியே போயிட்டியே என்று கூப்பாடு போட்டு அழுதேன். அம்மா அழாதேம்மா, அழாதே என்று சொல்லிக்கொண்டே அழுதாள் உன் அம்மா.

பாட்டியின் குரல் தேய்ந்துகொண்டே போகிறது. ஆழ்ந்த தியானத்தில் இறங்குவதுபோலப் பார்வை கிறங்கிச் சொக்குகிறது. தலையணையைச் சரிசெய்துவிட்டு, போர்வையைக் கழுத்துவரை இழுத்து மூடுகிறேன். பாட்டியின் முகத்திலிருந்து பார்வையை விலக்கிக்கொள்ள முடியவில்லை எனக்கு.

***

பாட்டி மூச்சு விடச் சிரமமாய் இருக்கிறது என்றாள். டாக்டர் திருஞான சம்பந்தத்தைக் கூட்டி வரப் போனேன். காரில் வரும்போது அவர் சொன்னார்.

> கிருஷ்ணன், பாட்டியம்மாக்கு அடுத்த ஜென்மம் கிடை யாதுன்னு நினைக்கிறேன். அதுதான் இத்தனை நாளாய் இழுக்கிறது. நல்ல வைரம் பாய்ஞ்ச உடம்புதான். நாமெல் லாம் இத்தனை வயசு இருக்கவே மாட்டோம், இருந்தாலும் இவ்வளவு வேதனை தாங்க மாட்டோம்.

அவருடைய பையை எடுத்துக்கொண்டு தொடர்ந்தேன்.

> தூங்குறதுக்கு ஊசி போட்டுடறேன்.

என்று சொல்லிக்கொண்டே உள்ளே வந்தார் டாக்டர். ஊசி போட்டுவிட்டு, தன் கைப்பையின் ஒரு அறைக்குள் பீய்ச்சாங்குழலை யும் ஊசியையும் பதனமாக வைத்துவிட்டு, மற்றோர் அறையைத் திறந்து விபூதியை எடுத்துப் பாட்டியின் நெற்றியில் பூசிக்கொண்டே முனகலாகப் பாடினார்.

> மந்திரமாவது நீறு
> மாமருந்தாவது நீறு...

அவர் போன பிறகு தரையில் படுக்கையை விரித்துப் படுத்துக் கொண்டேன். தூக்கம் வரமாட்டேனென்கிறது. கோடை விடு

முறைக்குப் பாட்டி வீட்டுக்கு நாங்கள் வந்து குவிந்த நாட்கள் நினைவில் வந்தன. கல் சட்டி நிறையப் பிசைந்த தயிர் சாதமும், சின்னச் சின்னதாய் அரிந்த மாவடுத் துண்டுகளும் கையை நீட்டி நீட்டி வாங்கி உண்ட நாட்கள். சுற்றிலும் அமர்ந்து நீளும் ஏழெட்டுப் பிஞ்சுக் கைகளின் சித்திரம் இப்போது உருவாகும்போது நாங்களெல்லாம் ஒரே பூவின் மலர்ந்த இதழ்களைப் போலவும் மகரந்த மையம் போலப் பாட்டியும்.

இரவில் பாட்டி கதைகள் சொல்வாள்.

1. ரங்கநாத மாமாவின் பையன் விச்சுவுக்கு நாங்கள் பூசணிக்காய், பொத்தைக் கிழங்கு, புட்டுப் பழம் என்றெல்லாம் பெயர் சூட்டியிருந்தோம். அவன்,

பாட்டி, யானைக் கதை சொல்லு.

என்றான்.

ஒரு யானை இருந்ததாம். தினசரி கார்த்தாலே பல்லைத் தேய்க் கிறதுக்கு முன்னாடியே காப்பி வேணும் அதுக்கு. இல்லையோ ரணகளம்தான். பாத்திரம் பண்டங்களைச் சிதறியடிக்கும். நடுக்கூடத் திலே லத்தி போட்டுரும். அதனோட அம்மா எவ்வளவோ சொல்லிப் பாப்பா. கேக்காது.

இருடா, இன்னும் கலக்கலேடா. கொஞ்சம் பொறுடா.

ஊஹும், கேக்காமல் முரண்டு பிடிக்கும். அம்மா யானை கடைசியா என்ன பண்ணும்?

இதோ பாரு, உங்கப்பா பட்டாளத்துலேயிருந்து வந்தாச்சு.

அவ்வளவுதான் குட்டி யானை கப்சிப்.

2 மறுநாள் காலையில் நான் எழுந்ததுமே எனக்குக் கடுமையான கோபம். நேரே சமையலறைக்குள் போனேன்.

என்ன வேணும் செல்லத்துக்கு.

போ, நான் உன்கூட டூ.

ஏதுக்கு.

விச்சு யானைக் கதை கேட்டதுக்குச் சொன்னே, நான் சிங்கக் கதை கேட்டேன். சொன்னியா? அடுத்தவாட்டி லீவுக்கு வரேனா பார்.

பாட்டி ரொம்ப ஆசாரமானவள். படுக்கைத் தீண்டலுடன் இருக்கும் என்னை நெஞ்சோடு அணைத்துக்கொண்டு சொன்னாள்.

> இவ்வளவுதானே. இப்பச் சொன்னாப் போச்சு. அந்த யானை தினமும் அடம் பிடிக்கும் இல்லையா. அதை ஒரு சிங்கம் பார்த்துக்கொண்டேயிருக்கும், கண் இமைக்காம. சிங்கம் ஒரு தடவை கண்ணை மூடித் திறந்ததோ, யானைக்கு ஒரு வயசு கூடியிருக்கும். இப்போப் பாத்தியா, யானையோட கதை அம்புட்டும் சிங்கக் கதைக்குள்ளேதான். போதுமா கதை. இதுக்காகப் போயி லீவுக்கு வரமாட்டேன்னு சொல்லலாமா.

பாட்டி கன்னத்தில் முத்தம் கொடுத்தாள்.

3. மிருகங்கள் எல்லாம் குளக்கரையில் கூடினது. கானகத்தின் ராஜாவாக யாரைத் தேர்ந்தெடுப்பது என்பதுக்குத்தான் கூட்டம். ஆளாளுக்கு ஒரே சப்தம்.

குரங்கு சொல்கிறது.

> கிளைக்குக் கிளை நான் தாவுகிற வேகத்தைப் பார்த்தீங்களா எல்லாரும். மேல்பார்வை செய்ய நான்தான் சரியான ஆள். நான்தான் ராஜாவாக இருப்பேன்.

ஒட்டகச்சிவிங்கி சொல்கிறது,

> போடா வெங்காயம், நான் நின்ன இடத்துலேயே உன் எல்லாக் கிளை உயரமும் பாத்துடுவேன். நான்தான் ராஜா.

மீன்.

> தண்ணிக்குள்ளே நடப்பதை நிர்வாகம் செய்ய என்னை மாதிரி யாராலும் ஆகுமா.

முதலை.

> நீ மொதல்ல வெளியில் வா தெரியும் சேதி. நான் பார், ரெண்டு இடத்திலேயும் இருப்பேன்.

ஆந்தை.

> ராத்திரியில் வனத்தைப் பார்த்துக்கொள்வது யாராம்.

வவ்வால்.

ஒரு பயலாவது நேரா நிக்கிறீங்களாடா? தலையால நடக்கிற பசங்க. நான்தான் ராஜா.

கூட்டத்தில் ஏக அமளி. கூச்சல். அடிதடி ஆரம்பித்துவிடும் போலிருக்கிறது.

தூரத்தில் ஒரு கர்ஜனை... கர்... கர்... கர்ர்...

கூட்டம் அமைதியாகிவிட்டது. விச்சு சிரிப்பை அடக்க முடியாமல் வாசலுக்கு எழுந்து ஓடுவதும் உள்ளே வருவதுமாய் இருந்தான் கொஞ்ச நேரம்.

4. ஒருத்தன் காட்டுக்குள்ளே போய் நூறு வருஷம் ஒத்தக் கால்லே தபஸிருந்து, பறக்கும் கம்பளம் ஒண்ணு வரமா வாங்கிண்டு வந்தான். அவனோட வம்சத்திலேயே, அந்த தேசத்திலேயே, அவன்கிட்ட மட்டும்தான் இப்போக் கம்பளம் இருக்கு. அதுலே ஏறி வீட்டுக்கு வந்து சேர்ந்தான். இவன் போகும்போது இவம் புள்ளே அஞ்சாங் கிளாசு படிச்சிக்கொண்டிருந்தான். திரும்பி வந்தப்போ பையன் ஆறாங்கிளாசு போயிருந்தான்.

5. அன்னிக்கு நடந்த கூட்டத்துக்கு மிருகங்கள் எல்லாம் வந்திருந் ததா. அப்போ முதல்லே ஆஜர் எடுத்து தலைகளை எண்ணினார்கள். எத்தனை தடவை எண்ணினாலும் ஒரு தலை அதிகமாய் இருக்கு கணக்கெடுத்த கரடிக்குப் பழியாய்க் கோபம்.

யார்றா அவன் புதுசாய் வந்திருக்கிறது

ன்னு கத்துகிறது.

எல்லோரும் நான் இல்லை, நான் இல்லைன்னு சொல்லிக் கொண்டே வரும்போது ‘நானும் இல்லை’ என்கிறது ஈசல். கரடி,

உன் பேர் ஜாப்தாவில் இல்லையே...

என்று குழம்புகிறது.

...உனக்கு இங்கே ஓட்டு கிடையாது. போயிடு.

ஐயோ, நான் இந்தக் காட்டிலே பிறந்தவன்தான்.

ஈசலுக்குப் பக்கத்தில் கடல் ஆமை உக்காந்திருக்கு. அதுக்கு நானூத்தித் தொண்ணூத்தி மூணு வயசு, அது ஈசல்கிட்டப் பேசுகிறது.

பாரப்பா தம்பி, நேத்திக்கி...

ஈசல் கேட்கிறது,

ஐயா நேத்திக்கின்னா என்ன?

6. முனுசாமி வேகமாக ஓடி வந்தான். பறக்கும் கம்பளத்துக்காரன் வாசல் திண்ணைல சாவகாசமாய் உட்கார்ந்து வறுத்த நிலக்கடலை கொரிச்சுக்கொண்டிருக்கான்.

என்னப்பா முன்சாமி, இந்த ஓட்டம் ஓடி வரே.

ஐயா, ஒரு உபகாரம் பண்ணணுமுங்க.

என்னது.

வீட்லெ சம்சாரத்துக்குப் பிரசவ நோவுங்க. ஆசுபத்திரிக்குப் போக கம்பளம் இரவல் வேணுங்க.

அடாடா, அதைத் தரமுடியாதேப்பா.

ஐயா, அப்படிச் சொல்லக்கூடாதுங்க. நீங்களே வேணும்னாலும் கூட வாங்க. ரெண்டு உசிரக் காப்பாத்துங்க சாமீ.

புரியாமப் பேசாதே முன்சாமி, அதை சலவைக்குப் போட்டிருக்கேன். வெள்ளாவி வெச்சு இஸ்திரி போட்டாத்தான் அது இனிமே பறக்கும்.

7. முல்லையாத்திலே பசுமாட்டுப் பொணம் மிதந்து வருது. வயிறு பெரிசா உப்பியிருக்கு. அம்மா மீன், குஞ்சு மீன் கிட்டச் சொல்கிறது.

வா, உயரம் தாண்டக் கத்துத் தரேன்.

குஞ்சு மீன் பார்த்துக் கொண்டியிருக்க, அம்மா மீன் மாட்டின் வயித்துக்கு இந்தப் புறத்திலேயிருந்து முதுகுக்கு மறுபுறம் பாய்கிறது.

காலையில் பாய்கிறது. அந்தப் பக்கம் போனவுடனேயே ராத்திரி ஆகிவிடுகிறது.

மறுபடி தாவுகிறது. விடிந்திருக்கிறது.

8\. பாட்டி மகாபாரதக் கதைகள் சொல்வாள். கச்ச தேவயானி கதை, நச்சுப் பொய்கை கதை, பீமன் சௌகந்திகா மலர் கொண்டு வரப்போகும்போது ஆஞ்சநேயரைச் சந்தித்தது, யாதவர்களுக்குள் சகோதரச் சண்டை வந்து கடைசியில் பகவான் கிருஷ்ணன் அநாதை யாய்ச் செத்தது என்று ஏகப்பட்ட கதைகள்.

அபிமன்யு பத்ம வியூகத்தில் மாட்டிக்கொண்ட கதையைச் சொல்லி முடித்துவிட்டுப் பெருமூச்சு விட்டபடி சொன்னாள்.

> அபிமன்யு செத்தவுடனே பாண்டவர்கள் கூடாரத்துலே ஏக துக்கம். அவனுக்கு வித்தை கத்துக் குடுத்தது எதுக்காக? யுத்தத்துக்கு அனுப்பத்தானே? யுத்தம்னா என்ன, ஒண்ணு பிறத்தியான் சாகணும். இல்லே, நாம் சாகணும். அனுப்பவும் அனுப்பிட்டு செத்துட்டானே, செத்துட்டானேன்னு மார்லே அடிச்சுக் கொண்டால். பறிகுடுக்கத்தானே அய்யா பெத்துப்போட்டே.
>
> சரி, அபிமன்யு செத்ததுக்கு இவ்வளவு துக்கம். கொன்னவனைக் கொல்லச் சபதம் போட்டாச்சு. சூரியனையே மறைச்சாச்சு. பகவானைத் துணைக்கிக் கூப்பிட்டாச்சு. பழியும் வாங்கியாச்சு.
>
> பீமன் பிள்ளை கடோத்கஜன் செத்தானே. அவன் என்ன வீரத்திலே குறைஞ்சவனா. அவனுக்கு ஏன் இத்தனையும் பண்ணலை. மஹாபாரதம் இல்லேடா அது, மகா பாரபட்சம். மொத்தக் கதையுமே பாரபட்சம்தான்.

9\. தெருவோடு ஒரு நத்தை போச்சு. எதுத்தாப்புல ஒரு சிட்டுக்குருவி.

> என்ன, நத்தையாரே, எந்தப் பக்கம்.
>
> முல்லையாத்துலே ஸ்நானம் பண்ணப் போறேன்.
>
> முல்லையாத்துலேயா, அங்க ஏதுய்யா தண்ணி. மணல் இல்லே ஓடுது. அடுத்த மாசம்தானே அணைக்கட்டைத் திறந்துவிடுவான்.
>
> பரவாயில்லை, நான் போய்ச் சேரும்போது ஆத்துலே தண்ணி வந்திருக்கும்.

10. கதை கதையாம் காரணமாம்
காரணத்தில் ஓர் உழக்காம்
ஓர் உழக்கில் ஊருணியாம்
ஊருணியில் சுந்தரியாம்
சுந்தரிக்கு சுந்தரனாம்
சுந்தரனின் மந்திரியாம்
மந்திரிக்கு மதி கெட்டு
புதுத்துணியைக் கிழிச்சானாம்
பைத்தியம் கிழிச்சது
கோமணத்துக்கு ஆச்சு.

***

பாட்டி தூங்கிவிட்டாள். திறந்த வாய் வழியே காற்றும் குறட்டையொலியும் சீராக வெளியேறத் துவங்கின. தோல் சுருங்கி, மூக்கின் நுனி வளைந்து, நாசித் துவாரங்கள் பெரிதாக அகண்டு விடைத்து, ஒரு பறவையின் களையுடன் உறங்கிக்கொண்டிருந்தாள் தாயம்மாப் பாட்டி. முக்காடு விலகி, ஒரு மாத வளர்ச்சியில் வெண்ணிற வெல்வெட் மாதிரித் தலை தெரிந்தது வெளியில். சுப்பிரமணிய பாரதியார் சின்னச் சங்கரன் கதையில் போலிக் கவிஞர்களைக் கேலி செய்ய, கிழவியின் மொட்டைத் தலையைப் பார்த்தால் திருப்பாற்கடலைப் போலிருக்கிறது என்பார்கள் என எழுதியிருப்பார். எனக்கானால் பாட்டியே சமுத்திரம் மாதிரித்தான் தெரிந்தாள். அலைகளை மெல்ல மெல்ல உள்ளிழுத்துக்கொண்டு அடங்கும் சமுத்திரம்.

***

நச்சுப் பொய்கை

மச்சக்காளை தற்கொலை செய்துகொள்ள முடிவெடுத்தான். முல்லையாற்றில் புதுவெள்ளம் வர ஆரம்பிப்பதை வேடிக்கை பார்க்க பாலத்தின்மேல் ஊர்ஜனம் மொத்தமும் நின்றுகொண்டிருந்தது. தண்ணீர் மிதமான வேகத்துடன் மணலை நனைத்தவாறு முன்னேற முன்னேற மணற்பரப்பில் இருந்த மேடுபள்ளங்கள், மனிதர்களும் விலங்குகளும் நடந்து நடந்து பதித்த தடங்களும், குடி தண்ணீருக்காகத் தோண்டிய ஊற்றுக் குழிகளும், செத்தை குப்பைகளும் சிப்பிகளும் சின்னஞ்சிறு சங்குகளும் மூழ்கி நீரோட்டத்தின் சாவகாசமான தோற்றம் மட்டுமே மிஞ்சியதை எல்லாரும் பார்த்திருக்க, மச்சக்காளை எங்கோ தொலைவைப் பார்த்தவாறிருந்தான். சிலசமயம் ஆற்று நீரைப் பார்க்க நேரும்போது புது வெள்ளத்தின் நுரைகள் அவன் கவனத்தை ஈர்த்தன. கூட்டத்தை நிதானமாகப் பார்வை மேய்ந்தபோது பாலத்தின் மறு கோடியில் நீலமேகம் நின்றுகொண்டிருந்தான்.

அவனிடமிருந்து பார்வையை அவசரமாய் விலக்கிக்கொண்டவுடன் கண்ணில் பட்டது, முல்லையாறு வளையும் இடத்தில் ஆரம்பிக்கும் வயல்வெளிக்கு அப்பால் மெல்ல நகர்ந்த பள்ளிக்கூடப் பாசஞ்சர் ரயில். வரிசையாய் நகரும் தீப்பெட்டிகளாய்த் தொலைவில் போகும் ரயிலில் தன் வேதனைக்கெல்லாம் முடிவு இருப்பதாய் உணர்ந்தான்.

நேற்று சாயங்காலம் நீலமேகத்திடம் கேட்பதற்குமுன் வருஷக்கணக்காக அனுபவித்த துயரம் மொத்தமாய்க் கவிழ்ந்து கொட்டியதும் கண் கலங்கியது. பிறரறியாமல் துடைத்துக் கொண்டான்.

எல்லாரையும் போலத்தானே நானும் இருக்கேன். தாடி இருக்கு. மீசை இருக்கு. முடி வெட்டிக்கிறப் பிடிக்கலைன்னா தப்பா. கொண்டையாய் முடியை அள்ளிச் சொருகிக்கப் பிடிக்குது. செய்யுறன். ஒனக்குப் பிடிச்சா நீயும் செய்யி. நீயும் கடுக்கன் போட்டுப் பார்றா. என்னம்புட்டு அளகா இருந்தாப் போட்டுக்க. உங்கிட்டப் பேசுற மாதிரி கண்ணாடியில் பேசிப்பார்த்தா எனக்குச் சில வித்தியாசம் தெரியத்தான் செய்யுது. கை ஒரு கணக்கா வளையிது. மூஞ்சி சிலசமயம் கோணத்தான் செய்யுது. அதுக்காக எனக்கென்னமோ மச்சக்காளேண்டு பேரே வய்க்காத மாரி, பொண் டுகச் சட்டி, ஒம்போதுன்னு கூப்பிட்டா சங்கடமா வருதா இல்லியா. எந்நேரமுமா ஒம்போது ஒம்போதுங்குறது. ஒங்க அக்கா தங்கச்சியப் போயி ஓம்போதுன்னு கூப்புடறதுதான.

முந்தின நாள் சாயங்காலம் நீலமேகத்திடம் கேட்டான்.

> ஏண்டா, மேகம், ஏண்டா எல்லாரும் என்னய ஓம்போது ஒம்போதுன்னு கூப்பிடுறாங்ய.
>
> எவண்டா அப்பிடிக் கூப்புட்டான். வாடா நாங் கேக்குறன். ஒன்னையப் போயி ஒம்போதுங்குறதா. நீ எட்டரைதாண்டா.

இவெங்கிட்டக் கேட்டிருக்கக் கூடாது. சொல்லும்போது சிரிப்பு பொங்கிச்சே தூமையக் குடிக்கிக்கி. ரயில்ல பாய்ஞ்சிர வேண்டியதுதான்.

விறுவிறுவென வீட்டுக்கு நடந்தான். வயிறாரச் சாப்பிட்டான். தீபாவளிக்கு எடுத்த புது வேட்டியையும் சட்டையையும் அணிந்து கொண்டான். சைக்கிளை நன்றாகத் துடைத்தபின் அம்மாவிடம் சொல்லிக்கொள்ளாமல் புறப்பட்டான். அய்யா வயக்காட்டுக்குப் போயிருந்தார். சைக்கிளை மிதிக்க ஆரம்பித்தான்.

வெய்யில் கடுமையாய் ஏறியிருந்தது. தார்ச்சாலையில் கானல் மிதந்தது. சைக்கிள் உருள்கிறதா நீந்துகிறதா என்பதே தெரியாமல்

நகர்ந்தது. இரட்டை ஆலமரத்தையொட்டி வண்டிப்பாதைக்குத் திரும்பினான். இன்னும் அரை மைல் தூரத்தில் வாடிப்பட்டி ஸ்டேஷன் வந்துவிடும். ஹாண்டில் பாரில் மாட்டியிருந்த துண்டை யெடுத்து நெஞ்சுக்குக் குறுக்கால போட்டுக்கிட்டுப் பாய்ஞ்சிறலாம்.

பாதையோர மரத்தடியில் காராம்பசு ஒன்று கட்டியிருந்தது, காலை மாற்றி மாற்றி நின்றபடி. அடிக்கடி பெரும் போக்காய்ச் சீறியது மூச்சு. கனத்த வயிற்றுடன் நிற்கவே சிரமப்படுகிற மாதிரி இருந்தது. சைக்கிளை நிறுத்தினான். சரசரவென மரத்தில் ஏறிக் குழை ஒடித்துப் போட்டபோது, 'பாவம் புள்ளத்தாச்சி' என்று முணுமுணுத்துக்கொண்டான்.

வெய்யிலில் முதுகில் சட்டை ஒட்டிக்கொண்டது. வியர்வையின் நாற்றம் சகிக்க முடியாததாய் இருந்தது. குங்கிலியச் சாமியார் மடம் நெருங்கியது. சற்று நேரம் ஓய்வெடுக்கலாம் என்று தீர்மானித்தான். மடத்தின் கதவற்ற வாசல்வழி நுழைந்து உள்ளே போனான். மரங் களின் குளுமையில் உடம்பும் மனமும் சமனப்படுவது மாதிரித் தோன்றியது. மடத்தின் முன் திண்ணையில் ஒரு தூணில் சாய்ந்து உட்கார்ந்திருந்த சந்நியாசி பீடி புகைத்துக்கொண்டிருந்தார். வலது காலைத் தொங்கப் போட்டு இடது காலை நீட்டி ஆசுவாசமாய் அமர்ந்திருந்தார். தலைமுடி ஏகப்பட்ட திரிகளோடு அடை அடையாய் அப்பியிருந்தது. காவி வேட்டி ஒன்றைத் தோள்களி ரண்டையும் சுற்றிப் போர்த்தியும், மற்றொன்றை இடுப்பில் உடுத்தி யுமிருந்தவரின் அருகில் இருந்த கறுப்பு நிறத் திருவோட்டில் ஒரு பீடிக்கட்டும் தீப்பெட்டியும் இருந்தன. அவருடைய கண்ணில் பரிவும் கருணையும் இருந்ததாகத் தோன்றியது மச்சக்காளைக்கு. அவருடைய காலில் விழுந்து கும்பிடத் தோன்றியது. படிக்கட்டில் ஏறித் திண்ணையில் நடந்து அவர் பாதங்களில் முழந்தாளிட்டு நெற்றியால் தரையைத் தொடும்போது, இடது பின்னங்காலின் மேல் வலது காலைப் பெருக்கல் குறிபோலப் போட்டு வணங்கிய போது, உடலின் கனம் குறைந்துவிட்ட மாதிரியும், மனம் கரைந்து கண்களின் வழி ஊறிப் பெருகுவதாகவும் உணர்ந்தான். நிறுத்தாமல் அழுதுகொண்டேயிருக்க வேண்டும் என்று ஆசையாய் இருந்தது.

குமுறிக் குமுறி அழுதவனின் தலையைத் தாய்போல வருடினார் அவர்.

யாரப்பா நீ? ஏன் அழுகிறே?

விசும்பினான். 'சாமீ, சாமீ...' என்பதைத் தவிர வார்த்தைகள் ஒன்றும் வரவில்லை.

சரி. நீ ஒன்றும் சொல்லாதே. சொல்லச் சொல்லத் துக்கம் கூடத்தான் செய்யும். நான் என் பூர்விகம் பற்றிச் சொல்கிறேன். கேட்கிறியா.

கோணும் உதடுகளுடன், நெஞ்சை மூடிய துண்டால் கண்களைத் துடைத்தபடி தலையாட்டினான் மச்சம்.

தம்பீ, மஹாராஷ்டிரத்தில் சதாரா மாவட்டத்தில் இருந்த கராட் என்கிற ஊர்தான் நான் பிறந்த இடம். திக்விஜய் என்று பேர் வைத்திருந்தார்கள் எனக்கு. மூன்று தங்கைகள். மூன்று தம்பிகள். கடைசித் தம்பிக்கு உன்னைவிட நாலைந்து வயது அதிகமிருக்கலாம் இப்போ. அப்பா சந்தர் ராவ் நாயக் ஊரின் தலைவர் மாதிரி. ஏராளமான கரும்புத் தோட்டங்களுக்குச் சொந்தக்காரர். மஹாராஜா சிவாஜியின் அரண்மனைக்கு உணவுப் பொருட்கள் அனுப்பி வந்த வியாபாரக் குடும்பம். சொந்தத்தில் ஒரு சர்க்கரை ஆலை இருந்தது. அப்பா ஆங்கிலேய ராணுவத்துக்கு உணவுப் பொருட்கள் அனுப்பி வந்தார். குழந்தைகளுக்கான விளையாட்டுப் பொருட்களை வெள்ளியில் செய்து வாங்கித் தருவார். குழந்தைகளுக்காக எதுவும் செய்வார். 'நான் அழுவதும் சிரிப்பதும் இவர்கள் கையில்தான் இருக்கிறது' என்பார். ஊரின் நிர்வாகம் இவர் கையில் இருப்பதைப் பற்றி யாருக்குமே ஆட்சேபணை கிடையாது.

கராட் மூவாயிரம் குடும்பங்கள் இருந்த ஊர். அழகிகளுக்குப் பேர்போனது. ஒவ்வொரு குடும்பத்திலும் குறைந்தது மூன்று அழகிகளாவது இருப்பார்கள். இந்திரனின் சாபத்தால் ஒரு ஆணுக்குப் பத்து பெண்கள் என்றுதான் ஊர் ஜனத்தொகை எப்போதுமே இருக்கும் என்று பெரியவர்கள் சொல்வார்கள். ஏறத்தாழப் பத்தாயிரம் அழகிய பெண்களின் நடமாட்டத்தில் கராட் ஒரு ரகசியமான செருக்குடன் இருப்பதாகத் தோன்றும் எனக்கு. என் வாலிபப் பருவம் ஆனந்தமாகக் கழிந்தது. அந்தச்

சமயத்தை இப்போது நினைத்துப் பார்க்கும்போது ஊரில் இருந்த அனைவருக்குமே பெருமிதமும் சந்தோஷமும் தவிர வேறு எதுவுமே தெரியாமல் இருந்தது என்று தோன்றுகிறது. வாரக்கடைசியில் பேர் பெற்ற இசைக் கலைஞர்களின் கச்சேரிகள் நடக்கும். மாதத்தில் ஒரு தடவையாவது ஊர் முழுக்கப் பங்கேற்கும் உற்சவம் மாதிரியான கொண்டாட்டங்கள் நடக்கும். அன்றைய தினம் ஊரில் இருக்கும் அத்தனை பேருக்கும் அப்பாவின் செலவில் விருந்து. தாம்பூல வாயுடன் என்னிடம் வந்து, 'பிதாஜீயிடம் நீ நிறையக் கற்றுக்கொள்ள வேண்டும் பேட்டா' என்று சொல்லிப் போவார்கள்.

எல்லாம் நன்மையாகவும், முடிவற்றதாகவும், மேலும் மேலும் வேண்டியிருந்ததாகவும், திகட்டாததாகவும் தோன்றிய சமயத்தில் தான் டக்ளஸ் துரை எங்கள் மாவட்டத்திற்குக் கலெக்டராக வந்து சேர்ந்தான். அவன் முரடன் என்றும் அக்கம்பக்க ஊர்களின் பெண் களைச் சிதைக்கிறான் என்றும் குடிகாரன் என்றும் சமூகத் தலைவர் களாய் இருப்பவர்களை அவமதிப்பதில் அடங்காத ஆர்வமுடைய வன் என்றும் வதந்திகள் வேகமாய்ப் பரவின.

அப்பா ஒருநாள் காலையில் சாரட்டைப் பூட்டச் சொன்னார். வஸந்த் பவார், ஷாஜி போன்ஸ்லே இருவரையும் உடன் கூட்டிக் கொண்டு டக்ளஸ் துரையைப் பார்க்கப் போனார். தங்கத்தில் செய்த ஆபரணங்கள் சிலவற்றை அன்பளிப்பாக எடுத்துப் போனார்.

திரும்பி வந்த மூவரின் முகத்திலும் நிம்மதி இருந்தது. பின்னந்தி இருட்டில் ஊர் முக்கியஸ்தர்களை வரவழைத்து, போய் வந்த விவரங்களைச் சொன்னார்கள். சிலர் கோபமாய்ப் பேசினார்கள். சிலர் அனுசரணையாய்ப் பேசினார்கள். சிலர் வெளிநடப்பு செய்தார் கள். கடைசியில் பெரும்பான்மை முடிவுக்கு எல்லாரும் கட்டுப் பட்டார்கள்.

ஒவ்வொரு மாதமும் இரண்டாவது சனிக்கிழமை பிற்பகலில் அப்பா சாரட்டைப் பூட்டச் சொல்வார். ஊரிலுள்ள அழகான பெண்ணொருத்தியும் உடன் செல்வாள். முகம் முழுக்க வேதனையும் குனிந்த தலையுமாய்ப் போகும் பெண்களைச் சிவந்த கண்களுடன் சாரட் வரை வந்து வழியனுப்பின பெற்றோரும் இருந்தனர்.

மறுநாள் காலையில் வந்து சேரும் பெண்களில் சிலர் கிணற்றில்

விழுந்தும், சிலர் தூக்குப் போட்டுக்கொண்டும், சிலர் தீயிட்டுக் கொண்டும் இறந்துபோனார்கள். சிலர் குடும்பத்துடன் ஊரைவிட்டுப் போனார்கள். சிலர் திருமணம் செய்துகொண்டு குடும்பம் நடத்தி னார்கள். எப்படியானாலும் அந்தக் குடும்பத்தில் அதன்பின் ஐஸ்வர்யம் தாண்டவமாடும். அவர்களின் பெயருக்கு நிலங்கள் வந்து சேரும். சில சமயம் மிகப் பெரிய வீடுகள் கிடைக்கும். எல்லாரும் பணக்காரர்கள் ஆகிக்கொண்டே போனார்கள். ஊரின் சந்தோஷம் மட்டும் மௌனமான விதத்தில் குறைந்துகொண்டே போனது. கொண்டாட்டங்களும் உற்சவங்களும் நின்றுவிட்டன. கணேஷ் சதுர்த்தியை அவரவர் வீடுகளுக்குள் கொண்டாடினார்கள். ஆனால் மாவட்ட நிர்வாகத்தின் நிழல்கூடப் படாமல் நிம்மதியாய் இருந்தார்கள்.

என்னுடைய அப்பா சந்தர் ராவ் நாயக் இரண்டு தவறுகள் செய்தார். ஒன்று, டக்ளஸ் துரை கராடுக்கு ஒரு முறை வரவேண்டுமே என்று ஆசைப்பட்டபோது தயங்காமல் சரி என்றது. இரண்டு, அவன் வந்த சமயம் என் மூத்த தங்கை ரூப்வதியை அவனுக்கு உணவு பரிமாறச் சொன்னது. எதை நம்பினாரோ பாவம்.

அந்த மாத இரண்டாம் சனிக்கிழமை காலையில், மூடிய அறைக் குள் என் அம்மா அலறி அலறிப் பேசுவதும் என் அப்பா அமைதி யான குரலில் ஓரிரு வாக்கியங்களில் பதில் சொல்வதும் வெளியில் கேட்க, நானும் என் தம்பி தங்கைகளும் கதவருகில் நின்றிருந்தோம். ரூப்வதியைக் காணவில்லை. கதவு திறந்தபோது நாற்காலியின் அருகில் அம்மா தரையில் தலையை விரித்துப் போட்டவாறு அமர்ந்திருப்பதும், அவள் தேகம் முழுவதும் நடுங்கிக்கொண்டிருப்ப தும் தெரிந்தது. அப்பா கதவின் கைப்பிடியைப் பற்றியவாறு திரும்பிப் பார்த்துச் சொன்னார்.

> எனக்கு இந்த ஊரின் நிம்மதிதான் முக்கியம். அதுக்காக இந்த ஊர்ப் பெண்கள் எவ்வளவோ பேரைக் காவு கொடுத்தாச்சு. பெற்றவங்க அனுமதியில்லாம எந்தப் பெண்ணையும் நான் கூட்டிப்போனதில்லை. என்னை நம்பியிருக்கிற மூவாயிரம் குடும்பங்கதான் எனக்கு முக்கியம். என்னோட பொண்ணுக்காக இந்த ஊர் அழிவதை நான் பொறுத்துக்கொள்ளமாட்டேன். சாப்பாட்டுக்குப் பிறகு புறப்பட்டுருவேன்.

குரலில் தெளிவும், சாந்தமும், தீர்மானமும் இருந்தது.

அவர்கள் புறப்பட்டுப் போன பத்தாவது நிமிஷத்தில் என் அம்மா அறைக்குள் சென்று கதவைத் தாளிட்டுக்கொண்டாள். அறைக் கதவை 'அம்மா... அம்மா' என்று கதறியபடி தட்டிக்கொண்டிருந்தனர் என் உடன்பிறந்தவர்கள். அவர்களின் அலறல் எங்களுடைய பிரம்மாண்டமான வீட்டின் நீண்ட தாழ்வாரங்களின் வழியாக மெல்ல வெளியேறி, மாளிகையின் வெளிச் சுவர்களைத் துளைத்துக் கொண்டு கராட் நகரின் மந்தைகளிலும் கோவில்களிலும் வீட்டுக் கூரைகளிலும் கரும்புத் தோட்டங்களிலும் பதிலும் எதிரொலியும் அற்று அலைய ஆரம்பித்த நேரத்தில் நான் ஊரைவிட்டு வெளியேறி யிருந்தேன்.

நாலு வருஷங்கள் தேசம் முழுவதும் இலக்கில்லாமல் அலைந்து விட்டு, அதோ தெரிகிற பொன்பெருமாள் மலைக்கு வந்து சேர்ந்தேன். மலையுச்சிக்குப் போய்ச் சேர்ந்தபோது அங்கே ஒரு பந்தலின் அடியில் தியானத்திலிருந்த என் குருநாதரைப் பார்த்தேன். நாலு கழிகளை ஊன்றி மேலே வைக்கோல் கூரை போர்த்தி நாலுபுறங்களிலும் சுவரும் மறைப்பும் இல்லாமலிருந்த குடிசை அது. கண் திறந்து பார்த்தவர் 'என்னப்பா வேணும்' என்றார்.

நான் என் கதையைச் சொன்னேன். பொறுமையாகக் கேட்டவர் சிரித்துவிட்டு அலுமினியச் சட்டியில் இருந்த சாப்பாட்டை எனக்குக் கொஞ்சம் கொடுத்தார். பல வீடுகளில் வாங்கப்பட்ட பிச்சைச் சாப்பாடுபோல இருந்தது. அபூர்வமான ருசியும் மணமும் கொண்டிருந்தது. என் குருநாதரின் கையின் மணம் அது என்று தோன்றியது எனக்கு.

மறுநாள் பேசிக்கொண்டிருந்தபோது தான் ஞானமார்க்கத்தில் நுழைந்த விதத்தைச் சொன்னார் அவர்.

வீட்டில் இருக்க முடியாமல்தான் நான் புறப்பட்டேன். அப்போது இருந்த சூழ்நிலை என்ன, நான் ஏன் அந்த முடிவுக்கு வந்தேன், எங்கெல்லாம் போனேன் எதுவுமே ஞாபகமில்லை இப்போது. பிறந்தது முதல் என்னைத் தாங்கி வளர்த்து ஆளாக்கிய இடமும்

மனிதர்களும் கசந்துபோனது எப்போது என்பது விளங்கிக்கொள்ள முடியாத விஷயம்.

கையில் காசின்றி எங்கெங்கோ அலைந்தேன். இந்தியா முழுவதும் ரயில் பாதைகள் போடப்பட்டு பிரயாணம் வேகம் எடுத்திருந்த நேரம். அழுக்கு உடையும், நீண்ட நகங்களும், வெட்டப்படாமலும் கோதி வாரப்படாமலும் இருந்த தலையும், கையில் உடைமை என்று எதுவுமே இல்லாமலிருந்ததும், அந்த நாட்களில் ஸாதுக்கள் மேல் ஜனங்களுக்கு இருந்த மரியாதையும் என் பயணத்தில் குறுக்கீடுகள் எதுவுமே இல்லாமல் பார்த்துக்கொண்டன. நாடோடியின் சுதந்திர வாழ்க்கையின் ருசி நல்ல வேளையாக எல்லாருக்கும் கிட்டவில்லை. கிட்டியிருந்தால் இப்போது சாதாரண ஜனங்களுக்கு இருக்கும் நிம்மதியும் பயமும் இல்லாமல் போயிருக்கும். பூமியின் இந்தப் பகுதியில் மனித மனம் வரம்போல் அடைந்த காட்சிகள் பல கிடைக்காமலே போயிருக்கும்.

ஒருமுறை மாநிலம் விட்டு மாநிலம் செல்லும் ரயில் ஒன்றில் ஏறினேன். பெட்டியில் நான் இருந்த பகுப்பில் நாலைந்து பிரயாணி கள் மட்டுமே இருந்தனர். எதிர் பெஞ்சில் காலை நீட்டி அமர்ந்து கொண்டேன். அருகில் இருந்தவர் பயண உரையாடலின் தொடக்கம் போல, 'எங்கே போகிறீர்கள்' என்று கேட்டார். நான் 'தெரியாது' என்று சொன்னதும் கோபமுற்றவர்போல முகம் கூம்பித் திரும்பிக் கொண்டார். உண்மையிலேயே எனக்குத் தெரியாது என்பதும், நான் இருக்கும் ரயில் எங்கே போகிறது என்பதும்கூட எனக்குத் தெரியாது என்பதும் அவருக்குத் தெரிவிக்க வேண்டியதில்லை என்று தோன்றியது எனக்கு. நாங்கள் பேசினபோதே சுற்றுமுற்றும் பார்த்திருந்த என் கண்களில் எதிர் பெஞ்சில் இருந்த ஒரு இளைஞன் தென்பட்டான். நான் 'தெரியாது' என்று சொன்னபோது அவன் முகம் மலர்வதையும் அவன் அருகில் மரியாதையான இடைவெளியுடன் அமர்ந்திருந்த பெண்ணுடன் பார்வையில் எதையோ பரிமாறிக் கொண்டதையும் கவனித்தேன்.

இரண்டாம் முறை அவனைப் பார்த்தபோது அவன் ஒரு சீசா விலிருந்து நீர் அருந்திக்கொண்டிருந்தான். அந்தப் பெண் சீசாவை அவன் வாயருகில் வாகாக உயர்த்திப் பிடித்துக்கொண்டிருந்தாள். அப்போதுதான் கவனித்தேன். இளைஞனின் இரு கைகளுமே

மணிக்கட்டு வரை மட்டுமே இருந்தன. முன் கை முடியுமிடம் கூழாங்கல்லைப்போல உருண்டையாக மொண்ணையாக இருந்தது. அவன் கூச்சமெதுவுமின்றிக் கைகளை யாரும் பார்க்கும்வண்ணம் தன் முழங்கால்களின் மீது பதித்திருந்தான்.

பெயர் தெரியாத நிலையமொன்றில் ரயில் நின்றபோது பெரும் கூட்டம் ஏறியது ரயிலில். நெரிசலாகப் பெட்டியினுள்ளே வந்து இடம் பிடித்தபோது இரைச்சலை உண்டாக்கினர். அனைவருமே தொழுநோயாளிகள். தட்டையான மூக்குகள், அரிக்கப்பட்ட விரல்கள், விரல்களையிழந்த பாதங்கள், முடியுதிர்ந்த புருவங்கள். ஒவ்வொருவர் தோளிலும் ஒரு கனத்த மூட்டை.

பூர்வாசிரமத்தில் எனக்கு ஒரு சினேகிதன் இருந்தான். அவன் பெயரும் முகமும் நினைவில்லை இப்போது. சித்த வைத்தியனாகத் தொழில் புரிந்து வந்தான். அவன் எப்போதோ ஒரு தடவை சொன்னது ஞாபகம் வந்தது. தொழுநோய் தொற்றும் வியாதி கிடையாது. ஆனால் அறிவுக்குத் தெரிந்து என்ன பிரயோசனம்? சதை அழுகும் நாற்றம் பெட்டி முழுவதும் பரவியது. அவர்களில் யாரும் என்மேல் பட்டு விடக்கூடாதே என்று பதைபதைக்க ஆரம்பித்தேன். அது பற்றிய குற்றவுணர்ச்சியும் தோன்றியது. அரு வருப்பு கூடிக்கொண்டே வந்தது. முன்னும் பின்னும், பக்கவாட்டில் இருபுறமும் உடலை நகர்த்தி இருப்புக்கொள்ளாமல் அல்லாடத் தொடங்கினேன்.

நான் இருந்தது, நீளப் பலகையாக இருந்த இருக்கையில் ஜன்ன லோரத்துக்கு எதிர் ஓரம். நடைபாதையில் உட்கார்ந்திருந்த நோயாளி களில் நாலைந்து பேரின் உடைகளும் சில சமயம் உடல்களும் என்மேல் பட்டபோது நான் கூசிப்போனேன். கோபம் என் உடல் பூராவும் பரவிக் காந்தியது. யாரோ ஒருவரைக் கடுமையாக ஏசிவிடுவேனோ என்று பயம் கொண்டேன். வீட்டில் இருக்க முடியாமல் வெளியேற எனக்கு இருந்த காரணங்கள் அத்தனையும் ஒன்றுசேர்ந்து இன்று ரயில் பெட்டியில் குவிந்துவிட்டதுபோலத் தோன்றியது. அடுத்த நிலையத்தில் ரயில் நின்றதும் இறங்கிவிட வேண்டியதுதான்.

மற்றவர்கள் எப்படி உணர்கிறார்கள் என்று பார்ப்பவனாக பெட்டிக்குள் ஏற்கனவே என் சக பிரயாணிகளாய் இருந்தவர்களைப்

பார்த்தேன். பலரும் தூங்கிவிட்டிருந்தனர். எதிர்வரிசை இளைஞனும் உடனிருந்த பெண்ணும் விழித்திருந்தனர். நான் முதன்முதலில் பார்த்தபோதிருந்த அதே புத்துணர்ச்சியும் புன்னகையும் அவர்கள் முகங்களில் நான் பார்த்ததுபோலவே, என் முகத்திலிருந்த விசனத் தையும் அவர்கள் கவனித்திருப்பார்கள் போல.

இளைஞனின் பார்வையும் என் பார்வையும் சந்தித்த கணத்தில் தன் மொண்ணைக் கையால் அவன் காட்டின திசையில் பார்த்தேன். என் முதுகுக்குப் பின்னால் அடுத்த பகுப்புக்கு நேராய் இருந்த நடை பாதையில் ரயில் பெட்டியின் உள் சுவரில் சாய்ந்திருந்த தொழு நோயாளிப் பெண் தன் குழந்தைக்குப் பாலூட்டிக் கொண்டிருந்தாள்.

பலரும் பார்க்கத் திறந்து கிடந்த அவளது வலது மார்பில் தன் சின்னஞ்சிறு உதடுகளைப் பொருத்தி, சொருகிய கண்களுடன் சளைக்காமல் உறிஞ்சிக்கொண்டிருந்தது குழந்தை. தேய்ந்து அழுகிக் கொண்டிருக்கும் தேகத்திலிருந்து அமிர்தம் சுரந்து மற்றொரு தேகத்தை வளர்க்கப் பாய்ந்துகொண்டிருந்த அந்தக் கணம் தேவகணம் என்று பட்டது. விருட்சமாய் எனக்குள் வளர்ந்திருந்த அருவருப்பும் எரிச்சலும் பொசுங்கிவிட்டதை உணர்ந்தேன்.

ரயிலுக்கு வெளியில் கட்டாந்தரை சுழல்வதை, சுழற்சியில் அழகும் அசிங்கமும் அற்று, ஏற்கும் மனத்தைப் பொறுத்துப் பொருள் மேற்கொள்ளும் விதமாகப் புறவுலகம் நிறமும் குணமும் பேதமும் அற்று நிரம்பிக் கிடப்பதை, எரிகல்லைக் காட்டும் விரைவும் சுதாரிப்பும் கொண்டு எனக்குக் காட்டியவனைத் திரும்பிப் பார்த் தேன். அடுத்த நிலையம் நெருங்குவதால் ரயிலின் வேகம் குறையத் தொடங்கியது. அவன் முகம் என் அலைச்சல்கள் அனைத்தையும் முடித்து வைக்கும், அல்லது அர்த்தமுள்ளதாக்கும் என்ற நம்பிக்கை தோன்றியது. அவனும் அந்தப் பெண்ணும் இறங்கத் தயாராவது புரிந்தது. நானும் இறங்கிவிட முடிவெடுத்தேன். அவனிடம்,

ஐயா என்னை உங்கள் சீடனாக ஏற்றுக்கொள்ள வேண்டும்

என்றேன்.

அவன் சிரித்தான்.

நான் துறவியில்லை. தொழில் செய்கிறவன்.

எனக்கு ஆச்சரியமாய் இருந்தது. அவன் சொல்வது உண்மை யென்றும் தோன்றியது. வெட்டிச் சீரமைக்கப்பட்ட தலைமுடி, வெண்ணிறத்தாலான உடைகள், உடன் வந்த பெண்ணிடம் இருந்த டிரங்குப் பெட்டி, அவன் தோளில் தொங்கிய பையின் கனம். என்றாலும் என்னைத் துரத்தும் ஏதோ ஒன்றிடமிருந்து அவன் என்னை விடுவிக்க முடியும் என்று தோன்றியது.

அவர்களுடன் இறங்கினேன்.

இதுதான் இறங்க வேண்டிய இடம் என்பது தெரிந்துவிட்டதா?

என்று சிரித்தான் அவன். அவளும் சிரித்தாள்.

இறங்கி ஒரு சிமெண்ட் பெஞ்சில் அமர்ந்தோம். அவள் தாங்கள் கொண்டு வந்த உணவில் கொஞ்சத்தைத் தாமரை இலையில் வைத்து என்னிடம் தந்துவிட்டு அவனுக்கு ஊட்ட ஆரம்பித்தாள். சாப்பிட்டு முடித்ததும் அவள் சாப்பிடும் அவகாசத்தில் நாங்கள் சற்று நடந்தோம். அவன் பேசிக்கொண்டே வந்தான்.

நான் தொழில் செய்கிறவன் என்று சொன்னேனில்லையா, அப்படிச் சொன்னதுகூடத் தவறுதான். சுசீலாதான் தொழில் செய்கிறாள். அவளுக்கு ஒத்தாசையாக இருக்கிறேன். அவ்வளவுதான். அவள் எனக்கு உணவும் உடையும் தங்குமிடமும் தந்து பராமரிக்கவும் செய்கிறாள். எனக்குத் தேவைகள் சொற்பம். அவற்றை அவள் பூர்த்தி செய்கிறாள். மற்றபடி நீங்கள் கற்றுக்கொள்ளவோ நான் கற்றுக் கொடுக்கவோ எதுவுமில்லை. சீடனாயிருந்து யாரும் எதையும் கற்றுக்கொள்ள முடியாது என்றுகூடச் சொல்வேன். தன்னையும் தன் வாழ்வையும் வேடிக்கை பார்த்தபடியிருப்பதைத் தவிர ஒரு வனுக்கு வேறு ஆசான் எதற்கு?

அவர்கள், அதுதான் சுசீலா, என்ன தொழில் செய்கிறார்கள்?

அவன் சற்று மௌனமாய் இருந்தான். பிறகு சொன்னான்.

அதை அவளிடம் கேட்பதுதானே முறை? நீங்கள் என்னைப் பற்றிக் கேட்டால் நான் சொல்லலாம். அதுவும் எந்த

> அளவுக்கு எனக்குத் தெரிகிறதோ அவ்வளவுதான் என்னால் சொல்ல முடியும்.

என்னை ஆரம்பத்திலிருந்தே உறுத்திக்கொண்டிருந்த கேள்வியைக் கேட்டேன்.

> உங்கள் கைகள்...

அவன் புன்னகை செய்தான். பார்வையின் வழி உள்ளிறங்கி, மனதின் ஒட்டடை மூலைகளைப் பொன்னிறமாய் ஒளிரச் செய்யும் புன்னகை அது. நான் கேட்டிருக்கக் கூடாது என்ற வெட்க உணர்வு என்னைத் தொற்றியது.

> நீங்கள் சொல்ல வேண்டாம். ஏதோ அசட்டுத்தனமாகக் கேட்டு விட்டேன். மன்னித்துவிடுங்கள்.

சிரித்தான்.

> சொல்லியிருக்க மாட்டேன்தான். நீங்களே சொல்ல வேண்டாமென்றதால் சொல்லலாம் என்று தோன்றுகிறது. இறந்த காலத்தை மறுபடி நிகழ்த்திக்கொள்வதில் என்ன பயன் இருக்கிறது? அப்போது ரகசியமாகப் பூனைபோலக் கடந்து போகும் நிகழ்கணம், சமயத்தில் பிறாண்டிவிடுகிறதல்லவா. அதை அனுமதிக்கலாமா நாம்?

மறுபடியும் சிரித்தான்.

> என்னுடைய தாய் தகப்பன் என் இளம் வயதிலேயே இறந்து விட்டார்கள். துலா ஏற்றம் பார்த்திருக்கிறீர்களா. அதில் என் அம்மா ஏறி முன்னும் பின்னும் நடக்க, அப்பா சாலைச் சரித்து நீர்பாய்ச்சுவார். துலா முறிந்து அம்மா கிணற்றில் விழுந்தபோது காப்பாற்றக் குதித்த அப்பாவும் இறந்துபோனார். அதன் பிறகு என் அண்ணிதான் என்னை வளர்த்தார்கள். அண்ணனுக்கும் அண்ணிக்கும் பதினேழு வயது வித்யாசம். நான் வீட்டில் கடைசிக் குழந்தை. அண்ணி என்னைக் குழந்தையாகவே நடத்தினார்கள். வாலிபப் பிராயத்தை நோக்கி நான் வேகமாக நகர்ந்துகொண்டிருந்த போதும் எண்ணை தேய்த்துக் குளிப்பாட்டுவது முதல் என்

துணிகளைத் துவைத்து மடிப்பது, வேளா வேளைக்குச் சோறு பிசைந்து வைப்பது, என் பாடங்களில் உண்டாகும் சந்தேகங்களைத் தீர்த்து வைப்பது என்று அண்ணியின் இறக்கைகளின் வெம்மை அடைகாத்தே நான் இருபதாவது வயதில் நுழைந்தேன்.

ஒருநாள் நான் வீட்டுக்குள் நுழைந்தபோது, 'யாருமேயில்லையே வீட்டில்' என்று நினைத்தவன் அண்ணி படுத்திருந்ததைப் பார்த்தேன். எங்கள் குடும்பத்தில் ஆட்கள் அதிகம். அன்று யாருமே இல்லாமல் போனதும், பிற்பகலில் ஒரு நாளும் தூங்காத அண்ணி அன்று தூங்கிக்கொண்டிருந்ததும், வீட்டுக்குத் தெரியாமல் குடிக்கப் பழகி யிருந்த நான் லேசாகக் குடித்திருந்தபோதும் அன்று வீட்டுக்குப் போகலாம் என்று முடிவெடுத்ததும் புலப்படாத ஒரு மர்மத்தின் தொடர் நிகழ்வுகள் என்று தோன்றுகிறது. நாம் நின்று பேசிக் கொண்டிருப்பதும் அதே மர்மத்தின் பின்னணியில்தான் என்று உங்களுக்குத் தோன்றுகிறதா?

அண்ணியின் சேலை விலகியிருந்தது. குழந்தைப் பேறற்ற அண்ணி என் கண்ணுக்கு அதுவரை தென்படாத அழகுடன் தெரிந்தாள். நான் தொட்டுவிட்டேன். விழித்தவள், அருகில் நான் நிற்பதையும் தான் கிடந்த நிலையையும் உணர்ந்த பின்னும் உடையைச் சரி செய்யவோ பதறி எழவோ செய்யாமல் நிதானமாகக் கேட்டாள்.

ராமதாஸா, நான் உன் தாயல்லவா?

எழுந்து என்னைத் தன்னோடு அணைத்துக்கொண்டார்கள். அவர்களுடைய உடல் என்மேல் பட்ட இடங்களில் திராவகம் பட்டது போல உணர்ந்தேன். என்னை அவர்கள் தண்டித்தால் மட்டுமே இனி நான் உயிர்தரிக்க முடியும் என்று தோன்றியது. அவர்களோ என் வாலிபப் பிராயத்தைப் பொசுக்கிக்கொண்டிருந்தார்கள் - தன் அணைப்பினாலும், தலையை ஆதுரத்துடன் வருடியும்.

நான் வெளியில் வந்து என் நண்பனின் அச்சகத்தை நோக்கி நடந்தேன். தாள்களை மொத்தமாக வைத்து வெட்டும் எந்திரத்தில் இரண்டு கைகளையும் நுழைத்து மணிக்கட்டுவரை துண்டித்துக் கொண்டேன். வலியும் ரத்தமும் பெருகி மயக்கத்துக்குள் சரியும் போது இனி எந்தப் பெண்ணையும் என்னால் தொடமுடியாது என்று திருப்திப்பட்டது ஞாபகம் இருக்கிறது.

நாங்கள் நின்று பேசிக்கொண்டிருந்த இடத்துக்கு சுசீலா வந்து சேர்ந்திருந்ததை நான் கவனிக்கவில்லை. எங்கள் பேச்சு முடிவுற்றதும் அவள் பேச ஆரம்பித்தாள்.

ராமதாஸரின் கதைகளை நீங்கள் கேட்ட விதம் உங்களிடம் என்னுடைய கதையையும் சொல்லத் தூண்டுகிறது. அவருடைய கைகள் வெட்டுப்பட்ட போது உங்கள் உடல் நடுங்கியதைப் பார்த்தேன். இது மாதிரியான சந்தர்ப்பங்களில்தான் நாமெல்லாம் சஹிருதயர்கள் என்ற நம்பிக்கை உண்டாகி பலப்படுகிறது. உங்களுக்குக் கேட்பதில் ஆட்சேபணையில்லையே?

தலையாட்டினேன்.

எங்கள் குடும்பமே நாட்டியக் குடும்பம். என் அம்மாவின் சொந்த அத்தை ஜார்ஜ் மன்னருக்குப் புது தில்லியில் நடைபெற்ற முடிசூட்டு விழாவில் நடனமாடி, தங்கத் தோடாவும் சால்வையும் பரிசாகப் பெற்றவர்கள். என்னையும் நாட்டியத்தில் பயிற்றுவித்தார்கள். என் வயதையொத்த பெண்களின் மத்தியில் நான் ஒரு தாரகை என்று என் அம்மா அடிக்கடி சொல்வாள். முத்திரைகளையும் அடவுகளையும் மனதில் வரித்த மாத்திரத்தில் என் உடல், தேர்ந்த குயவன் கைக் களிமண்போல வளைவுகளும் நெளிவுகளும் கொள்ளும். பாம்பு நடனத்திலும் மயில் தோகைகளைப் பின்புறம் கட்டிக்கொண்டு ஆடும் மயில் நடனத்திலும் நான் பிரசித்திபெற்றவளாயிருந்தேன். பல சபைகளிலும் ஆட அழைப்புகள் வந்தவண்ணமிருந்தன. நானும் ஓயாத ஆசையுடன் நடனமாடினேன்.

பருவ வயதை அடைந்த பின் என் நடனம் இன்னும் மெருகேறியது. சிருங்கார ரஸம் பொங்கும் பதங்களுக்கு நான் ஆடும்போது சபை மிரண்ட மௌனத்தில் ஆழ்ந்துவிடும். ஆனால், சமஸ்தானங்களாகட்டும், திருமணம் போன்ற குடும்ப நிகழ்ச்சிகளாகட்டும், நாட்டியக் கச்சேரி நடக்கும்போதும், முடிந்த பின்னும் என் உடம்பு பற்றி அவமான உணர்ச்சி மேலிடும் அளவுக்கு விஷயங்கள் நடந்தன. கச்சேரி நாளின் பின்னிரவுகள் யாரோ ஒரு செல்வந்தரின் படுக்கையறையில் கழிய வேண்டியிருந்ததும், என் தாய் உள்பட யாருக்குமே அதில் மறுப்பு இல்லாமல் போனதும் என்னிடம் நுட்பமான கசப்பை ஏற்படுத்தின. எதற்கு இவ்வளவு பயிற்சியும், பிரயாசையும், கற்பனையும் என்று தோன்றத் தொடங்கி ஓரிரவில்

வீட்டைவிட்டு வெளியேறி ராஜமுந்திரி வந்து சேர்ந்தேன். கோதாவரிக் கரையில் ஒரு சிறு நகரத்தில் தாசியாய்த் தொழில் புரிய ஆரம்பித்தேன். என்னை யாரும் தேடி வராதது நான் செய்தது நியாயம்தான் என்று உறுதிப்படுத்தியது.

என் தெருவே தாசியர் தெருதான். ஒருபுறம் மட்டுமே நுழைபாதை உள்ள தெரு. கடைசி வீட்டில் குடியிருந்தேன். யாரையும் நானாக அழைக்க மாட்டேன். அழைக்கும் விதமாக உபரி ஒப்பனைகள் எதுவும் செய்துகொள்ளமாட்டேன். எல்லா வீடுகளையும் தாண்டி என்னிடம் வந்து சேருபவர் மனம் கோணாமல் நடந்துகொள்ளப் பழகினேன். மறுநாட் காலை எழும்போது அன்றைய செலவுக்கான வருமானம் முந்தின நாள் கிடைத்தால் போதும் என்பதற்கு மேல் திட்டங்கள் எதுவுமில்லை. பெரிய சம்பவங்கள் எதுவுமின்றி வாழ்க்கை கழிந்து கொண்டிருந்தது.

ஒருநாள் சாயங்காலம் தெருவின் முனை வரை நடந்துவிட்டு வரலாம் என்று போனபோது இரண்டு பேர் என்னையே உற்றுப் பார்த்தவாறிருந்ததைக் கவனித்தேன். அவர்கள் பார்வையில் ஏதோ ஒன்று தூக்கலாக இருந்தது. உடல் வேட்கையை மீறின ஒன்று. தெருவுக்குள் போனால் அவர்கள் என் வீடுவரை வந்துவிடக் கூடும் என்று தெருவை நீங்கி நடக்கலானேன். அவர்கள் என்னைத் தொடர்ந்தனர். என் நடை விரைவானபோது அவர்களும் வேகமாகத் துரத்தினர். காரணம் புரியாமல் நான் ஓடத் தொடங்கினேன். அவர் கள் வருகிறார்களா என்று பார்க்கக்கூட அவகாசமற்று ஓடிஓடி கோதாவரிக் கரையை அடைந்தேன்.

இருளின் ஆரம்ப நேரத்தில் நதி கருமை அடர்ந்து, நகரும் சமுத்திரம் போலிருந்தது. நதியில்தான் எனக்கு விமோசனம் கிடைக்கப்போகிறது என்று தோன்றியது. எனக்கு நீச்சல் தெரியாது என்பது எவ்வளவு ஆறுதலாக இருந்தது தெரியுமா அப்போது? நடனக்காரியாகவும், அறிவிக்கப்படாத தாசியாகவும், ஊரறிந்த தாசியாகவும், துரத்தப்படுபவளாகவும், தோல்வியுற்றவளாகவும் மரணத்தைத் தேடி ஓடுபவளாகவும் சுசீலாவின் விதவிதமான சித்திரங்களைக் கதம்பமான உணர்வுகளுடன் தரிசித்தவாறு ஓடியவள் படித்துறையில் இறங்குவதற்காக வேகத்தைக் குறைத்தபோது, நீர் தொடும் படிக்கு நாலைந்து படிகள் மேலே உட்கார்ந்திருந்த இளைஞர் பார்வையில் பட்டார். விலங்கின் கண்கள் போல

ஒளிர்ந்த அவரது கண்களைப் பார்த்தபடி,

ஸ்வாமீ, நான் உங்கள் அபயம்...

என்று அவர் பாதங்களைப் பற்றினேன்.

என்னைத் துரத்துகிறார்கள் ஸ்வாமீ...

பதறாமல் சொன்னார்.

நான் இரண்டு கைகளும் இல்லாதவனாயிற்றே அம்மணி.

மேற்கொண்டு நான் பேசிவிடாதபடிக்கு அவர்கள் இருவரும் படித்துறையின் உச்சியில் தோன்றினர். மூச்சிரைக்கவில்லை அவர்களுக்கு. நான் வந்து சேரும் இடம் தெரிந்தவர்கள்போல மிதமான வேகநடையில் வந்திருப்பார்கள் என்று நினைத்துக் கொண்டேன்.

அவர்கள்தான், ஸ்வாமி, அவர்கள்தான்.

என்றேன். அவர்கள் படியிறங்கினார்கள். இவர் கழுத்தைத் திருப்பிப் பார்த்தார். இருளை ஊடுருவின பார்வையில் அவர்கள் எதை அறிந்தார்களோ தெரியவில்லை. அவர்கள் நின்றுவிட்டார்கள். தங்களுக்குள் எதுவும் பேசிக்கொள்ளாமலே சற்று நேரம் தயங்கி நின்றிருந்துவிட்டு திரும்பிப் படியேறி மறைந்துவிட்டார்கள்.

நான் ராமதாஸரின் கால்களை மறுபடியும் பற்றிக்கொண்டேன். ஒரு பார்வையில் என்னைக் காக்கக் கூடிய இவரை நான் இழக்க மாட்டேன் என்று உறுதிகொண்டேன். இவர் வர மறுத்தார்.

நான் உனக்கு வெறும் சுமை அம்மா.

என்றார். நான் வற்புறுத்தினேன்.

சரி, சிலகாலம் இருந்து பார்க்கலாம். ஒத்துவராவிட்டால் விலகிச் சென்றுவிடுவேன்.

என்றார். சம்மதித்தேன்.

வாடிக்கையாளர்களுடன் நான் இருக்கும் சமயம் வாசலில் காவல் இருப்பார். இரவு வெகுநேரம் கழித்து நான் அழைக்கும் போது வந்து உணவருந்திவிட்டு அவருக்கு நான் அளித்திருக்கும் தனியறையில் வெறுந்தரையில் படுத்துறங்குவார். ஒருநாளில் நாலைந்து சொற்கள் நாங்கள் பேசிக்கொண்டால் அதிகம்.

இன்றுவரை நாங்கள் ஒருவரை ஒருவர் ஸ்பரிசித்ததில்லை. இப்போது உங்களிடம் சொல்லும்போதுதான் இவரது பூர்வீகத்தை நான் அறிந்துகொண்டேன். என்னுடைய பூர்வீகம் அவருக்குத் தெரியுமா இல்லையா என்று எனக்குத் தெரியாது...

சுசீலா சொல்லி முடித்ததும் ராமதாஸர் வாய்விட்டுச் சிரித்தார். தன் மொண்ணைக் கைகள் இரண்டையும் ஒன்றில் ஒன்று உரசிக் கொண்டார். சித்த சுவாதீனமற்றவர்போல மறுபடியும் குலுங்கிச் சிரித்தார். கண்கள் ஒருவிதமாய்ச் சுழன்றன.

நாம் இருவருமே இன்று அதிகம் பேசிவிட்டோம்.

தவறில்லையே தாஸரே.

இவ்வளவும் சொன்னவள் ருக்மாங்கதன் கதையை ஏன் சொல்லவில்லை நம் நண்பருக்கு?

அது தவறுதான். ஐயா, நீங்கள் பொறுமையிழந்து விடவில்லையே?

ஒருவருக்கொருவர் கதைகளைப் பரிவர்த்தனை செய்து கொள் வதைத் தவிர நாம் செய்வதற்கு என்ன இருக்கிறது? அவர் யார் ருக்மாங்கதன்?

அவர்தான் நான் என் தொழிலைக் கைவிடக் காரணமாயிருந் தவர். சென்ற வாரம் என் வீட்டுக்கு வந்தார். ப்ரஸன்னவதனர் ஆலயத்தின் அர்த்தஜாம பூஜைக்கான மணியோசை கேட்டுக் கொண்டிருந்தது. இருளிலிருந்து பிரிந்து வருபவர் மாதிரி என் வீட்டு வாசலில் தோன்றினார். திண்ணையிலிருந்த ராமதாஸரையும் என்னையும் மாறி மாறிப் பார்த்தார். அரிக்கேன் விளக்கின் ஒளியில் அவர் முகம் கடுமையாக வியர்த்திருந்ததும் ரத்தம் சுண்டிய முகம் வெளிறியிருந்ததும், உடைகள் கசங்கியிருந்ததும் ஏனோ பயமும் அருவருப்பும் தோற்றுவிக்காது பரிதாபத்தை உண்டு பண்ணின.

‘உள்ளே வரலாமா’ என்றார். உள்ளே வந்ததும், ‘நான் தூங்க வேண்டுமே’ என்றார். நான் படுக்கையை விரித்துக் கொடுத்துவிட்டு, ‘உண்ண ஏதும் வேண்டுமா’ என்று கேட்டது காதில் விழாதவர் மாதிரிப் படுத்து உறக்கத்தில் ஆழ்ந்தார். குறட்டை ஒலி ரேழியைக் கடந்து வாசல் கோலத்தின்மேல் விழுந்து புரண்டது.

நானும் ராமதாஸரும் வாசலில் இருளையும் நிசப்தத்தையும் மௌனத்தையும் நிராதரவாய் ஆகாயத்தில் சிதறின வெண்மேகங் களையும் சன்னமான வளைகோடாய்க் கிடந்த நான்காம் பிறைச் சந்திரனையும் வேடிக்கை பார்த்தவாறு இரவைக் கழித்தோம், திண்ணையில் என் மனம் மதம் முற்றின வனவிலங்குபோலத் தறிகெட்டு அலைந்தது. உள்ளே படுத்து உறங்குபவன் யார். எதற்காக இங்கு வந்தான். முதிர் வாலிபனாய் இருக்கிறான், இரவுகளில் தூங்குவதற்கு நிரந்தரமான இடமொன்றைச் சம்பாதிக்காமலா இருப்பான். கேள்விகள் ஊறி ஊறிப் பெருகின. கடைசியில் வேறொரு கேள்வியின் அடிமையாகி உழல ஆரம்பித்தேன்...

சுசீலா, உன் பேச்சு கவிதை மாதிரி இருக்கிறது இன்று. நண்பர் எப்படிக் கிறங்குகிறார் பார்.

நீங்களும் இன்று உல்லாசமாய் இருக்கிற மாதிரித்தான் தோன்று கிறது எனக்கு. என்னைப் பெயர் சொல்லி வேறு அழைக்கிறீர்கள். எங்கே விட்டேன் ஐயா?

கடைசிக் கேள்வி.

ஆமாம். உள்ளே உறங்குபவனின் தூக்கத்துக்கு இணையான சுகத்தை நான் அவனுக்குக் கொடுத்திருக்க முடியுமா? இந்தக் கேள்வியின் இம்சை தாங்க முடியாததாயிருந்தது. என் தொழில் சம்பந்தமாகத் தீவிரமான மறுபரிசீலனை தொடங்கியது எனக்குள். மறுநாள் காலை ருக்மாங்கதன் சொன்ன விவரங்கள் அதை விரைவுபடுத்தின.

ருக்மாங்கதன் சென்ற பிறகு சலங்கைகளைக் காலில் கட்டி ராமதாஸரின் முன்னிலையில் ஆடினேன். அனிச்சையாய் என் சதையிலும் நரம்புகளிலும் பொதிந்திருந்த நாட்டியம் தன்னைத் தானே ஞாபகப்படுத்திக் கொண்டது. நாங்கள் இடம் பெயர முடிவெடுத்தோம். எங்கே போகிறோம் என்ற தீர்மானமில்லாமல் செல்கிறோம்.

ருக்மாங்கதன் கதையைச் சொல்லச் சொன்னால் சுசீலாவின் கதையையே சொல்லி அலுப்பூட்டுகிறாய். நண்பர் சோர்ந்துவிட்டார்.

அதெல்லாமில்லை. நீங்கள் ருக்மாங்கதனைப் பற்றிச் சொல்லுங்கள்.

அம்மணி, நேற்றிரவு பயந்து விட்டீர்களோ. நான் மிக மிகச் சோர்ந்திருந்தேன். ஒரு நாளில் அதிகபட்சமாக என்னவெல்லாம் நடக்க முடியுமோ அவ்வளவும் எனக்கு நடந்துவிட்டது நேற்று.

நேற்றுக் காலை யசோதரா எனக்கு உணவு பரிமாறினாள். சமையலில் அவள் நிபுணி. பாகற்காயை அதன் கசப்புக் கெடாமலே அக்கார அடிசிலைப்போல ருசிகரமாக மாற்றிவிடக் கூடியவள். அருகில் அமர்ந்து ஆதுரமாய்ப் பரிமாறினவளிடம் வெகுநாளாய்ச் சொல்ல நினைத்து ஒத்திப்போட்ட சங்கதியை அப்போது சொல்லிவிட வேண்டும் என்று தோன்றியது.

சலவைக் கடைக்கார வாலிபனுடன் அவளது உறவு தொடர்வது எனக்குப் பிடிக்கவில்லை என்பதைச் சொன்னேன். அத்துமீறி அவர்கள் செல்வது எனக்குத் தெரிந்தே இருக்கிறது என்றும், இனி நான் அதை அனுமதிக்கமாட்டேன் என்றும் அவளிடம் சொன்னேன்.

அவள் நிதானமாகச் சொன்னாள்.

> உமக்குச் சாப்பாட்டில் பெரும் விருப்பம் இருக்கிறது. பசி தணிவது என்பதற்கு மேலே சுவையையும் எதிர்பார்ப்பவராக இருக்கிறீர். நான் விதவிதமாக ஆசையாகச் சமைக்கவில்லையா? அதுபோல எனக்கும் சிலவிதமான பசிகள் இருக்கின்றன. அவற்றை நீர் தணிக்காதபோது, தணியும் இடங்களைத் தேடி நகர எனக்கு உரிமை உண்டு. நான் தாவரமில்லை. கடற்பறவை. பல ஆயிரம் மைல்கள் பறக்கச் சித்தமாய் இருப்பவள். உமக்கு நான் ஒரு குறையும் வைப்பதில்லை என்பதை நீரே அறிவீர். எனக்குக் குற்றவுணர்ச்சி ஏதும் இல்லை என்பதையும் நீர் அறிந்துகொள்ளும்.

உரையாடலில் சூடு ஏறியது. நான் அவள் கழுத்தை நெரித்துக் கொன்றுவிடுவேன் என்று தெரிவித்தேன்.

> தணியாத பசியுடன் எழுபது எண்பது வருடங்கள் உயிரோடிருந்து வதைபடுவதைவிட, நிறைவால் நிரம்பின

திருப்தியுடன் இப்போதே சாவது மேல்.

அவள் கோபமாகவோ, குற்றச்சாட்டாகவோ, ஆவேசமாகவோ, குதர்க்கமாகவோ ஒரு வார்த்தை சொல்லியிருந்தாலும் அவளை அப்போதே கொன்றிருப்பேன். அவளோ பனிக்கட்டி மாதிரி இருந்தாள். தேர்ந்தெடுத்த வார்த்தைகளில் சலனமேயின்றித் தன் நிலையை மட்டுமே எடுத்துச் சொல்பவளாயிருந்தாள்.

பாதிச் சாப்பாட்டில் எழுந்து, நான் வேலை செய்யும் இடத்தை நோக்கி நடந்தபோது என் முதல் மனைவியின் நினைவு வேறு தொந்தரவு செய்தது. குழந்தைப் பேறு இல்லை என்பதை மற்றவர்கள் அடிக்கடி குத்திக் காட்டியதால் தன்னை மாய்த்துக்கொண்டவள். அவளுக்கும் யசோதரைக்கும்தான் எவ்வளவு வித்தியாசம்?

நீண்ட குழாயில் கண்ணாடித் திரவத்தை உறிஞ்சி குவளைகளும், குடுவைகளும், குழல்களும் செய்யும் வேலை எனது. நேற்று நான் நினைத்த வடிவங்களை ஊத முடியவில்லை. சிலவற்றை நொறுக்கி விட்டேன். மனதின் சமநிலை வெகுவாகக் கெட்டிருந்தது.

மதியத்துக்கு மேல் தெளிவு பிறந்தது. இன்றும் அவன் வருவான் என்று அனுமானித்தேன்.

கடைத்தெருவில் நீண்ட வெட்டரிவாள் ஒன்றைப் பதம் பார்த்து வாங்கினேன். வீடு நோக்கி நடந்தபோது ரத்தம் கொதித்துக் கும்மாளமிட்டது. வெக்கையாய் உணர்ந்தேன். கைகள் நடுங்க ஆரம்பித்தன. மேல் சட்டைக்குள் முதுகுப்புறம் உறுத்தியவாறு சொருகியிருந்த அரிவாளின்மேல் மனம் குவிய மறுத்தது. தூக்கத்தில் நடப்பவன்போல நடந்தேன். இதே ரீதியில் வீடு சென்றால் இரண்டு கொலைகள் செய்வதற்கான வலு இல்லாமல் போய்விடுமோ என்று அஞ்சினேன்.

ஹயக்ரீவர் கோவில் முன்பாகப் போடப்பட்ட கீற்றுப் பந்தலுக்குள் ளிருந்து சங்கீதம் வெளியேறிச் சாலையை நிரப்பியது. சற்று நேரம் உட்கார்ந்தால் பதற்றம் குறையும் என்று தோன்றியது. பந்தலுக்குள் நுழைந்து கூட்டத்தினுள் சென்று அமர்ந்தேன்.

அருகிலிருந்தவர், அந்த வாத்தியத்தின் பெயர் ஷெனாய் என்றும், வாசிப்பவர் பெயர் அயானலிகான் என்றும் சர்வதேச அரங்குகளில்

மிகப் பிரபலமானவர் என்றும் பனிரண்டு வருஷங்களுக்குப் பிறகு இந்த ஊரில் வாசிக்க வந்திருக்கிறார் என்றும் சொன்னார்.

ஷெனாயின் சப்தம் உள்ளே இறங்க இறங்க மனம் சமனமுற ஆரம்பித்தது. வித்வானின் குறுந்தாடி பரிசுத்தமான வெண்மை பூண்டிருந்தது. மீசையை மழுங்கச் சிரைத்திருந்தார். தலையில் வெள்ளை நிறக் குல்லாயைக் கோணலாக அணிந்திருந்தார். உச்ச ஸ்தாயிகளுக்குச் செல்லும்போதும் அங்கேயே நிலைகொள்ளும் போதும் கண்களிலிருந்து தாரை தாரையாய்க் கண்ணீர் பெருகி வழிந்தது அவருக்கு. சீரான இடைவெளிகளில் பூத்துவாலையால் முகத்தைத் துடைத்துக்கொண்டார். திடீரெனக் கச்சேரியை நிறுத்தி னார். ஒலிபெருக்கியில் பேசினார்.

> முன்பெல்லாம் ஐந்தாறு மணி நேரம் தொடர்ந்து கச்சேரிகளில் வாசித்திருக்கிறேன். வயதாகிவிட்டதல்லவா, மூச்சுக் கட்ட முடியவில்லை. நான் நினைக்கும் இடங்களில் சஞ்சாரம் செய்ய முடியவில்லை. மன்னித்துக்கொள்ளுங்கள். ஒரு பத்து நிமிஷம் இடைவேளை விட்டுக் கச்சேரியைத் தொடரலாமா. மன்னித்துக் கொள்ளுங்கள்.

சபை ஆர்ப்பரித்தது.

அவர் எழுந்து மேடையின் பின்புறம் போனார். இத்தனை பெரிய ஜனக்கூட்டத்தின் முன்பு தன் இயலாமையை அவர் ஒப்புக்கொண்ட விதமும், மன்னிப்புக் கேட்ட அவருடைய தைரியமும் எனக்கு ஆச்சரியமாய் இருந்தது. அவர் வெறும் வித்வான் மட்டுமில்லை என்று தோன்றியது.

மீண்டும் வந்து அமர்ந்தவர் வாசிக்கத் தொடங்கியதுமே எனக்கு முன் பின்வரிசைகளிலிருந்து கிசுகிசுப்பாய் 'தேஷ்...தேஷ்' என்று பலரும் சொல்லிக்கொண்டனர். இடைவேளைக்குப் பிறகு வாசிப்பில் வேகமும் ஆழமும் கூடியிருந்தது. சற்றுத் துயரம் தோய்ந்த ராகம் அது என்று தோன்றியது எனக்கு.

நீண்டுகொண்டே போன ஆலாபனை ஒரு கட்டத்தில் இறைஞ்ச லாய் மாறியது. மனித குலத்தின் துக்கமனைத்தும் அவருடைய பத்து விரல்களில் புகுந்து ஒரு முழ நீளமேயிருந்த ஊதுகுழலுக்குள் பாய்ந்து குழலின் புனல்வாய் வழி சொட்டி ஆவியாவதை உணர்ந்

தேன். எனக்கென்று பிரத்யேக துக்கம் எதுவும் கிடையாது என்றும், யாருடைய துக்கமுமே அவர்களுடையது மட்டுமே கிடையாது என்றும், அரூபமான சப்தக் குறிப்புகள் மூலம் அயானலிகான் விடுக்கும் செய்தி இதுதான் என்றும் நம்பினேன்.

கச்சேரி முடிந்து கூட்டம் கலைந்ததும் மேடையின் பின்புறம் ஒரு அறைபோலத் தடுத்திருந்த பகுதிக்குள் அயானலியைப் பார்க்கச் சென்றவர்களுடன் நானும் சென்றேன். அவர் தன் ஷெர்வானியைக் கழற்றி வேறு குர்த்தாவுக்கு மாறியபடி ரசிகர்களுடன் பேசிக் கொண்டிருந்தார். அருகில் ஒரு சிறு மேஜைமேல் குழந்தை போலக் கிடத்தியிருந்தார் தன் வாத்தியத்தை.

எல்லாரும் வெளியேறிய பின்பு அயானலிகான், நான், ருத்ராட்ச மாலை அணிந்து அடர்த்தியாய்த் திருநீறு பூசிய பெரியவர் ஒருவர் ஆகிய மூவர் மட்டுமே அறைக்குள் இருந்தோம். நான் மெல்ல முன் சென்று முதுகுப் பக்கம் சொருகிய அரிவாளை எடுத்து ஷெனாயின் அருகில் படுக்க வைத்தேன். அயானலிகான் வியப்புடன் என்னைப் பார்த்தார்.

யார் தம்பீ நீ?

அவரிடம் அத்தனையையும் கொட்டிவிட வேண்டும் என்று ஆசைப்பட்டேன். பெரியவர் இருக்கும்போதா என்று யோசித்தேன். சற்றுமுன்தானே என்னுடைய துக்கமென்று எதுவுமில்லை என்று கண்டுபிடித்தேன். சொல்லலாம். தப்பில்லை.

அவரிடம் என் பிரச்னையை ஆதியிலிருந்து சொன்னேன். பரிவாய்க் கேட்டவர் தான் பேச ஆரம்பித்தார்.

தம்பீ, நான் ஒரு முஸல்மான். என்னுடைய இஸ்லாமிய முன்னோர் பாரத தேசத்தின் நுண்கலைகளுக்கு வழங்கிய கொடைகள் ஏராளம். அவர்களுடைய கொடைகளில் ஒட்டிய தூசாகவே என்னைக் கருதிக் கொள்கிறேன். என்னுடைய நெற்றியைப் பார்த்தாயா. மேல் நெற்றியில் இருக்கும் கருந்தழும்பு, தவறாமல் ஐந்து வேளையும் நான் தொழுகை நடத்துவதற்குச் சாட்சி சொல்லும். போக்குவரத்துச் செலவுக்கும், சாப்பாடு, துணிமணிக்கும் ஆகும் செலவை மட்டுமே

நான் சன்மானமாக வாங்கிக்கொள்கிறேன். மீத்து வைத்தல், சேமித்தல் இரண்டிலுமே நம்பிக்கை இல்லாதவனாய் இருக்கிறேன். ஹஜ்ஜுக்குச் சென்று வந்திருக்கிறேன். இன்ஷா அல்லா, மாதத்தில் இருபது நாட்களுக்குக் குறையாமல் கச்சேரிகள் செய்கிறேன்.

ஆறு பையன்கள் எனக்கு. அவர்களில் யாருமே சங்கீதத்தின் வாசனை கூட அறியாதவர்கள். அவர்கள் வளரவும் அவரவர் பாதையில் நிலைகொள்ளவும் உபயோகமாயிருந்தது இந்த வாத்தியம்தான். கடைசிப் பையன் உத்யோகத்தில் அமர்ந்து இருபத்தைந்து வருஷங்களாகிறது. அவர்கள், எண்பத்தாறு வயதில் கிழவன் ஏன் இப்படி அலைகிறான், புகழுக்கு மாய்கிறான் என்று எரிச்சல்படுகிறார் கள். அவர்களது சாம்ராஜ்யத்தில் கீழ்ப்படிதலுள்ள பிரஜையாக நான் வந்து சேரவில்லையே என்ற ஏக்கம் அவர்களுக்கு.

அவர்களுக்குத் தெரியாத ஒரு உண்மையை உன்னிடம் நான் சொல்லப் போகிறேன் இப்போது.

எனக்கு ஆறு பையன்கள் என்று சொன்னேனில்லையா. அது தவறு. ஏழு பையன்கள் எனக்கு. எழுபத்தைந்து வருஷங்களாய் அவனுக்காகத்தான் தினம் தவறாமல் அதிகாலையில் எழுந்து சாதகம் செய்கிறேன். பல்லாயிரக்கணக்கான ஜனங்கள் முன்னால் கச்சேரி செய்கிறேன்.

அவன் பாலகிருஷ்ணன். காலையில் சுருதி கூட்டி, சுருதியின் அமைதிக்குள் என் மனம் தஞ்சம் புகுந்ததும் அவன் வந்து எதிரே சம்மணமிட்டு உட்கார்ந்துகொள்வான். ஆயர்பாடியிலிருந்து குழந்தை அலைகிறானே என்று விசனப்பட்டு, என்னோடேயே இருந்துவிடேன் என்றால் கேட்க மாட்டான். நீ சுருதி கூட்டு, வருகிறேன் என்று சொல்லிவிடுவான்.

தலையில் செருகின மயிற்பீலி அசையத் தலையாட்டுவான். அதைப் பார்த்துக்கொண்டே வாசிப்பேன். வெள்ளிக் கொலுசணிந்த கால்களிலிருந்து தப்புத் தப்பாய்த் தாள ஒலி கிளம்ப அவன் எதிரில் வந்து உட்கார்ந்தால்தான் என்னால் வாசிக்க முடியும். அவன் என்று வரவில்லையோ அன்று நான் இறந்துவிடுவேன் என்றுகூடச் சொல்லு வேன். கம்ஸன், தேவகி, யசோதை, நந்தகோபன், ஆய்ச்சியர், பூதகி, ஆதிசேஷன் என்று பல்வேறு ஜோலிகள் அவனுக்கு. இத்தனைக்கும் இடையில் ஷெனாயின் சப்தம் கேட்டதும் ஓடி வந்துவிடுகிறதே,

அந்தக் குழந்தையின் அன்புக்கு ஒரு பிறவி ஈடாகுமா, சொல்லு.

யாரிடமாவது இதைச் சொல்லவாவது முடியுமா.

என் குருநாதர் சலாவுதீன்கானும் இதுபோன்ற ஒன்றைச் சொல்வார். நூற்றியெட்டு வயது வரை பெருவாழ்வு வாழ்ந்தவர் அவர். சிம்மேந்திரகிரியின் அறுநூற்றுப் பதினெட்டு செங்குத்துப் படிகளில் ஏறிச் சென்று துர்க்கையின் முன் உட்கார்ந்தால்தான் தன்னால் சாதகம் பண்ண முடிகிறது என்பார். மரணமடைவதற்கு முந்தின நாள் வரை சென்று வரவும் செய்தார்.

அவர் அடிக்கடி சொல்வார்.

> சொந்தம் கொண்டாடவும் எதுவுமில்லை, மறுதலிக்கவும் எதுவுமில்லை, புரிகிறதா அயான்...

மூவரின் கண்களும் கலங்கியும் சிவந்தும் இருந்தன. இத்தனை நேரமும் மௌனமாய் இருந்த பெரியவர் சொன்னார்.

அயானலிகான் ஷெனாயில்தான் மேதை என்று நினைத்திருந்தேன். உருது மொழியில் இவ்வளவு விற்பன்னர் என்று இன்றுதான் தெரிந்து கொண்டேன். சரபேஸ்வரர் கோவிலில் பட்டராக இருக்கிறேன். கைலாசநாத சிவாச்சாரியார் என்று என்னைச் சொல்வார்கள். கோவில்களில் பிரவசனம் செய்தும் ஜீவனம் நடத்திவருபவன் நான். கதாகாலட்சேபம் செய்ய வந்திருந்தாலும் அயானலிகான் எங்களில் பலபேரைப் பிழைப்பு நடத்தவிடாமல் செய்திருப்பார்.

அவர் பேசிக்கொண்டிருந்த போது எனக்கு ஒரு கதை நினைவுக்கு வந்தது. மகாபாரதத்தில் வரும் கதை அது. சொல்லட்டுமா?

பாண்டவர்கள் வனவாசத்தில் இருக்கும்போது நடந்தது இது.

கடும் கோடை மத்தியான வெய்யிலில் காட்டுப் பாதையில் நடந்து வருகிறார்கள். வறட்சியும் வெம்மையும் தாக்கியதில் மரணமுற்ற மிருகங்கள், பட்சிகளின் பிரேதங்களைத் தாண்டி வருகிறார்கள். துவாபர யுகத்தின் முடிவு ஆரம்பித்துவிட்டதோ என்று சந்தேகம் கொள்ளச் செய்யும் வெய்யிலில் 'இனியும் நடக்க முடியாது' என்று அறிவித்துவிட்டு ஒரு மரத்தடியில் உட்கார்ந்துவிடுகிறாள் திரௌபதி.

உயரமான ஒரு மரத்திலேறிச் சுற்றுமுற்றும் பார்க்கிறான் பீமன். இறங்கிவந்து சொல்கிறான்.

அண்ணா , ஓரிரு காதங்களுக்கு அப்பால் பட்சிகள் வட்டமிடுவதும், மரங்கள் சற்றுப் பசுமையாய் இருப்பதும் தென்படுகிறது. அங்கே நீர்நிலை ஏதும் இருக்கலாம். நான் போய்ப் பார்த்து வரட்டுமா?

தர்மன் சரி என்கிறான்.

சென்ற பீமனை வெகு நேரமாகக் காணவில்லை.

அர்ஜுனன் போகிறான். அவனும் திரும்பவில்லை.

நகுலன்.

அவனைத் தொடர்ந்து சகாதேவன்.

கடைசியாக, தர்மன் புறப்படுகிறான்.

துரோபதே, இதில் ஏதோ சூது இருக்கிறது. என் தம்பிகள் நால்வருமே ஏமாறக்கூடியவர்கள் அல்லர். அவர்கள் வேறு எதிலோ சிக்கியிருக்கிறார்கள். நான் போய்ப் பார்த்து வருகிறேன். எங்கும் போகாதே. அந்நியர்களிடம் கவனமாய் இரு.

கணிசமான தூரம் நடந்த பின்னால் ஒரு தடாகம் கண்ணில் படுகிறது. தம்பிகள் நால்வரும் நீர் விளிம்பில் இறந்து கிடக்கிறார்கள். தர்மனுக்குத் துக்கம் பொங்குகிறது. வஞ்சனையின் காரணமாகத் தான் பறிகொடுத்த சகலத்தையும் எண்ணிக் கலங்கியபடி தண்ணீரில் கையை வைக்கிறான்.

> நில், மானுடனே. என் கேள்விகளுக்குப் பதில் சொல்லிவிட்டு நீரை அருந்து. என் சொல்லைக் கேட்காமல், நீயும் உன் சகோதரர்களின் கதிக்கு ஆளாகாதே.

தர்மனுக்குப் புரிந்துபோகிறது. இது யாரோ யக்ஷனின் வேலை.

> கேள், சொல்கிறேன்.

அசரீரி தொடர்ந்து கேள்விகளை வீசுகிறது. மனித வாழ்க்கை பற்றியும், புலன்களின் வரையறைகள் பற்றியும், பிறவி, மறுபிறவி, நிலையாமை, அமரத்துவம் என்று பல்வேறு விஷயங்களைப் பற்றிய விரிவானதும் தீர்க்கமானதுமான சிந்தனையைக் கோரும் கேள்விகள்.

தர்மனின் பதில்களை நினைத்தால் ஆச்சரியமாக இருக்கிறது.

தம்பிகள் அத்தனை பேரும் ஒட்டுமொத்தமாக இறந்து கிடக்கும் போது ஒருவனால் எப்படி இந்த மாதிரிப் புறநிலைப் பார்வையோடு இருக்க முடிகிறது.

பதில்களில் மகிழ்ந்துபோன அசரீரி ஒரு வரம் அளிக்கிறது. இறந்த தம்பிகளில் ஒருவனை மட்டும் உயிரோடு மீட்டுக் கொள்ளலாம்.

தர்மன் தயங்காமல் கேட்கிறான். யாரைத் தெரியுமோ? பீமனை இல்லை. அர்ஜுனனை இல்லை. பின்னே? நகுலனை.

கைலாசநாத சிவாச்சாரியார் உடம்பை ஒருமுறை சொடுக்கிக் கொண்டார்.

தனியாகவே நின்று யுத்தங்களை ஜெயித்துத் தரக்கூடியவர்கள் அர்ஜுனனும் பீமனும். அவர்களைக் கேட்காமல் நகுலனைக் கேட்கிறானே என்று அசரீரியும் ஆச்சரியப்படுகிறது. ஏன் என்று தர்மனைக் கேட்கிறது.

தர்மன் சொல்கிறான்.

> கந்தர்வரே, என் தகப்பனாருக்கு இரண்டு தாரங்கள். என் தாயார் குந்திக்குப் பிதுர்க்கடன்கள் செய்ய மூத்த குமாரன் நான் இருக்கிறேன். என் சிறிய தாயார் மாத்ரிக்கும் மூத்த குமாரன் வேண்டுமல்லவா. அதற்காகத்தான் நகுலனைக் கேட்டேன்.

சிவாச்சாரியார் மிகவும் நெகிழ்ந்து போயிருந்தார். நெற்றிமேட்டில் குளம் கட்டியிருந்தது வியர்வை. நீண்ட பெருமூச்சுகள் வெளியேறின.

லட்சக்கணக்கானவர்கள் கேட்ட கதைதான். கதையாகக் கேட்டு, கதைதானே என்று மறந்தும் விடுகிறார்கள். எனக்கு இந்தக் கதையைப் படித்த நாள் முதல் இன்று வரையும் ஒரே ஒரு விஷயம்தான் பேராச்சரியமாகவும் புதிராகவும் இருக்கிறது. தர்மன் தான் விரும்பிய வரத்தைக் கேட்ட சப்த அதிர்வில், அதுவரை நஞ்சாய் இருந்த பொய்கையின் நீர் குடிதண்ணீராய் மாறியதல்லவா? அந்த மந்திரக் கணம் அப்போதைய கணம் மட்டும்தானா, இல்லை, கடந்து போகும் எல்லாக் கணங்களுமே மந்திரக் கணங்கள்தானா?

காலச்சுவடு, நவ-டிச. *2000*

ஒளிவிலகல்

டாக்டர் சீனிவாசன் போத்தி, எம்.டி., கையில் இருந்த ஹோமியோபதிப் பத்திரிகையில் ஆழ்ந்திருந்தபோது தொலைபேசி முழங்கியது. மறுமுனையில் மனைவி ஜமுனா சில சமாச்சாரங்களை வாங்கிவரச் சொல்லிக் கட்டளையிட்டாள். அவள் துளுவில் சொல்லச் சொல்ல முன்னாலிருந்த காகிதத்தில் ஆங்கிலத்தில் குறித்துக்கொண்டார் போத்தி. வரிவடிவமற்ற மொழியின் சப்தக் குறிப்புக்களைக் காதில் வாங்கி மனோவேகத்தில் மொழிபெயர்த்து ஆங்கிலத்தில் எழுதிக்கொண்ட மூளையின் திறனை வியந்து முடிக்குமுன் கண்ணாடிக் கதவைத் தள்ளிக்கொண்டு ஒரு ஆணும் பெண்ணும் அறைக்குள் நுழைந்தனர். அவர்கள் வந்து அமர்ந்த பிறகும் கொஞ்ச நேரம் முன்னும் பின்னும் ஆடி ஓய்ந்தது கதவு.

அந்த ஆளுக்கு வயது முப்பதிலிருந்து முப்பத்தைந்துக்குள் இருக்கலாம். நிலைத்து ஒரு இடத்தைப் பார்க்காத கண்கள். தூக்கமின்மையோ என்று எண்ணத் தூண்டுகிற வகையில் சற்றுச் சிவந்திருந்தன. அறையின் வெண்சுவர்கள், சுவரில் மாட்டியிருந்த எகிப்திய பாணி ஓவியம், சற்று நீளம் அதிகமான குழல் விளக்கு, ஜன்னல்களிலும் நிலைக்கதவிலும் மாட்டியிருந்த நீலநிறத் திரைச்சீலைகள், தரையில் சாத்தி வைக்கப்பட்டிருந்த நவீன குளிர் சாதனக் கருவி, டாக்டரின் மேஜையில் கண்ணாடிக்குக் கீழிருந்த உடுப்பிக் கிருஷ்ணனின் படம், பேனாக்களைச் செருகியிருந்த கூடு, மேஜை நாட்காட்டி என்று ஒன்றுவிடாமல் உற்றுக் கவனித்தான்.

அவள் அவனைவிட இரண்டு மூன்று வயது குறைந்தவளாயிருக்கலாம். அழகியென்று சொல்ல முடியாது, ஆனால் பார்வையைக் கவரக்கூடியவள். முன் தலையும் காதோரங்களும் அதற்குள் நரை கண்டிருந்தன. கருவளையங்கள் வீழ்ந்த கண்களில் ஒளி குன்றியிருந்தது. புடவையின் முந்தானை பற்றி அக்கறை குறைந்தவளாயிருந்தாள்.

சொல்லுங்க,

என்றார் போத்தி. அவள் பேசினாள்.

கொஞ்ச நாளாவே இவர் சரியில்ல டாக்டர். சாப்பாடு சரியில்லே. தூக்கம் சரியில்லே. எதுவுமே சரியில்லே.

'எதுவுமே' என்ற வார்த்தையின்போது அவள் முகம் நிஜமாகவே சற்றுச் சிவந்ததா, இல்லை தனக்குத்தான் அவ்வாறு தோன்றியதா என்று சந்தேகப்பட்டுக்கொண்டார் போத்தி.

சம்பந்தா சம்பந்தமில்லாமல் பேசுகிறார் டாக்டர்.

என்ன பேசுகிறார்?

தொடர்ந்து வாக்கியங்களாகப் பேசுவதில்லை டாக்டர். வாய்தவறிச் சொல்கிறவர் மாதிரி ஒண்ணு ரெண்டு வார்த்தைகள். நேத்திக்கூட, பரகாயப் பிரவேசம்னோ ஏதோ சொன்னார். என்ன சொன்னீங்கன்னு நிறுத்திக் கேட்டா, அசட்டுச் சிரிப்போட அதெல்லாம் ஒண்ணுமில்லேன்னு சொல்லிடுறார். தானாச் சில சமயம் சிரிக்கிறார். அப்போல்லாம் அடிவயித்தைக் கலக்குது டாக்டர்.

கோப்புபோல் இருந்த ஒன்றைப் பிரித்து வெற்றுத்தாளை விரித்து வைத்துக்கொண்டு போத்தி கேட்டார்.

உங்க பேர் என்ன சார்.

அவன் சிரித்தான். பதில் சொல்லவில்லை. அவள் அவசரமாகச் சொன்னாள்.

இந்தச் சிரிப்புதான் டாக்டர். இதே சிரிப்புதான். ராகவன் டாக்டர். என் பேர் மிருதுளா.

மிஸஸ் மிருதுளா, கொஞ்ச நேரம் வெளியில் இருங்க. நான் இவர்ட்ட கொஞ்சம் பேசிட்டு அப்புறம் கூப்பிடுறேன்.

அவள் வெளியில் செல்ல எழுந்து நடந்தபோது கால்கள் துவண்டது போலத் தெரிந்தது. அழகிதான். அவனுடைய குரல் அழுத்தமான கட்டைக்குரல். பாடக்கூடியவன் என்று தோன்றியது. அவனிடம் பரிவாகச் சொன்னார் போத்தி.

சொல்லுங்க சார். என்ன விஷயம்.

அவன் சொல்லத் தொடங்கினான். நேர்த்தியான ஆங்கிலம் அங்கங்கே தெளித்த நல்ல தமிழில் சரளமாகச் சொல்லிக்கொண்டு போனான்.

டாக்டர், என் பெயரிலேயே பிரச்சனை இருக்கு டாக்டர். என் மனைவி உட்பட எல்லோரும் என்னை ராகவன் என்று அழைக்கிறார்கள். ஆனால் என் உண்மையான பெயரே வேறே. என் கனவில் வரும் எல்லாருக்கும் இது தெரிந்திருக்கிறது. விழித்திருக்கும்போது மட்டும் எல்லாரும் வசதியாக மறந்துவிடுகிறார்கள். ‘ராகவா… ராகவா’ என்று கூப்பிட்டால் திரும்பிப் பார்க்கிறதில்லை என்று புகார் வேறு. உங்களை ராமானுஜம்னு யாராவது கூப்பிட்டா திரும்பிப் பார்ப்பீங்களா டாக்டர்?

அதெப்படி? நிச்சயம் மாட்டேன். சரி, நீங்கள் இதை எல்லோரிடமும் சொல்லிவிடலாமே?

விசித்திரமான பாவத்துடன் சிரித்தான்.

நீங்களே என்னை நம்புகிற மாதிரி தெரியலையே டாக்டர். அவங்கள்லாம் எப்படி நம்புவார்கள்? சரி அதை விடுங்க. இவ்வளவு தூரம் வந்தாச்சு. என் பிரச்சனையை உங்கள்ட்ட அப்படியே சொல்லிட வேண்டியதுதான். கனவு தொடர்ந்து வருது டாக்டர்.

இதில் என்ன பிரச்சனை இருக்கு?

உங்களுக்கு நான் சொல்றது புரியலை டாக்டர். ஒரே கனவு தொடர்ந்து வருது.

இது சகஜம்தானே. எல்லாருக்கும் நடக்கும். எனக்குக்கூட யானை துரத்துகிற மாதிரிக் கனவு அடிக்கடி வரும்.

அடிக்கடி வர்றதில்லே டாக்டர். தொடர்ந்து வருது.

நீங்க சொல்றது எனக்கு அர்த்தமாகலே.

அதாவது, வாரப்பத்திரிகையிலே தொடரும்னு போட்டு நிறுத்தறானில்லியா, அதுமாதிரி தொடர்ந்து வருது டாக்டர்.

இன்னும் கொஞ்சம் தெளிவாச் சொல்லுங்களேன்.

டாக்டர், நான் தூங்கப் போகும்போது கட்டில், மிருதுளா, குழந்தை தூங்குற தொட்டில், எங்க தாத்தா கால மர பீரோ, ஜன்னல், கதவு எல்லாம் எங்கேயிருந்ததோ அதெல்லாம் நான் தூங்கி எழுந்ததும் அப்படியப்படியே அங்கங்கேயே இருக்கு இல்லியா?

ஆமா.

அதே மாதிரி கனவிலேயும் நடக்குது. இன்னிக்கி விட்ட இடத்திலேர்ந்து நாளைக்குக் கனவு ஆரம்பிக்குது. அதுனாலதான் அது கனவு இல்லை, இன்னொரு நிஜம்ங்கிற முடிவுக்கு நான் வந்தேன்.

டாக்டர். சீனிவாசன் போத்தி கொஞ்ச நேரம் சிந்தித்தார். அவன் அமைதியாக இருந்தான். அறைக்குள் குளிர்சாதனக் கருவியின் ரீங்காரம் மட்டும் நிலவியது.

அந்தக் கனவைச் சொல்லலாமா?

உங்களிடம் சொல்வதெற்கென்ன டாக்டர்.

டாக்டர், எல்லாரும் என்னை ராகவன் என்று அழைக்கிறார்கள். என்னுடைய உண்மையான பெயர் இளஞ் சேட்சென்னி. ஆதித்த கரிகாலனால் கொல்லப்படவிருக்கும் வீரபாண்டியனின் ஒற்றர் படையில் இருக்கிறேன். என்னுடைய சகா ஒருவன் இருந்தான். அவன் பெயர் பெருவழுதி. அவனுடைய ஒற்றுப் பிரதேசம் சேரநாடு. எனக்கு ஒதுக்கப்பட்டது சோழ நாடு. எங்கள் உத்தியோகத்தில் ஒரு விநோதமான சிரமம் இருக்கிறது டாக்டர். ராஜபாட்டைகளில் நாங்கள் பயணம் செய்யவே முடியாது. வனாந்தரங்களிலும் இரவுகளிலும் ஆந்தைகளின் வாழ்க்கைக்கு ஒப்பானது எங்கள் வாழ்க்கை. தாய் தந்தையரைக்கூட இரவில்தான் சந்தித்தாக

வேண்டும். நிரந்தரமான தலைமுடி, புருவம், மீசை, உடை, பெயர் என்று எதுவும் கிடையாது எங்களுக்கு.

அந்த முறை நான் என் பயணத்தை மேற்கொண்டபோது காரணமேயில்லாமல் பெருவழுதியும் உடன் வந்தான். இவன் எதற்கு என்னுடன் வரவேண்டும் என்று சந்தேகம் எனக்கு. மன்னனுக்கு என்மேல் ஐயம் உண்டாகிவிட்டது என்று சில நாட்களாகவே எனக்குத் தோன்றிக்கொண்டிருந்தது. ஒற்றறியக் கையூட்டாக சோழநாட்டான்களுக்கு நான் செலவிடும் தொகையைச் சற்று அதிகமாகச் சொல்லி கருவூலத்திலிருந்து பொற்காசுகள் பெற்றுவந்தது உண்மைதான். அதற்காக என்னைத் துரோகி என்று மன்னன் கருதிவிடலாமா?

பெருவழுதியோ வேறு என்னென்னமோ பேசிக்கொண்டு வருகிறானே தவிர, அந்தரங்கத்தை வெளிவிட மாட்டேனென்கிறான். என்னிடமும் ஒரு ரகசியம் இருந்தது. அந்த முறை நான் பயணம் மேற்கொண்ட நோக்கம் ஒற்றறிதல் இல்லை. கோடிக்கரையின் கலங்கரைவிளக்கக் காவலர் தியாக விடங்கக் கரையரின் மகள் பூங்குழலியிடம் என் காதலைச் சொல்லிக் காந்தர்வ மணம் புரிந்து அழைத்து வருவதுதான். சோழப் பெண்ணை மணந்தால் மன்னன் என்னைச் சாதாரணப் போர்வீரனாய்ப் பதவியிறக்கிவிடுவான். அதனாலென்ன, பூங்குழலிக்கு ஈடு உண்டா?

பூங்குழலியின் அப்பா பெயர் என்ன சொன்னீர்கள்?

தியாக விடங்கக் கரையர் டாக்டர். நீங்கள் அவருடைய படத்தைப் பார்த்ததில்லையோ. தமிழ் நாட்டில் அத்தனை பேருக்கும் தெரிந்த முகம் அது டாக்டர். உங்களுக்குச் சொந்த ஊர் எது டாக்டர்?

உடுப்பிப் பக்கம் தர்மஸ்தலா.

அதானே பார்த்தேன். தியாக விடங்கருடைய மூன்று படங்கள் பிரசித்தமானவை டாக்டர். ஒன்று மணியத்தின் கைவண்ணம். அடுத்தது வினுவின் கைவண்ணம். மூன்றாவது மணியம் செல்வனுடையது. என்கிட்ட மூன்றும் இருக்கு.

அடுத்த தடவை வரும்போது கொண்டு வாருங்கள். பார்க்கிறேன். நீங்கள் கனவைத் தொடருங்கள்.

பழையாறையிலிருந்து கோடிக்கரை நோக்கிப் போய்க் கொண்டிருக்கிறோம். அரேபியாவிலிருந்து கலங்களில் வந்திறங்கிய, ராஜ அம்சமுள்ள புரவிகள். வழியில் தஞ்சையில் வாங்கினவை. ரத்தின வியாபாரிகள் என்று எங்களைச் சொல்லிக்கொண்டோம். குளம்புகளில் புதிதாக மாட்டிய இரும்புத் தகடுகளின் காரணமாக புரவிகளின் நடை சற்று நிதானமாகவும் உல்லாசமாகவும் இருக்கிறது. மரங்களினூடாய்ச் செல்லும் ஒற்றையடிப்பாதையில் சென்றுகொண்டிருக்கிறோம். பௌர்ணமி நிலவின் ஒளி மரக்குடைகளின்வழி மழைச்சாரல்போல எங்கள்மீது படிந்து விலகுகிறது.

ஒரு அத்தி மரத்தின் அடியில் குதிரைகளை இளைப்பாற நிறுத்திவிட்டு மரத்தின் வேரில் அமர்ந்தோம். சற்றுத்தள்ளி ஒரு புதரில் ஏதோ பளபளத்ததைப் பார்த்து எழுந்து அருகில் சென்றேன். அது ஒரு வாள். கையில் எடுத்தேன். கைப்பிடியில் மீன் இலச்சினை பொறித்திருந்தது. வாளின் நுனியில் காய்ந்த ரத்தத்தின் அழியாக் கறை இருந்தது. வாளை வலது கையில் இறுக்கிப் பிடித்து அருகிலிருந்த மரத்தின் தண்டில் பாய்ச்சினேன். வெண்ணெயில் இறங்குவதுபோலச் சென்றது உடைவாள்.

பெருவழுதியின் பக்கம் வந்தேன். கையில் உருவிய வாளுடன் என்னைக் கண்டவன் மிரண்டான். பேயைக் கண்டவன் போல உளறிக் கொட்டினான். மன்னிப்புக் கேட்டுக் கெஞ்சுபவன் போலவும், பத்து வருட நட்பை நினைவுபடுத்துபவன் போலவும், நாழிக்கிணற்றின்மேல் சாத்தியமாக தான் வஞ்சகம் எதுவும் இல்லாதவன் என்றும் சொல்லிக்கொண்டே போனான். நான் சாந்தமாகச் சொன்னேன்.

வழுதி, நாம் இருப்பது அத்தி மரத்தினடியில் நம் மன்னனின் சின்னம் இது. இதன் மேல் ஆணையிட்டுக் கேட்கிறேன்.

உண்மையைச் சொல்லிவிட்டு ஓடிவிடு. உயிர்ப்பிச்சை தருகிறேன். எதற்காக என்னைத் தொடர்கிறாய். ம். சொல். சொல்லடா.

அவன் ஒரு வார்த்தைதான் சொன்னான். பூங்குழலி. அவன் சொல்லி முடிக்குமுன் அவன் தொண்டையில் இறங்கிப் பிடரியில் வெளியேறியிருந்தது நான் கண்டெடுத்த பாண்டியகுல வாள். இறைஞ்சும் கண்கள் உறைந்திருக்க இறந்துவிட்டிருந்தான் என் சக ஒற்றனும் நண்பனுமான பெருவழுதி.

ஏற்கனவே மன்னனின் சந்தேகம் நிழல்போலப் படிந்திருந்தது என்மேல். இப்போது சக ஒற்றனைக் கொன்றவனாகிவிட்டேன். சிரச்சேதம்தான். சோழ நாட்டு வனத்தை விரைவாகக் கடந்தேன். மறுபக்கம் ஆப்பிரிக்க நாடொன்றின் புதர்ப்பகுதியில் வெளியேறினேன்.

என்ன சொல்கிறீர்கள்?

ஆப்பிரிக்க நாட்டின் தரிசுப் பகுதியில் வெளியேறினேன்.

புரியவில்லை. சரி, சொல்லுங்கள்.

உண்மையில் அந்த நாடு எது, அன்று என்ன தேதி எல்லாம் நான் உங்களுக்குச் சொல்லியிருக்க முடியும் டாக்டர்.

பிறகென்ன, சொல்லலாமே.

அதுதான் அந்தச் சனியன் மிருதுளா கெடுத்துவிட்டதே.

அவர்கள் அங்கே எப்படி வந்தார்கள்?

நான் ஆப்பிரிக்க நாட்டில் நுழைகிறேன். இவள் சொல்கிறாள், எவ்வளவு நேரந்தான் தூங்குவீர்கள். ஆபீஸுக்குப் போக வேண்டாமா? நான் ஆவேசமாய்க் கத்தினேன். மனுஷனோட கஷ்டம் உங்களுக்கெல்லாம் தெரியாதே. பணம் சம்பாதிக்கிற மிஷின்தானேடி நான். ஒரு நாள் தூங்கினால்தான் என்ன. எவ்வளவு பெரிய சிக்கலில் மாட்டிக்கொண்டிருக்கிறேன் தெரியுமாடி உனக்கு?

அப்புறம் ஆபீஸ் போய்விட்டீர்களாக்கும்?

ஆமாம். போய்த் தொலைந்தேன், கடுமையான தலைவலியோடு. அந்த மாதிரித் தலைவலி வந்து விலகியதும் பின்னந்தலைக்குள் கொடகொடவெனத் தண்ணீர் குலுங்குவது மாதிரி இருக்கு டாக்டர். அது நல்ல அறிகுறி இல்லையோ.

அப்படியெல்லாம் ஒன்றுமில்லை. சிலருக்குக் கொதிக்கிற வெந்நீர் தலைக்குள் இருக்கிற மாதிரி இருந்ததாய்ச் சொல்லியிருக்கிறார்கள். சிலர் வெண்கல மணிச் சத்தம் கேட்டுக்கொண்டேயிருந்ததாகவும், இன்னும் சிலர் இரும்புக் குண்டுகள் உருண்டதாகவும் சொல்லியிருக்கிறார்கள். இதெல்லாம் புதுசு ஒண்ணுமில்லை. நீங்கள் மிச்சத்தைச் சொல்லுங்கள்.

அந்த நாட்டின் பெயரைத் தெரிந்துகொள்வதற்குள் என்னை ஒரு கூட்டம் சுற்றி வளைத்தது. அவர்கள் கையில் ஈட்டிகளும், வில் அம்புகளும் வைத்திருந்தனர். ஹோவென்று இரைச்சல். அவர்கள் தங்கள் மொழியில் கேட்பது புரிகிறது.

நீ யார்? எங்கு வந்தாய்? எதற்காக? எங்களிடமிருந்து எதைத் திருட வந்தாய்? பெண்களையா? குழந்தைகளையா? நாங்கள் வளர்க்கும் செம்மறிகளையா? மரங்களில் கட்டிய கம்பியில் நாங்கள் காய வைத்திருக்கும் இறைச்சித் துண்டுகளையா? அல்லது எங்கள் பெண்கள் திறந்த முலைகளுடன் உலாவுவதைப் பார்த்துப் போக வந்தாயா?

நான் சொல்வது அவர்களுக்குப் புரியவில்லை. என் தாய் மொழியிலிருந்து கிளைத்ததுதான் அவர்களது மொழி என்றும் அதனால்தான் அவர்கள் பேசும் ஒவ்வொரு வார்த்தையும் எனக்கு அர்த்தமாகிறது என்றும் தோன்றியது. ஆனால் அவர்கள் தங்கள் பூர்வீக மொழியைச் சுத்தமாக மறந்தவர்களாய்த் தோன்றினார்கள்.

அவர்களின் உடைகள் விநோதமானவை டாக்டர். ஆண்கள் புலி, மான், ஆடு போன்ற மிருகங்களின் தோலால் ஆன ஆடைகளையும், பெண்கள் மயிற்பீலியின் இழைகளைப்

பாவுபோட்டு நெய்த ஆடைகளையும் அணிந்திருந்தனர். பச்சை மாமிசத்தை உண்பவர்களாயிருந்தனர். மதச் சடங்குகளில் திளைத்தவர்களாய் இருந்தனர். என்னைக் கயிறு கொண்டு பிணைக்கும் முன் ஏகப்பட்ட மந்திரங்களை உச்சரித்தவன் இதற்காகவே நியமிக்கப்பட்டவன் போலிருந்தான். கன்னங்களில் வெள்ளை, சிவப்பு, கறுப்பு நிறச் சாயங்களால் தீட்டப்பட்ட கோடுகளை வரைந்திருந்தான். நெற்றியின் மேல்புறம் கட்டிய பட்டையில் கோழி இறகு போன்றவற்றைச் சொருகியிருந்தான்.

அவர்கள் என்னைக் கொன்றுவிட முடிவெடுத்தனர். என் அடி வயிற்றில் அசாத்தியமான வலியை உணர்ந்தேன். வாயில் கசப்பு ஊறியது. நெஞ்சைக் கரித்தது. எங்கோ பிறந்து எங்கோ வளர்ந்து எங்கோ அநாதையாய்ச் சாகப்போகிறேனே என்று பரிதவித்தேன். மிருதுளாவிடம் ஒரு வார்த்தை சொல்லிவிட்டு வரவாவது அனுமதியுங்களடா, அற்பப் பதர்களா என்று கதறினேன். அந்தக் கூட்டத்திலிருந்த குழந்தைகள் சிரித்தன. என் கண்ணிலிருந்து வழியும் நீரை ஒரு பெண் குழந்தை தன் சுட்டு விரலால் தொட்டு, நக்கி நாவைச் சப்புக்கொட்டியது. மரணத்தின் முன்னிலையிலும் அந்தப் பெண்ணின் பிஞ்சு மார்புகளில் என் கவனம் குவிந்ததை இப்போது நினைத்தாலும் வெட்கமாக இருக்கிறது டாக்டர்.

ஆனால், என்னை உடனடியாகக் கொன்றுவிடமாட்டார்கள், அநேகமாகக் கொல்லவே முடியாது அவர்களால் என்று சீக்கிரத்திலேயே தெரிந்துவிட்டது.

சீனிவாசன் போத்தி பெருமூச்சுவிட்டார். ராகவனின் முகத்திலும் இறுக்கம் தளர்ந்து மெலிதான புன்னகை தோன்றியிருந்தது.

அவர்களில் இரண்டு பிரிவுகள் இருந்தன டாக்டர். ஒரு பிரிவு, காலைச் சூரியனே வணங்குதற்குரியது; மாலைச் சூரியன் கண்களின் பார்வையைப் பறித்துவிடக்கூடியது. ஆகவே இவனைக் காலையில்தான் கொல்ல வேண்டும் என்றது. மற்றொரு கோஷ்டி மாலைச் சூரியனே நம்

கடவுள்; காலைச் சூரியனின் கதிர்கள் சருமத்தில் பட்டால் குஷ்டரோகம் வந்துவிடும் என்பதால் மாலையில்தான் கொல்ல வேண்டும் என்றது. ஆனால் இரு பிரிவுகளும் ஒத்துப்போன விஷயங்களும் இருந்தன. இரவு குடிப்பதற்கும், உறங்குவதற்கும் ஆன நேரம். அந்த நேரத்தில் ராஜாங்கக் காரியங்கள் பார்க்கக்கூடாது. நண்பகல் பொழுது கடவுளால் சபிக்கப்பட்ட பொழுது. அந்தச் சமயத்தில் கொலை செய்பவர்கள் நேரே நரகத்தின் எண்ணெய்க் கொப்பரைக்குள் போய்ச் சேருவார்கள்.

வேறு விதமான கடவுள் நம்பிக்கை கொண்ட கூட்டம் ஒன்றும் அவர்கள் மத்தியில் இருந்தது. சாகப்போகிறவன் என்றாலும் அவனும் மனிதன்தானே, அவனைப் பட்டினியால் சாகவிடலாமா என்று எனக்கு வேளை தவறாமல் உணவளித்துப் பராமரித்தது.

அவர்கள் முடிவெடுக்கும் வரையில் மரணமில்லை என்ற உத்தரவாதத்தில் பகல் பொழுதுகளை வேடிக்கை பார்த்துக் கழித்தேன். உணவுக்காகக் கட்டுக்களை அவிழ்த்துவிடும் போது குழந்தைகளுக்குக் குட்டிக்கரணம் போட்டுக் காட்டிக் குதூகலப்படுத்துமளவு இயல்பாகிவிட்டேன். அந்த நிலப்பரப்பைப் பற்றிச் சொல்லவில்லையே டாக்டர். கண் கூசும் வெய்யிலில் அலுமினியத் தகடுபோலப் பளபளக்கும் தரை. முட்கள் அடர்ந்த புதர்கள். பட்டுப்போனவைபோல வெறும் சுள்ளிகளாய் நீண்டிருக்கும் மரங்கள். நீங்கள் Gods Must Be Crazy படம் பார்த்திருக்கிறீர்களா டாக்டர்? அதில் வரும் நிலப்பரப்பு மாதிரியே இருக்கும்.

அவர்களிடமிருந்து நான் தப்பியதும் ஒரு அற்புதம் டாக்டர். ஒருநாள் காலையில் அண்டரண்டப் பட்சி ஒன்று பறந்து வந்தது. விக்ரமாதித்தன் கதையில் வரும் அதே பறவை. சூரியனை மறைக்கும் இறக்கைகளை விரித்து அசைத்து வந்த பட்சியைப் பார்த்ததும் எனக்குக் காவலிருந்தவர்களும், என் மரண விவாதத்தை நாட்கணக்காக நடத்தி வந்தவர்களும் பயந்து பதறி ஓடினர். அந்தப் பறவையின் கூர்நகங்கள் பட்டுத்தெறித்தன என்னைக் கட்டியிருந்த கயிறுகள். தன்

விரலிடுக்கில் என்னைப் பற்றியவாறு பறக்க ஆரம்பித்தது பறவை. கீழே காடுகளும் மலைகளும், சிற்றெறும்புபோல ஒட்டகச்சிவிங்கிகளும் கடுகுகள் போலக் காண்டாமிருகங்களும் விரைய சமுத்திரங்களைத் தாண்டித் தூக்கிப் போனது என்னை. மறுகாலில் மாட்டிக்கொண்டிருந்தவர் யார் தெரியுமோ டாக்டர்?

சொல்லுங்கள்.

நாரதர். அச்சு அசல் அப்படியே டி.ஆர். மகாலிங்கத்தின் ஜாடை

சீனிவாசன் போத்தி மனம் விட்டுச் சிரித்தார். ராகவனும் சிரித்தான்.

இப்போச் சிரிப்பாய் இருக்கிறது டாக்டர். ஆனால் பறந்து கொண்டிருந்தவன் ஒரு முடிவு தெரியாமல் ஆபீஸுக்குச் சென்ற போது பீடி குடித்துக்கொண்டு சாவகாசமாய் உட்கார்ந்திருந்த கடைநிலை ஊழியன் முனுசாமியை அடித்துவிட்டேன். அன்றைக்குச் சாயந்திரம் கோபாலகிருஷ்ணன் என்னை வீட்டில் கொண்டு விட்டபோது உங்களைப் பற்றி மிருதுளாவிடம் சொன்னார். அவளிடம் நான் ஒத்துக்கொண்டேன், உங்களைப் பார்க்க வருவதாக.

பறவை என்னை ஒரு கடற்கரையில் உதிர்த்துவிட்டுப் போனது. அங்கே உட்கார்ந்து எனக்காகக் காத்திருந்தது யார் என்று தெரிந்தால் திகைத்து விடுவீர்கள் டாக்டர். பெருவழுதி. அவனைப் பார்த்ததும் தொண்டைக் குழியில் குத்துக் காயம் இருக்கிறதா என்றுதான் முதலில் பார்த்தேன். நல்லவேளை எதுவும் இல்லை.

கரையோரம் கட்டியிருந்த படகில் என்னை ஏற்றிக்கொண்டு நடுக்கடலுக்குக் கூட்டிப்போனான். அங்கு நங்கூரமிட்டிருந்த மரக்கலத்தில் என்னை ஏற்றிவிட்டான். கலபதியிடம் சில பொற்கழஞ்சுகளைப் பெற்றுக்கொண்டு திரும்பிப்

பார்க்காமல் சென்றுவிட்டான். வழுதி, வழுதி என்று நான் கூவியது அலைகளின் பேரிரைச்சலில் கரைந்துபோக மூர்ச்சையில் விழும் நேரத்தில் கலபதி என் மோவாயில் குத்தினான். ரத்தத்தின் உப்புச் சுவையை நாவில் உணர்ந்தபடி அவன் ஆணைக்குக் கட்டுப்பட்டுப் பின்தொடர்ந்தேன். என்னைக் கலத்தின் நிலவறைக்குள் தள்ளிவிட்டான். அடக்கிய சினத்துடன் துடுப்பு தள்ளிக்கொண்டிருந்த ஜூடா பென்ஹருக்கு அருகில் இருந்து துடுப்பு தள்ளுமாறு பணிக்கப்பட்டேன்.

அந்நிய தேசத்தவன் என்பதாலும் திரும்பிச் செல்ல இடமற்றவன் என்பதாலும் என் கால் கைகளை விலங்கால் பிணைக்காமல் விட்டுவிட்டார்கள். அந்தக் கலம் யூத அடிமைகளால் இயக்கப்படுவது என்றும், ஜூலியஸ் சீசரின் கடற்படையின் அங்கம் என்றும் கிட்டித்த பற்களினூடாய் பென்ஹர் என்னிடம் சொன்னான்.

எதிரிக் கப்பலின் தாக்குதலுக்கு ஆளாகி, எங்கள் கலம் சிதைந்து நாங்கள் சமுத்திரத்தில் வீசியெறியப்பட்டு, அலைகளின் ஓங்காரத்தில் மோதுண்டு, மரக்கட்டை ஒன்றைப் பற்றிக்கொண்டு மிதந்தேன். உடல் சலிக்கும்வரை கால்களால் தண்ணீரில் உதைப்பதும், உடல் ஓயும்போது சும்மா மிதப்பதுமாய்ச் சில நாட்கள் கழிந்தன. மழைத் தண்ணீரை மட்டுமே அருந்தியபடி மிதந்துகொண்டிருந்தபோது நிலத்திலும் நீரிலும் பகலிலும் இரவிலும் இன்றும் நாளையும் மரணம் என்னுடன் நடத்தும் ஓட்டப் பந்தயத்தின் முடிவு என்னவாய் இருக்கும் என்ற வேதனை என்னை ஆக்ரமித்தது.

எத்தனையோ நாட்களுக்குப் பிறகு கரையொதுங்கியபோது பெருவழுதி, தான் உட்கார்ந்திருந்த இடத்திலேயே இருந்தான். அவனுக்கு அருகில் நான் படுத்திருந்தேன். அவனிடம் என்னைக் கடலில் கொண்டு தள்ளியது நியாயமா என்று கேட்டேன். அவன் கனவு கண்டு உளறுகிறாயா என்றான். எனக்குக் குழப்பமாகிவிட்டது.

என்ன குழப்பம்?

கனவுக்குள் கனவா என்ற குழப்பம்தான். ஒரு கனவு தொடர்வதே ரணவேதனையாய் இருக்கே டாக்டர். கனவுக்குள் கனவாக அடுக்குகள் உண்டானால் தப்பிக்க வழியே இல்லாமல் போய்விடாதா?

உங்களைத் தப்பிக்க வைக்கத்தானே நான் இருக்கிறேன். நீங்கள் எதில் சிக்கியிருப்பதாய் நினைக்கிறீர்களோ அதை முழுக்கத் தெரிந்துகொள்ளாமல் விடுவிக்க முடியாதில்லையா? அதற்காகத்தான் உங்களை எந்த விபரமும் விடுபடாமல் சொல்லும்படி வேண்டுகிறேன். தொடர்ந்து சொல்லுங்கள்.

பெருவழுதியும் நானும் கடற்கரையை நீங்கி நகரத்துக்குள் சென்றோம். யவனர்களும், களப்பிரர்களும், காபாலிகர்களும் நடமாடும் வீதியில் வைர வணிகர்கள், மோதிரத்துக்குள் சுருட்டி வைக்கக் கூடிய துகில்களை விற்பவர்கள், கணிகையர், ஆண்மைக் குறைவிற்கான லேகியங்களைத் தரையில் விரித்த துணியில் பரப்பி ஒலிபெருக்கி மூலம் விளக்கி விற்பவர், மகா அளவுகள் உள்ள ஜமுக்காளங்களை ஏலம் விடுபவர், சூதாட்டங்களை விற்பவர்கள், சேவற்சண்டை, ஆட்டுக்கிடாய்ச் சண்டை எல்லாவற்றையும் கடந்து ஒரு ஆலயத்தை அடைந்தோம்.

ஆலய வாசலில் பெருவழுதி என்னிடம் விடைபெற்றுக்கொண்டான். வயநாட்டுப் பக்கம் செல்வதாகவும் வரும் பவுர்ணமிக்கு அடுத்த பவுர்ணமியில் திருவிதாங்கூரில் சந்திக்கலாம் என்றும், சேர மன்னன் பற்றிய முக்கியமான துப்பு ஒன்றுடன் திரும்பி வருவதாகவும் சொல்லிப் பிரிந்தான்.

நான் ஆலயத்துக்குள் சென்றேன். அந்திகால பூஜைக்கு எழுப்பப் பட்ட ஆலாட்ச மணியின் நாதம் ஆலயத்தின் பிராகாரங்களில் மேகம்போலத் திரண்டு நின்றிருந்தது. அசையாதிருக்கும் மணியின் நாவை யாரேனும் சற்று உலுக்கினாலும் போதும், மழைபோலப் பொழியக் காத்திருந்தன சப்த மேகங்கள். பூக்கள் ஒன்றும் தட்டுப் படாத போதிலும் பூவின் நறுமணம் காற்றுப்போல வீசியது. நாசித் துவாரங்களின்வழி தொற்றிய போதை சிந்தையைக் கிறுகிறுக்க

வைத்தது. ஆலயத்தின் வெளிப்பிராகாரத்தில் கூண்டுகளில் அடைக்கப்பட்ட எண்ணற்ற மயில்கள் ஏககாலத்தில் அகவின. கோவிலின் பட்டத்து யானை சங்கிலி பூட்டப்பட்ட கால்களை நகர்த்தி வைத்துப் பிளிறியது. ஆளற்ற தனிமையில் கிடந்த முரசம் ஒலித்தது. பூமி அதிர்ந்தது. என் மரணத்தைச் சந்திக்க என்னைத் தயார்ப்படுத்தும் உற்பாதங்களே இவை என்று நான் மறுகிய சமயம், துவாரபாலகர்களின் அருகிலிருந்த பெண் சிற்பம் என்னை நோக்கிக் கண்ணசைத்தது. அதன் அழைப்புக்கிணங்கி அருகில் சென்றபோது மீண்டும் கற்சிலையாகிய பெண்ணின் வலது தொடையில் ஒரு தேளின் வடிவம் செதுக்கப்பட்டிருந்தது.

மடைப்பள்ளியைத் தேடி நகர்ந்தேன். அங்கிருந்தவனிடம் என் பசியைத் தெரிவித்தபோது, ரவா கேஸரியும் வாழைக்காய் பஜ்ஜியும் தனித்தனி இலைகளில் வைத்து அளித்தான். பசியடங்கினதும் அவனிடம் பெண் சிலை பற்றி விசாரித்தேன். அதைச் செதுக்கியவன் விருச்சிக ஸ்தபதி எனவும், அவன் ஊருக்கு வெளியில் ஒரு குடிசையில் வசித்து வருகிறான் எனவும், காரடையான் நோன்பு நாளில் அதை ஆலயத்தில் கொண்டு வந்து பதித்துவிட்டுப் போனதாகவும் தான் செதுக்கும் சிற்பங்களில் தன் பெயரைப் பொறித்துக்கொள்வதில்லை, கருந்தேளின் படத்தை மட்டுமே பொறிப்பவன் அவன் என்றும் சொன்னான்.

விருச்சிக ஸ்தபதியைத் தேடிக்கொண்டு போனேன். ஆலயத்தின் வருடாந்திர ஆராதனையின்போது துவஜஸ்தம்பத்தின் அருகில் கடந்துபோன பெண்ணின் பின்புறத்தை மட்டுமே பார்க்கக் கிடைத்தாகவும், பின்புறம் கிளர்த்திய கலைவெறியில் முன்புறத்தை யூகித்துச் சிற்பத்தை வடித்ததாகவும், பிற்பாடு விசாரித்தபோது அந்தப் பெண் பக்கத்து நாட்டுச் சிற்றரசன் சுகுணவல்லபனின் மகள் பிரியம்வதா என்றும் தகவல் சொன்னான். அவளுக்குப் பன்னிரண்டு வருடங்களாக மாப்பிள்ளை தேடி வருவதாகவும் சுத்தமான அங்க லட்சணங்கள் பொருந்தியவனாக நான் இருப்பதாலும், அந்தப் பெண் என்னை நோக்கிக் கண்ணசைத்ததில் ஒரு சமிக்ஞை இருப்பதாய்த் தனக்குத் தோன்றுவதாலும் நான் சென்று முயன்று பார்க்கலாம் என்றும் சொன்னான்.

சுகுண வல்லபனின் தேசத்தை நோக்கி நடக்கவாரம்பித்தேன்.

சீனிவாசன் போத்தி கொட்டாவியை அடக்கிக்கொண்டார். கவனித்த ராகவன் சற்றுக் கோபமாய்ச் சொன்னான்.

> கேட்டுக்கொண்டிருக்கும் உங்களுக்கே இவ்வளவு சலிப்பாய் இருந்தால், அத்தனை இடத்துக்கும் அலைந்துகொண்டிருக்கும் எனக்கு எவ்வளவு அலுப்பு இருக்கும்?
>
> தவறாகப் புரிந்துகொண்டுவிட்டீர்கள். நான் எவ்வளவு ஆர்வமாகக் கேட்டுக் கொண்டிருக்கிறேன். நேற்று இரவு கொஞ்சம் தாமதமாகத் தூங்கினேன். உடல் அலுப்பு அவ்வளவுதான். நீங்கள் சொல்லுங்கள். சரி, இதையெல்லாம் உங்கள் மனைவியிடம் ஏன் சொல்லக்கூடாது?
>
> குழந்தையாய் இருக்கிறீர்களே டாக்டர்? தன் புருஷன் வேறு பெண்களைத் தேடிக்கொண்டு போவதை எந்த மனைவி சகித்துக் கொள்வாள்?
>
> அதுவும் நியாயந்தான், நீங்கள் சொல்லுங்கள்.

நான் அந்த நகரத்துக்குப் போய்ச் சேர்ந்தது இரவு நேரம். தெருக்களில் அழுது வழியும் விளக்குக் கம்பங்களையும், அந்நியனை முறைக்கும் தெரு நாய்களையும், அடைத்துக் கிடக்கும் வீடுகளையும் கடைகளையும் கடந்து புழுதி படர்ந்த வீதியில் நடந்து தங்குமிடம் தேடிப்போனேன். தீப்பாய்ந்த அம்மன் சத்திரம் திறந்து கிடந்தது. வாயிற் திண்ணையில் காவலாளி உட்கார்ந்திருந்தான்.

நான் எங்கிருந்து வருகிறேன், என்ன நோக்கம் என்று விசாரித்தான். நான் எல்லாம் சாவகாசமாகச் சொல்கிறேன், வேறு நாட்டிலிருந்து வேறு காலத்திலிருந்து வருகிறேன், உண்ண ஏதாவது கிடைக்குமா, சோர்ந்திருக்கிறேன் என்றேன்.

அவன், நாட்டைப் பஞ்சம் பீடித்திருக்கிறது. ஒருவேளை மட்டும் உணவருந்தி உதவுமாறு அரச கட்டளை. என்றாலும் இந்த தேசத்தின் சட்டங்கள் இந்த தேசத்தின் பிரஜைகளுக்கு மட்டும்தான், அந்நியர்களுக்கு இல்லை என்பதால் நான் நீர் அருந்தத் தடையேதும் இல்லை என்று சொன்னான்.

மன்னனைப் பற்றியும் அவன் மகளைப் பற்றியும் காவலாளியிடம்

பேச்சும் ஓரிரு பொற்காசுகளும் கொடுத்துச் சில தகவல்களைப் பெற்றுக்கொண்டேன். இளவரசி பிரியம்வதா பிடிவாதக்காரியாம். சில நிபந்தனைகள் வைத்திருக்கிறாள். அதைப் பூர்த்தி செய்பவனைத் தான் மணப்பேன் என்று உறுதி பூண்டிருக்கிறாள். பஞ்சகாலத்தில் குடும்பத்தைப் பெருக்கித் துன்பப்பட இளைஞர்கள் தயாராயில்லாத தால், வேற்று நாட்டு வாலிபர்களை நம்பியே சுயம்வரத்தை நடத்த வேண்டியிருக்கிறது என்றும், ஆடி, மார்கழி தவிர பிற மாதங்களில் இரண்டாவது, நாலாவது வெள்ளிக்கிழமைகளில் தவறாது சுயம்வரம் நடைபெறுவதாகவும், சில சமயங்களில் சுயம்வரத்துக்கு யாரும் வராத போது வெற்று நாற்காலிகளால் நிரம்பிய சுயம்வர மண்டபத்தை, உயர்த்திப் பிடித்த மாலையுடன் இளவரசி சுற்றி வரும்போது அரச விசுவாசிகளான அவையோர் வஸ்திரத்தால் தம் கண்களை ஒற்றிக் கொள்வார்கள் என்றும் சொன்னான். நான் யோகக்காரன் என்றும் சொன்னான். நாளை சுயம்வர நாளாம். வேற்று நாட்டு வாலிபர்கள் இருவர் இதே சத்திரத்தில் வந்து தங்கி, வேறு அறைகளில் உறங்கிக் கொண்டிருப்பதாகவும் அவர்களைவிடவும் அங்க லட்சணங்களில் நானே சிறந்து விளங்குவதாகவும், நாளை எனக்குப் பிரகாசமான வாய்ப்பு இருப்பதாகவும், இஷ்ட தெய்வத்தைப் பிரார்த்தித்தபடி உறங்குமாறும் சொல்லி வாழ்த்தினான்.

*டா*க்டர் சீனிவாசன் போத்தியின் உதவியாளன் உள்ளே வந்து அவர் காதருகில் குனிந்து ஏதோ சொன்னான். அவர் ராகவனிடம், ஒரு நிமிடம், என்று சொல்லிவிட்டு அறைக்கதவைத் திறந்து வெளியில் போனார். மிருதுளா விசும்பி விசும்பி அழுதுகொண்டிருந்தாள். குழந்தைப் பேறற்ற போத்திக்கு அவள் ஒரு கணம் சிறுமி போலத் தென்பட்டாள். பரிவுடன் அவள் தலையை வருடினார். நிமிர்ந்தவளிடம்,

தைரியமாக இருங்கள்.

என்றார்.

டாக்டர். நான் உங்களைத்தான் டாக்டர் நம்பியிருக்கிறேன்.

அழாதீர்கள் அம்மா. நான் வேறு எதற்கு இருக்கிறேன்.

ராகவன் அமைதியாய் உட்கார்ந்திருந்தான். கண்ணாடி உருண்டையாய் இருந்த பேப்பர் வெயிட்டைக் கையிலெடுத்து உருட்டிக்கொண்டிருந்தான். சுழல் நாற்காலியில் அமர்ந்த வண்ணம் போத்தி சொன்னார்.

ம், சொல்லுங்கள். சுயம்வரத்துக்குப் போனீர்களா?

நாலாவது ஜாமத்தின் முடிவில்தான் தூக்கமே வந்தது. சிலையாய் இருந்த பிரியம்வதா ரத்தமும் சதையுமாய் என்னைச் சுற்றி சுற்றி வந்தாள். உடல் சோரச் சோர நாங்கள் மரங்களைச் சுற்றி ஓடினோம். அடிவயிற்றை எக்கிப் பாட்டுக்கள் பாடினோம். பார்வைக்குப் புலப்படாத நூற்றுக்கணக்கான இசைக் கருவிகளின் பின்னணி இசையுடன், மூச்சிரைப்பதை வெளிக்காட்டிக்கொள்ளாது நாங்கள் ஓடியபோது, விநோதமான உடைகளில் ஆண்களும் பெண்களுமான அறுபத்துநாலு பேர் எங்களை முன்னும் பின்னுமாய்த் தொடர்ந்தனர். ஆண்கள் செந்நிறச் சீருடையும், பெண்கள் வெண்ணிறச் சீருடையும் அணிந்திருந்தனர். அவர்கள் முன்னிலையிலேயே நானும் பிரியம்வதாவும் முத்தமிட்டுக்கொள்வதும் புணர்ச்சிக்கு ஈடான அங்க அசைவுகளை வெளிப்படுத்துவதுமாகப் பொழுது விடிந்தது அறைக்குள் பாய்ந்த சூரிய ரேகைகளின் உறுத்தலில் தெரியவந்தது.

காவலாளி உட்கார்ந்திருந்த திண்ணையில் வெற்றிடம் வீற்றிருந்தது. பிற அறைகளில் யாருமின்றி, தீப்பாய்ந்த அம்மன் சத்திரம் பேய் மாளிகைபோல இருந்தது. வீதியில் நடமாடிய மக்களின் முகத்தில் அபூர்வமான சோகம் புரையோடியிருந்தது. குரல்வளை நெரிக்கப்பட்டவர்கள்போல ரகசியமான குரலில் பேசிக் கொண்டனர்.

குளித்துவிட்டு, அரசவைக்கு வழிகேட்டு நடந்தேன்.

எனக்கு முன்பே வந்த இளைஞர்கள் இருவர் - அவர்கள்தான் என் போட்டியாளர்கள் என்று புரிந்தது - காத்திருந்தனர். மூன்றாவது நாற்காலியில் சென்று அமர்ந்தேன். தர்பார் மண்டபத்தில் வீற்றிருந்த யார் முகத்திலும் சிரிப்பு இல்லை. கிழிந்த உடைகளுடன் சேவகர்கள் வெறுங்காலில் நின்றிருந்தனர். மன்னர் தன் குமாரியுடன் உள்ளே

நுழைந்தபோது எழுந்து நின்ற அனைவருடனும் நானும் நின்றேன். மன்னரின் நடை தளர்ந்திருந்தது. சற்றே கூன் விழுந்த முதுகு. அவருடைய உடையிலிருந்து ஒரு கரப்பான் பூச்சி குதித்து ஓடியதைக் கண்டேன்.

பிரியம்வதா சிலைபோல இல்லை. வருடங்கள் அவளிடம் நிகழ்த்திய விளையாட்டு நரைமுடிகளாகவும் ஒட்டிய கன்னங்களாகவும் துருத்திய முன்பற்களாகவும் பதிவு பெற்றிருந்தது. என்றாலும், கழிக்க முடியாத வசீகரம் அவள் முகத்தில் இருந்தது.

மன்னனின் சார்பாக முதல் மந்திரி நிபந்தனைகளை அறிவித்தார். நூற்று முப்பத்துமூன்று பாடல்களை இயற்றிப் பாடுகிறவனே இளவரசியின் கரம் பற்றத் தகுதியானவன். பாடல்கள் தமிழில் அமைய வேண்டும். இலக்கணப் பிழையோ, கருத்துப் பிழையோ நேரிடின் உரிய தண்டனை வழங்கப்படும். பாடல்களில் இளவரசிக்குத் தோன்றும் ஐயப்பாடுகளைத் தீர்ப்பதும் போட்டியாளனின் பொறுப்பே.

முதல் வேட்பாளன் எழுந்து வாய்ப்பாடு சொல்லலாமா, அத்துடன் பித்தாகோரஸ் தியரம் போன்ற கணிதச் சூத்திரங்களையும் சேர்த்து நூற்றி நாற்பது ஐட்டங்கள்வரை சொல்ல முடியும் என்றான். மன்னர் வருத்தத்துடன் தலையசைத்து மறுத்தார்.

அடுத்தவன் எழுந்து ஆர்க்கிமிடிஸ் தத்துவம், பாயில்ஸ் விதி போன்ற அறிவியல் சூத்திரங்கள் நூற்று அறுபதுவரை அடிபிறழாமல் ஒப்பிக்க முடியும் தன்னால் என்று தெரிவித்தான்.

பிரியம்வதா முகத்தைச் சுளித்தாள். கம்பீரமாகச் சொன்னாள்.

> தமிழ். அதுதான் எனக்கு முக்கியம். தமிழ். தமிழில் செய்யுள் இயற்றுபவர்கள் இருக்கலாம். மற்றவர்கள் செல்லலாம்.

தலை தொங்க வெளியேற நகர்ந்த இருவருடன் நானும் வெளியேற முனைந்தேன்.

மன்னர் கேட்டார்.

> தம்பீ, ஒன்றும் சொல்லாமல் போகிறீர்களே?

ஐயா, நான் புலவன் இல்லை. இந்த நிபந்தனை முன்கூட்டியே தெரிந்திருந்தால் வந்திருக்கவே மாட்டேன்.

மன்னர் மகளிடம் திரும்பிச் சொன்னார்.

ப்ரியா, எவ்வளவோ பேரைத் திருப்பி அனுப்பிவிட்டோம். நீயும் பேரிளம்பெண்ணாகிக் கொண்டு வருகிறாய். மயூர சன்மனும், மார்த்தாண்ட வர்மனும், கிளியூரானும், புலிகேசியும், பிரம்மராயனும், மேவார் ராணாவும் படை திரட்டி வருவதாக ஓலைகள் வந்தவண்ண மிருக்கின்றன. நாட்டில் தலைவிரித்து ஆடும் பஞ்சத்தைச் சமாளிக்க வழி தெரியவில்லை. உன் திருமணம் இவ்வளவு பெரிய சிக்கலை உண்டு பண்ணும் என்று நான் எதிர்பார்க்கவேயில்லை. அதிகப்படியாக உனக்குச் சுதந்திரம் வழங்கிவிட்டேனோ என்று அஞ்சுகிறேன்.

தந்தையே, பெற்றவருக்காகவும் கொற்றவருக்காகவும் கொண்ட வருக்காகவும் என் தமிழ் ஆர்வத்தைத் துறக்க மாட்டேன். கன்னியாக இருந்து மரிக்கவும் நான் ஆயத்தமாக இருக்கிறேன்.

மன்னர் விசனமாகச் சொன்னார்.

நிபந்தனையையாவது தளர்த்தலாமே. இவரும் கண்ணியமானவராகவும் அழகானவராகவும் இருக்கிறார்.

பிரியம்வதா சொன்னாள்.

இளைஞரே, என் தந்தையின் வேண்டுகோளுக்கிணங்கியும் உங்கள் தோற்றம் கருதியும் நான் நிபந்தனைகளைத் தளர்த்துகிறேன். நீங்கள் இயற்ற வேண்டியதில்லை. பிறர் இயற்றியவற்றை உங்களால் சொல்ல முடியுமானாலும் போதும்.

சாதி இரண்டொழிய வேறில்லை சாற்றுங்கால்

நீதி வழுவா நெறிமுறையின்

என்று ஆரம்பித்து ஐந்தாம் வகுப்பு முதல் பதினொன்றாம் வகுப்பு வரை எனக்கு மனப்பாடப் பகுதியாய் வந்த அத்தனை செய்யுள்களும் கரதலபாடமாய் நினைவில் ஓட, சடசடவென ஒப்பித்து வந்தேன். என் மனன சக்தி பற்றி நான் வியந்த தருணமாய் அது அமைந்தது.

நான்மணிக்கடிகை, குற்றாலக் குறவஞ்சி, திரிகடுகம், நாலடியார், கொன்றை வேந்தன் என்று பாய்கிறது தமிழ். நூற்று முப்பத்திரண்டு பாடல்கள் ஒப்பித்துவிட்டேன். நூற்று முப்பத்து மூன்றாவது பாடல் வரமாட்டேன் என்கிறது. மனம் திகைக்கிறது. எவ்வளவோ முயன்றும் அதிவீரராம பாண்டியன், திரிகூட ராசப்பக் கவிராயர், கபிலர், கணியன் பூங்குன்றனார், காக்கைப் பாடினியார் என்று புலவர்கள் பெயராக ஓடுகிறதே தவிர, செய்யுள் ஒன்றும் நினைவில் வரவில்லை.

என் அருகில் உடைவாள் தரித்த வீரர் இருவர் வந்து நின்றனர். எதற்கு என்று அவர்களிடமே கேட்டால், போட்டியில் நான் தோற்கும் பட்சத்தில் என் நாக்கைத் துண்டிக்க என்று சொல்கிறார்கள். விருச்சிக ஸ்தபதியின்மேலும் தீப்பாய்ந்த அம்மன் சத்திரக் காவலாளிமீதும் முதன்மந்திரிமீதும் ஆத்திரமும் கொலைவெறியும் பெருக நின்று கொண்டிருந்தேன்.

சீனிவாசன் போத்தி சொன்னார்.

அம்பிகாபதி கதை போலவே இருக்கிறதே

டாக்டர் நீங்கள் மகா கெட்டிக்காரரர்.

ஏன்!

நான் நினைத்ததை நீங்கள் அப்படியே சொல்கிறீர்களே.

சீனிவாசன் போத்தி புன்னகைத்தார்.

அப்புறம் என்னவாயிற்று சுயம்வரம்.

இன்று தூங்கினால் தெரிந்துவிடும் டாக்டர். டாக்டர் இப்படியெல்லாம் அலைகிறேனே, நான் பைத்தியமா?

சேச்சே, அதெல்லாம் ஒன்றுமில்லை. நீங்கள் ரொம்ப ஆரோக்கியமாய் இருக்கிறீர்கள். உங்கள் அனுபவங்களையெல்லாம் நீங்கள் எழுதலாமே.

அப்படியா சொல்கிறீர்கள்?

ஆமாம். நீங்கள் இதையெல்லாம் எழுதவேண்டும். எழுதும் பட்சத்தில், சிக்கலான இடங்களில் நீங்கள் மாட்டிக்கொள்ள நேரும்போது, உங்களுக்கு உவப்பான விதத்தில் அதை

முடித்துவிடலாம். இவ்வளவு தொந்தரவு இருக்காது பாருங்கள்.

என்னைக் குணப்படுத்திவிடுவீர்கள் என்று மிருதுளா சொன்னாள்.

குணப்படுத்த என்ன இருக்கிறது. உங்களுக்கு வியாதியொன்றும் இல்லை. எல்லோருக்கும் இருக்கும் கஷ்டத்தை நீங்கள் உங்கள் விதமாய் அனுபவிக்கிறீர்கள். அவ்வளவுதான்.

ஆனாலும் தீராத ஏக்கம் ஒன்று இருக்கிறதே டாக்டர்?

அது என்ன?

என்னுடைய கனவில் ஒருமுறையாவது நான் ராகவனாக வரவேண்டும் டாக்டர்.

டாக்டர் ஆதுரமாய்ச் சிரித்தார். மேஜை மணியை ஒலித்து உதவி யாளனை அழைத்து மிருதுளாவை உள்ளே அனுப்பச் சொன்னார்.

அவள் உள்ளே வருவதற்குள் ராகவனை ஒருதரம் பார்த்தபோது சுவரில் பதித்த ஆணியைப் பூச்சி என்று நம்பி ஜாக்கிரதையாய் நகர்ந்த பல்லியை அவன் உற்றுக் கவனித்துக்கொண்டிருந்தான். அகன்ற வாயுடைய பீங்கான் கோப்பையில் நீரில் புதைந்திருந்த கண்ணாடிக் குழல் லேசாக ஒடிந்து தெரிந்தது.

இன்று இரவு அவனுடைய கனவில் இளஞ்சேட் சென்னி என்ற மனோதத்துவ மருத்துவரும், டாக்டர் சீனிவாசன் போத்தி எம்.டி. என்ற நோயாளியும் சந்திக்க வாய்ப்பிருக்கிறது என்று டாக்டர் போத்திக்குத் தோன்றியது. பெருமூச்சுடன் ஸ்டெதாஸ்கோப்பைக் கழற்றி மேஜை மீது வைத்தார்.

புது எழுத்து, ஏப். -ஆக. 2000

மேஷ புராணம்

மதுரையில் நியூசினிமா என்று ஒரு திரையரங்கம் இருக்கிறது. அதற்குப் பக்கவாட்டில் மீனாட்சியம்மன் கோவிலை நோக்கிப் போகும் தெற்கு மாசி வீதியில் ஏராளமான பழைய புத்தகக் கடைகள் உண்டு. நாயனார் கடையின் நிரந்தர வாடிக்கையாளன் நான். அங்கே பத்து வருஷத்துக்கு முன்னால் விலை சகாயமாக இருக்கிறதே என்று வாங்கிப் போட்டு, இன்னும் படிக்காமல் அலமாரியில் தூங்குகிற புத்தகங்கள் அநேகம்.

என்னுடைய உறவினர்களில் பெரும்பான்மையானவர்கள் மதுரையில் தான் இருக்கிறார்கள். அவர்களில் பலருக்கும் நான் முன்கோபி என்று அபிப்ராயம். எனக்கு முதல் கோபம் வருவதே கிடையாது, வருவ தெல்லாமே பதில் கோபம்தான் என்று அவர்களுக்குப் புரிவதில்லை. பல வைபவங்களில் பாதியில் எழுந்து வர நேர்ந்திருக்கிறது, சில சமயம் பாதிச் சாப்பாட்டில். புத்தகங்களை வடிகாலாகவும், புகலிடமாகவும், ஒளிந்துகொள்ளக் கிடைத்த குகைகளாகவும் கருதுகிறவன் நான். இஸ்மாயில் சொல்வான்,

> கிஷ்ணா, நீ படிக்கிற வேகத்துக்கு புக்ஸ் வாங்குகிற எண்ணிக்கை ரொம்ப ஜாஸ்தி. இருக்கிறதையெல்லாம் படிச்சு முடிச்சிட்டுத்தான் புக்ஸ் வாங்குறதுன்னு முடிவு பண்ணிக்கலாமே. காசும் மிச்சம். செயற்கையா, நீ நிறையப்

> படிக்கிறவன் என்கிற மாதிரிப் பண்ணுகிற பாவலாவைச் சகிச்சுக்கவே முடியல.

நாயனார் கடையில் ரமணன் என்று ஒரு பெரியவர் வேலைக்கு இருக்கிறார். அவர் என்னைப் பார்த்ததும் உற்சாகமானார்.

> என்ன சார், ரொம்ப நாளா ஆளைக் காணம்?

நான் பதில் சொல்லாமல் புத்தகங்களை மேய்ந்தேன்.

> ஸார், வீட்ல கொஞ்சம் புஸ்தகங்கள் இருக்கு. நேத்து வந்தது. பாக்கலாம் வரீங்களா?

இருவரும் ஒரு ரிக்ஷா அமர்த்திக்கொண்டு சுண்ணாம்புக்காரத் தெருவுக்குப் போனோம். இரண்டு பெரிய இரண்டடுக்குக் கட்டடங் களுக்கு இடையில் தகரச் சார்ப்பு போட்ட தன் வீட்டு வாசலில் ரிக்ஷாவை நிறுத்தச் சொன்னார் ரமணன்.

> ரிக்ஷாவுக்குக் கூடப் போட்டுக் குடுங்க ஸார். நமக்கு வேண்டிய பையன்தான்.

கூட ஐந்து ரூபாய் கொடுத்தேன் - மனசேயில்லாமல்.

இங்கேயும் ஒன்றும் தேறாது என்று தோன்றியது. பழைய தமிழ்ச் சிறுகதைத் தொகுதிகள், ஜனரஞ்சக நாவல்கள், துப்பறியும் கதைகள், பல்கலைக்கழகப் பாடநூல்கள், ஆங்கில மருத்துவ நூல்கள், பகவத் கீதை சித்பவானந்தர் விளக்கவுரையுடன் ஏழெட்டுப் பிரதிகள். குறைந்தபட்சம் இஸ்மாயிலை அசத்துகிற மாதிரியாவது புத்தகம் இருக்க வேண்டாமா. நான் படிக்கிறேன், இல்லை. அது வேறு விஷயம். அந்தப் புத்தகம் என்னிடம் இருக்கிறது என்ற பெருமை முக்கியமில்லையா?

நான் சோரும்போது ரமணன் உள்ளே சென்று ஒரு புத்தகம் கொண்டு வந்தார்.

அது புத்தகம் மாதிரியில்லை. வளையங்களால் கோர்த்த புத்தாண்டு நாட்குறிப்பேடுபோல இருந்தது. தாள்களுக்குப் பதிலாக

அட்டைகள். ஒவ்வொரு அட்டையும் அஞ்சலட்டையின் நீள அகலத்தில். பனை ஓலை நறுக்குகளைப்போல அட்டைகளைக் கோர்த்திருந்த வளையங்கள் இரண்டுமே தாமிர வளையங்கள். அவை சற்று முன்னர்தான் செய்து வளைக்கப்பட்டவைபோலப் புதுக் கருக்குடன் இருந்தன. புத்தகத்தைக் கையில் வாங்கும்போது எனக்குள் மின் அதிர்ச்சி போன்ற ஒன்றை உணர்ந்தவன் அதைப் புரட்டிப் பார்க்கும்போது ஆவல் எனக்குள் கூடுவதை உணர்ந்தேன். முதல் அட்டையில் என்ன எழுதியிருக்கிறது என்று பார்க்கும் முன்பே இரண்டாவது அதிர்ச்சி. கணிப்பொறியில் தட்டச்சு செய்த அட்டைகள் அவை.

முதல் அட்டையில் கொட்டை எழுத்துக்களில் எழுதியிருந்தது. **ஹஸன் குத்தூஸ் மரைக்காயர் எழுதின மேஷ புராணம்.**

ரமணனிடம் விலை கேட்டேன். அநியாய விலை சொன்னார் - அல்லது அப்படி எனக்குத் தோன்றியது. வழக்கம்போல் பாதி விலைக்குக் கேட்டேன். எப்போதும்போலப் பேரம் பேசவில்லை அவர். ஒரே வாக்கியத்தில் பதில் சொன்னார்.

அறிவுள்ளவன் இந்த விலைக்கிக் கேக்க மாட்டான்.

நான் எனக்குள் ஊறின பதில் கோபத்தை அடக்கிக்கொண்டேன். புத்தகத்தை விட்டுவிடக்கூடாது என்று தீர்மானமாய் இருந்தேன். ரமணன் தொடர்ந்து பொரிந்தார்.

பின்னே என்ன சார், எப்பிடிப் புஸ்தகம் இது? எம்புட்டுப் பாடுபட்டுப் பிடிச்சு வச்சிருக்கேன். இத வாங்க ஆளில்லேன்னு நினைக்காதீங்க ஸார். ஜெர்மனிலேர்ந்து நாளைக்கு ஆள் வருது. தபால் வந்திருக்கு. கொத்திக்கிட்டுப் போயிடும் இது மாதிரிச் சரக்கை.

நான் மௌனமாய் இருந்தேன். பிறகு முகத்தைப் பரிதாபமாக வைத்துக்கொண்டு சொன்னேன்.

கட்ட வேணாமா ரமணன்.

ரமணன் கொஞ்ச நேரம் சிந்தித்தார். பிறகு பெரிய மனது பண்ணி, எனக்காகவும், என் நட்புக்காகவும், வியாபாரியாய் என்னிடம்

பழகாதது அவருக்கு ஞாபகம் வந்துவிட்டதாலும், அவருக்கும் என்னை மாதிரி ஆட்களை நம்பித்தானே ஜீவனம் நடத்தணும் என்பதாலும் சொன்ன விலையில் பத்து ரூபாய் குறைத்துக் கொண்டார். தன்னை மறுபடியும் ரிக்ஷாவில் அவர் கடையில் கொண்டு போய் விடவேண்டும் என்றும் வேண்டிக்கொண்டார். தான் சற்றுக் கோபமாய்ப் பேசியதை மனசில் வைத்துக்கொள்ள வேண்டாம் என்றும் மறக்காமல் சொன்னார்.

அறிமுகம்

அது சற்றுப் புதுமாதிரியான புத்தகமாய் இருந்தது. ஹஸன் குத்தூஸ் மரைக்காயரின் காலமோ, புத்தகம் வெளிவந்த காலமோ எங்கும் குறிப்பிடப்படவில்லை. அட்டைகள் மிகப் பழையதாகவும் அச்செழுத்துக்கள் மிகப் புதிதாகவும் இருந்தன. புத்தகத்தின் சில அட்டைகள் பென்சிலால் எழுதப்பட்டிருந்தன. சிலவற்றில் உருது லிபியில் எழுதப்பட்டிருந்தது. (இஸ்மாயில் : எனக்கு உருது பேசத் தெரியும். பேசினாப் புரிஞ்சுப்பேன். எழுதப் படிக்கத் தெரியாது. அந்த அட்டைகளைப் பத்திக் கவலைப்படாதே. முக்கியமானதுன்னா தமிழ்லேயே எழுதியிருக்காதா?) இரண்டாவது அட்டையில் ஒரே ஒரு குறிப்பு மட்டும்.

> என் அரிய நண்பரும் பிரதாப முதலியார் சரித்திரத்தைத் தமிழில் யாத்தவரும் மாயூரம் முன்சீப்புமாகிய புருஷமேரு ஸ்ரீமான் வேதநாயகம் பிள்ளை முன்னிலையில் அவர்க்கு சமர்ப்பணம் செய்து வெளியிடப்பட்டது.

ஹ.கு.ம.

புத்தகத்தைப் பார்க்கப் பார்க்க எனக்குக் காலக் குழப்பம் மிகுந்தது. அட்டைகளில் வரிசை எண்கள் குறிப்பிடப்படவில்லை என்பது குறிப்பிடப்பட வேண்டிய விஷயம். சில பகுதிகள் சூசகமாக வும், சில பகுதிகள் சூத்திரம் போன்றும் சில பகுதிகள் காவிய நடையிலும் சில பகுதிகள் மணிப்பிரவாளமாகவும் இருந்தன. மரைக்காயரின் நடையில் சில இடங்கள் கவித்துவம் மிகுந்தும் சில இடங்கள் கசப்பு மிகுந்தும் சில இடங்களில் எழுத்து அழிந்தும், சில இடங்களில் எழுத்தின் வேகத்தில் அட்டையில் ஆழமான

கீறல்களோடும் வாசிக்க வாசிக்கப் புதிது புதிதாக வெளிப்படும் பரவசத்தோடும் இருப்பதை ரஞ்சகத் தமிழின் அடிமையாகிவிட்ட, என் போன்ற தமிழ் வாசகன் எங்ஙனம் முழுக்க வாங்கிக் கொள்ள முடியும் என்ற பலமான சந்தேகம் எழுந்தது எனக்கு. இஸ்மாயில், தேவகோட்டைப் பகுதியில் நூலகராகப் பணிபுரியும் ஒரு நண்பர், எங்கள் குடும்ப விசேஷங்களை நடத்தி வைக்கும் மணி சாஸ்திரிகள், தமிழய்யா உற்பாதசிவம் ஆகியோரின் உதவியுடன் நடைமுறைத் தமிழில் மொழிபெயர்த்திருக்கிறேன். அந்த விதத்தில் இதை,

ஹஸன் குத்தூஸ் மரைக்காயர் எழுதி கிருஷ்ணன் மொழியாக்கிய மேஷ புராணம் என்றும் சொல்லலாம்.

ஆதிப்படலம்

சம்பவகுமாரன் என்ற கந்தர்வனும், சாம்பவி என்கிற அவனது பார்யாளும் ஆகாய மார்க்கமாகப் பறந்து சென்று கொண்டிருந்தார்கள். மனோவேகம் வாயுவேகம் என்பார்களே அவ்வாறானதொரு வேகத்தில் அவர்கள் பறக்குங்காலையில் ஈரேழு பதிநாலு லோகங்களும் ஒரு மாத்திரைப் பொழுதுக்கு ஒன்றாகத் தோன்றி மறைவதையும் பறந்த பாதையிலேயே தொடர்ந்து பறந்துகொண்டிருப்பதையும் வந்த லோகங்களே மீண்டும் மீண்டும் வருவதையும் கவனியாதவர்களாகவும், முப்பத்து முக்கோடி தேவர்களும் இமைக்காத கண்களில் பீழை சேர இவர்களை வேடிக்கை பார்ப்பதை அறியாதவர்களாகவும் ககனத்தில் விரையும்போது விதியின் சதிபோலவும், பிரபஞ்ச மாயைபோலவும், மானுட நீதிபோலவும் தற்செயல்போலவும் சம்பவ குமாரன் ஒருக்களித்துத் திரும்பிப் பார்த்தான்

வெண்புறாவையொத்த தன் அடிவயிறை பூமிக்குக் காட்டியவாறு பறக்கிற சாம்பவியின் செழுமையான ஸ்தனங்கள் அவனை ஈர்த்தன. பூமிக்குத் திரும்பிப் பொய்கையில் மலரும் வேட்கையில் பாயத் தயாராயிருக்கும் தாமரை மொக்குகள் போலிருந்தன அவை.

ஸகி, நான் தாகம் மிகுந்தவனானேன்.

அவர்களுக்குள்ளான ஸங்கேத மொழிபோலும் இது. சாம்பவி உள்ளுக்குள் அடக்க முடியாத வேண்டாவெறுப்புடனும், இது

போன்ற ஸந்தர்ப்பத்துக்காகவே வாழ்நாள் முழுவதும் காத்திருந்தவள் போன்ற முகபாவனையுடனும் உடனடியாகச் சொல்கிறாள்.

நாதா, தன்யளானேன்.

பறத்தலின் வேகம் கூடவோ குறையவோ செய்யாமல் சம்போகம் செய்யும் காந்தர்வ சரீரங்களை வியந்தபடி மிதந்தன வெண்மேகங்கள். சாம்பவியின் உடல் கொள்ளும் அதிர்வுகளில் பொங்கிச் சீறின மகா சமுத்திரங்களின் அலைமுகடுகள். சேர்க்கையின் பெருமூச்சுகள் சூறாவளிகளாய் வெளியேறி மிரட்டின, பூமிப்பந்தின் ஜீவராசிகளை. சாம்பவியின் கருப்பைக்குள் அனுமதி மறுக்கப்பட்டுப் புறந்தள்ளப் பட்ட சுக்கிலத்துளிகள் பதினொன்று பூமியில் பாரதம் என்று பின்னாளில் அறியப்பட்ட பிரதேசத்தில் துவாரகை என்று பெயரிடப் பட்ட நகருக்கு வெளியில் மாங்கொல்லையில் ஸ்ரீகிருஷ்ண பகவான் மேய்த்துக்கொண்டிருந்த ஆடுகளில் ஒன்று தின்றுகொண்டிருந்த மாங்குழையின் காம்புப் பகுதியில் சொட்டித் தேங்கின.

புதுவிதமான சுவையுடன் மாவிலைகள் இருப்பதை அறியாத ஆட்டின் வாய்வழி புகுந்து கர்ப்பப்பைக்குள் நுழைந்து ஒரே கருவாகத் திரண்டன பதினொரு துளிகளும்.[1] இயற்கை இளக்கார மாய்ச் சிரிக்கும் சத்தம் பல யுகங்களுக்குக் கேட்டவாறிருந்தது.

விருத்திப்படலம்

சரியாகப் பத்தே மாதங்களில் ஒரு குழந்தையை ஈன்றது ஆடு. வாலும் நான்கு கால்களும் மானுட முகமும் கொண்டு பிறவியெடுத்த ஆட்டுக் குழந்தை[2] வளர்ச்சிப் பாதையில் பிரவேசித்து, தனக்கான இணையைத் தேடி வனாந்தரங்களில் அலைய ஆரம்பித்தது.

இணையோவெனில் கந்தர்வர்கள் யாரும் பறக்கிறார்களா என ஆவலுடன் பார்த்தபடி சூக்கும சரீரத்துடன் ஆரண்யத்தின் மறு கோடியில் காத்திருந்தது.

ஓரிரு யுகங்கள் இவ்வாறு கழிந்தன. வானப்பிரஸ்தம் சென்ற பாண்டவர்களில் கடைசியானவனும் இறந்துபட்ட சுதினத்தில் ஆடுகள் இணைந்தன. மேகங்கள் உரசிக்கொள்வதுபோலவும் மானுட நியதிபோலவும் எரிமலை வாய்க்குள் பாற்கடல் சொரிந்ததுபோலவும்

ஜனனவெளியில் ஆட்டுக் குழந்தையின் குட்டிக் குழந்தை நுழைந்தது. தேவர்கள் கனகாம்பரப் பூக்களை வர்ஷித்து ஆசீர்வதித்தனர்.

உயிரியல் தொடர்ச்சியின் நிர்ப்பந்தம் காரணமாக தலைமுறைகள் மரண சமுத்திரத்தில் மூழ்குவதும் பிறப்பின் சுனை ஓயாமல் சுரப்பதும் நிகழ்ந்தவண்ணம் இருக்க, மேய்வதும், உறங்குவதும், இணைவதும், பிரிவதும் தவிர வேறு உத்தியோகம் கண்டுபிடிக்கப்படாததாலும், இதே தொழிலை அசையாமல் நின்று தாவரங்களும் நிகழ்த்திய படியாலும் ஆட்டின் வம்சம் குந்தகம் எதுவுமின்றிப் பல்கிப் பெருகியது. உயிரியற் சங்கிலியில் சிலபல கண்ணிகள் விடுபட்டுத் தெறிப்பதும் சிலபல கண்ணிகள் புதிதாய்க் கோத்துக்கொள்வதும் நிகழ்ந்த படியால் எள்ளை யாரும் போட்டுவிட இடமில்லாதபடி எண்ணிக்கையில் பெருகியது. சாதாரணப் பார்வைக்கு ஆடுகள் என்று சொல்லிவிட முடியாதபடியும் சிந்தனைப் போக்கில் வேறு ஜீவராசி என்று சந்தேகம் கொள்ள முடியாதபடியும் அவை நடமாடத் தொடங்கின. தம்மைத் தவிர்த்த பிற ஜீவராசிகள் எவற்றுக்கும் பூமியின்மீது பாத்தியதை கிடையாது என்பதுபோல பூமிக்கோளின் பௌதிக வெளியையும் காலச் சுழற்சியையும் அங்குலம் பாக்கியின்றி ஆக்கிரமித்தன.

குடியமர் படலம்

ஆடுகள் மந்தையாக வசிக்க வேண்டியதன் அவசியத்தையும் தானியங்களைப் பயிர் செய்ய வேண்டிய தேவையையும் கண்டறிந்தன. புசித்தது போக மீந்த உணவின் எச்சங்களால் நாய் என்ற பிராணியையும், புளிய மிளாறைப் பயன்படுத்தி குதிரை என்ற விலங்கையும் ஆடுகள் பழக்கின. உபரியாய் எஞ்சும் உணவுப் பொருட்களைத் தன்னிடமே வைத்துக்கொள்வதிலும் மறுபால் இணைகளைத் தக்கவைத்துக்கொள்வதிலும் ஏற்பட்ட தகராறுகளைத் தீர்க்க ஆட்டு வம்சம் கிடாய்களை உற்பத்தி செய்தது. பஞ்சாயத்துகள் நடத்தவும், சமாதான காலங்களில் மந்தையின் முன்வரிசையிலும், சண்டைக் காலங்களில் மந்தையின் கடைசி வரிசையிலும் இருந்து ஆணைகள் பிறப்பித்து வழிநடத்தவும் கிடாய்கள் பழகிக்கொண்டன.

கிடாய்கள் வசிக்கக் கூடாரங்களை வேய்ந்து தந்தன பிற ஆடுகள். கிடாய்களின் குழந்தைகளுக்குப் பாலூட்டின மந்தையின் தாய் ஆடுகள். கிடாய்களின் குடும்பத்துக்கான உணவையும் அவை தயாரித்துத் தந்தன. பரவலாய்ப் பிரிந்து கிடந்த நகர கிராம நிர்வாகங்களைச் செயல்படுத்த தலைமைக் கிடாய் ஒன்றையும் தேர்ந்தெடுத்தது மந்தை.

(இடைக்குறிப்பு)

இதிலிருந்து பல அட்டைகள் வெற்று அட்டைகளாய் இருக் கின்றன. ஹஸன் குத்தூஸ் மரைக்காயர் எழுதாமல் விட்ட அட்டைகளா அல்லது எழுதி எழுத்துக்கள் அழிந்துவிட்டனவா என்பதற்கான குறிப்பு வேறெங்கும் காணக் கிடைக்கவில்லை.

கிருஷ்ணன்

விளக்கப் படலம்

பானைச் சோற்றுக்கு ஒரு பதம் மாதிரியும் குடம் பாலில் துளி விஷம் போலவும் நான் சொல்லப்போகும் ஆட்டின் கதையை நீங்கள் புரிந்துகொள்ள வேண்டும் என்பது என் ஆசை. ஏற்கெனவே இந்தக் கதையை அறிந்தவர்களுக்காகவும் இந்தக் கதையை ஒருபோதும் புரிந்துகொள்ள முடியாதவர்களுக்காகவும் குறிப்பாகச் சொல்லப் போனால் ஆடுகளுக்காகவும் எழுதப்பட்டதில்லை மேஷ புராணம். ஒழுங்கமைக்கப்பட்ட ஒலிக் குறிப்புகள்மூலம் சந்ததிகளும், சந்ததிகளின் சந்ததிகளும் தொடர்புகொள்ள முடிவதையும் ஒலிக் குறிப்புகள் ஒரு புதுவிதமான பிரபஞ்ச அமைப்பை ஒருங்கமைத்துத் தருவதுமான மாபெரும் விந்தையைப் பதிவு செய்வதே அடியேன் ஹஸன் குத்தூஸ் மரைக்காயனின் உத்தேசம். சுபம் உண்டாகட்டும்.

பூர்வீகப் படலம்

வருடத்தில் பத்து மாதங்கள் வெண்மணலும் இரண்டு மாதங்கள் கணுக்காலளவு நீரும் வைகையில் புனலாய்ப் பெருகும் மதுரை

மாநகரில், மேங்காட்டுப் பொட்டலுக்கு அருகில் இருந்த குடிசையில் கல்யாணசுந்தரம் பிறந்தான். அவனுடைய பதினெட்டாவது வயதில், புதிதாக ஆரம்பிக்கப்பட்ட அரசியல் கட்சி ஒன்றில் ஆரம்ப நாள் உறுப்பினனாகப் பதிவு செய்துகொண்டான். கொடிகள் தோரணம் கட்டுவது, ஒலிபெருக்கி ஏற்பாடு செய்து அது சரியாக இயங்குகிறதா என அதில் ஒன்று முதல் மூன்றுவரை உச்சரித்துச் சரிபார்ப்பது போன்ற தீவிரமான அரசியல் செயல்பாடுகளோடு, தன்னுடைய பெயரை மணவழகன் என்று தமிழ்ப்படுத்திக் கொண்டான்.

பையனின் ரத்தக் கொதிப்பைக் குணப்படுத்தும் விதமாகவும், சம்பந்திகளின் பெருங்கடனைத் தீர்த்து உபகாரம் பண்ணும் பொருட்டும் மீனாட்சியம்மாளைக் கல்யாணசுந்தரத்துக்குத் திருமணம் செய்து வைத்தனர். மணவழகன் கட்சி நடவடிக்கைகளிலிருந்து சிறுகச் சிறுக விடுபட்டு அன்றாடம் சாப்பாட்டுக்கு என்ன வழி என்று ஆராய ஆரம்பித்தான்.

உத்தியோகப் படலம்

தெற்காவணி மூல வீதியில் ஒரே கடையை இரண்டாகப் பிரித்து ஒருபுறம் நகை வியாபாரமும் மறுபுறம் கந்துவட்டித் தொழிலும் செய்து வந்த பழ.பெரி.மு.லெ.[3] சேவுகஞ் செட்டியார் கடையில் காரியஸ்தனாக அமர்ந்தான் மணவழகன். வயது கூடியது ஒருபுறமும், திருமணமானது ஒரு புறமும், ஓரளவாவது சம்பாதிப்பது ஒருபுறமுமாக மணவழகன் பன்மையில் அழைக்கப்படும் பேறு பெற்றார். செட்டியாரின் இடது கைபோல விளங்கி அவரது கறுப்புக் கணக்கை நிர்வகிக்கும் அந்தஸ்தையும் பெற்றார்.

நிபந்தனைப் படலம்

செட்டியார் முருக பக்தர். மணவழகனைப் பார்த்த மாத்திரத்தி லேயே பையனிடம் தெய்வாம்சம் இருந்ததைக் கண்டுகொண்டார். என்றாலும் நிபந்தனைகள் அற்று வேலை கொடுப்பது தொழில் விரோதம் என்பதால் சில நிபந்தனைகள் விதித்தார். சில சலுகைகள் அளித்தார். அவற்றை ஆறு அம்சங்களாக விவரிக்கலாம்.

1. காலையில் வந்து கடையைத் திறக்க வேண்டியது. எட்டு மணிக்குள்ளே வந்து திறந்துவிட வேண்டும். கல்லாப் பெட்டியைப் பத்து மணிக்கு முதலாளி சாவி கொண்டு வந்ததும் திறக்கலாம். அதுக்குள்ளே என்ன பெரிய யாவாரம் வந்துறப் போகுது.

2. இரவில் வேலை முடிந்தவுடனே வீட்டுக்குப் போய்க்கொள்ள லாம். ஒருவேளை ரொம்ப நேரம் ஆயிருச்சுன்னா கடையிலேயே தங்கிக்கிறலாம். நடு ராத்திரியிலே வீட்டுக் கதவைத் தட்டி என்ன செஞ்சுரப்போரே.

3. இரண்டு குழந்தைகளுக்கான படிப்பு, சீருடை, புத்தகச் செலவு கள் கடையுடையது. மூணாவது குளந்தை பெத்தீன்னா அதுக்குத் தம்பிடிக் காசு தரமாட்டேன். செலவுக்குக் குடுக்க ஆள் இருக்கூங் கிறத்துக்காக வதவதன்னு பெத்துப் போட்டா, நமக்கும் நல்லதில்லே, நாட்டுக்கும் நல்லதில்லேல்ல.

4. இரண்டு வருஷங்களுக்கொருமுறை பழனிக்கோ, திருச்செந்தூ ருக்கோ, மருத மலைக்கோ க்ஷேத்ராடனம் சென்று வரும் செலவு கடைக் கணக்கில் பற்று எழுதிக்கொள்ளலாம். இதுவும் மணவழகன், மீனாட்சியம்மாள், இரண்டு குழந்தைகளுக்கு மட்டும்தான்.

5. ஆறு மாசத்துக்கொருமுறை பதினைந்து நாள் சம்பளம் அட் வான்ஸாக வாங்கிக்கொள்ளலாம். அட்வான்சு வாங்கின வருசம் சம்பளத்தைக் கூட்ட மாட்டேன். அதையும் பாத்துக்கோ.

6. வேலையை விட்டு நின்னுக்கிறதுன்னா ஆறு மாசம் முன்னாடியே தாக்கல் சொல்லிறணும். நம்பகமான வேற ஆளைத் தேடணுமா இல்லையா. நான் வேலையை விட்டு நிறுத்தறதுன்னா பதினைஞ்சு நாள் சம்பளம் குடுத்து நாலு நாள் லீவும் குடுப்பேன்.

பால படலம்

சாய்வுமேஜை முன்பு கழுத்து நோக உட்கார்ந்து கணக்கெழுதி விட்டு இரவில் பதினோரு மணிக்கு வீட்டுக்கு வந்தால், மீனாட்சியம் மாள் தலைக்கு ஸ்ரீவில்லிப்புத்தூர் ஸ்நானப்பொடி உபயோகித்தும் முகத்துக்கும் உள்ளங்கால் புறங்கால்களுக்கும் மஞ்சள் அப்பியும்

பீர்க்கங்காய்க் கூடு வைத்து உடல் தேய்த்தும் குளித்துவிட்டு, கூந்தலைக் கோடாலி முடிச்சாய்ப் போட்டுக் காத்திருப்பாள்.

தம்பதிக்கு ஒரு பெண் குழந்தையும் ஒரு ஆண் குழந்தையும் மூன்று வருட இடைவெளியில் பிறந்தன.

பெண் குழந்தைக்கு ஜாதகத்தில் காவேரி என்றும் வீட்டில் பொய்கை என்றும் பெயர் சூட்டினார்கள். அவளும் பெயருக்குத் தகுந்தபடி, மளிகைக்கடைக்காரர், பால்காரர், வீட்டுச் சொந்தக்காரர், சில சமயங்களில் முதலாளி என்று யார் வந்தாலும்,

அய்யா வீட்ல இல்ல.

அய்யாவுக்கு அம்மை போட்டிருக்கு.

அய்யாவுக்கு சீக்கு. பண்டுவர்ட்டப் போயிருக்காக.

அய்யா திருநவேலி போயிருக்காக.

என்று பலவிதமாகவும் சுயமாகவே பொய்கள் சொல்லித் திருப்பியனுப்புவதில் தேர்ந்தவளானாள்.

ஆண் குழந்தைக்கு நடராஜன் என்று பெயர் இட்டார்கள். பள்ளிக்கூடத்தில் ஆடலரசன் என்று பெயர். குழந்தைகளின் பெயரைப் பொறுத்தவரையாவது, தன்னுள் உயரும்போதே அவிக்கப் பட்ட நெருப்பின் தடயங்கள் மீந்திருப்பதில் மணவழகனுக்கு ஏக சந்தோஷம்.

கல்விப் படலம்

பள்ளியில் சேர்ந்த முதல் நாளிலேயே சக மாணவர்கள் ஆடலரசனும் தம் இனத்தைச் சேர்ந்தவன்தான் என்று புரிந்து கொண்டார்கள். அவனது பெயரைச் செல்லமாகச் சுருக்கி ஆடு என்று அழைக்கலானார்கள். ஆடு முதல் வரிசை மாணவன். தமிழய்யா ஆலால சுந்தரம் ஓய்வு பெறுவதற்கு இன்னும் மூன்று மாதங்கள் பாக்கி. எத்தனைதான் கணக்குப் போட்டுப் பார்த்தாலும் ஓய்வுத் தொகையும், வைப்பு நிதியும் தேவையைவிட மூன்று லட்சங்களாவது

குறைவாகத்தான் வருகிறது. பெரும் மன வியாகூலத்துடன்,

> *அறம் செய விரும்பு*

என்று பாடம் நடத்துகிறார். ஆடு எழுந்து,

> *அய்யா அறம் என்றால் என்ன?*

என்று சந்தேகம் கேட்டான். அய்யா சொல்கிறார்,

> *அறம்னா தர்மம்டா. இல்லாதவனுக்குக் குடுக்கணும். அதுதாண்டா மனுஷ தர்மம்.*

நாராயணன் அழுதுகொண்டிருக்கிறான். தமிழ்ப் புத்தகம் தொலைந்துவிட்டதாம். ஆடு அறம் செய்ய முடிவெடுத்தான். தன்னுடைய புத்தகத்தை வழங்கிவிட்டு வீடு வந்து சேர்ந்தான்.

எவ்வளவோ மெனக்கெட்டும் ஐந்தொகை நேர்த்தியாகவில்லை. செட்டியார் வேறு வாடிக்கையாளர் ஒருத்தரிடம்

> நல்லாக் கணக்கெழுதுற பையன் யாரும் இருந்தாச் சொல்லுங்களேன்

என்று சொல்வது கேட்கிறது. மணவழகன் அடங்காத துயரத்துடன் வீட்டுக்கு வந்தால் ஆடு அறம் செய்த விஷயத்தைத் தெரிவிக்கிறான். நாலு சாத்து சாத்தினார்.

சிசுக் கொலைப் படலம்

மீனாட்சியம்மாள் தாங்க முடியாத வெட்கத்துடன்,

> ஏங்க, நீங்க மூணாவது வாட்டியா அப்பாவாகப் போறீங்க.

மணவழகன் பதறிப்போனார்.

> என்னடீ சொல்லுற.

ஆறு அம்சங்களில் மூன்றாவது அம்சத்தை விளக்கிச் சொன்னார். பக்தையான மீனாட்சியம்மாள் புரிந்துகொள்ள மறுக்கிறாள்.

ஒரு உசிரக் கொல்லலாமா. கஞ்சியோ, கூழோ இருக்குறத அதுவும் குடிச்சிட்டுப் போகுது. எத்தனையோவாட்டி ஈடு பட்டும் எப்பவாச்சும்தானே பத்திக்குது. அப்பிடின்னா அது கடவுள் செயல்தானே.

மணவழகன் பொறுமையாய்ப் பதில் சொல்கிறார்.

புரியாமப் பேசாத மீனா. துட்டுக்குச் சிங்கியடிச்சா அது இந்த சென்ம வேதனை. கருவைக் கலைச்ச பாவத்துக்கு தண்டனை அடுத்த சென்மத்திலதான. அத அப்பப் பாத்துக்கிறலாம். பிறந்தது ரெண்டும் ஐஸ்வரியத்துலயா புரளுது. பிறக்காமலேயே போய்ச் சேர்ந்துட்டா அதுக்குப் புண்ணியம்தான.

மீனாட்சியம்மாள் கேட்பதாயில்லை. அடம்பிடிக்கிறாள். மண வழகன் இன்னும் பலவிதமாக எடுத்துச் சொல்லியும், மாறி மாறிக் கன்னங்களிலும் முதுகிலும் அறைந்தும் தலைமுடியைக் கொத்தாகப் பற்றிச் சுவரில் பலமுறை மோதியும் அவளை சமாதானப்படுத்தி டாக்டர். காந்திமதி எம்.பி.பி.எஸ்., டி.ஜி.ஓ. (அடைப்புக்குறிக்குள் இன்னும் ஒரு டஜன் எழுத்துக்கள்) ஆஸ்பத்திரிக்கு அழைத்துப் போனார். டாக்டர் காந்திமதி ஐந்தாவது வருட முடிவில் தான் திறக்கவிருக்கும் மூன்றடுக்குகளும், குளிர்சாதன வசதியும் கொண்ட மருத்துவமனையின் அஸ்திவாரத்தில் நூறு கருங்கற்களுக்கும், அவசரக் கருக்கலைப்புகளால் ஏற்படும் குற்றவுணர்வை மறக்க அன்றாடம் குடிக்க வேண்டியிருப்பதால், அன்றைய விஸ்கிக்கும் ஆகும் செலவை வசூலித்துக்கொண்டு கருவைக் கலைத்து அனுப்பினாள்.

ஆடு வீட்டு வாசலில் இரண்டு கேள்விகளோடு அமர்ந்திருக்கிறான்.

1. ஒரு ஆடு குட்டி போட்டு இன்னொரு ஆடு வருது. அந்த ஆடு குட்டி போட்டு இன்னொரு ஆடு வருது. அப்படின்னா மொத மொதோ ஆடு எப்படி வந்தது?

2. பாடப் புஸ்தகத்தை எளுத்துக் கூட்டிப் படிக்கவே சிரமமா யிருக்கு. செல பேரு உள்ளங்கைல ஓடுற கோடுகளைப் பார்த்தே எவ்வளவோ கதைகள் சொல்லுறாகளே. அது எப்படி?

மீனாட்சியம்மாள் மணவழகனின் கைத்தாங்கலில் ரிக்ஷாவிலிருந்து

இறங்குவதைப் பார்த்ததும் ஆடு தன் பூர்வீகக் கேள்விகளை மறந்து, அப்போது எழுந்த புதுக் கேள்வியைக் கேட்டான்.

அய்யா, அம்மைக்கு என்னாச்சு?

மணவழகன் மூடின முஷ்டியால் ஆட்டின் உச்சந்தலையில் பதில் சொன்னார். ஆடு கைவசம் வைத்திருந்த மூன்று கேள்விகளும் பிற்பாடு வாழ்க்கையின் ஓட்டத்தில் கேட்கவிருந்த இதுபோன்ற ஆறாயிரத்து ஐநூற்று இருபத்தெட்டுக் கேள்விகளும் அந்தக் கணத்தி லேயே சுக்குநூறாய் நொறுங்கின.

துறவுப் படலம்

மீனாட்சியம்மை வாய்நிறைய

நடராஜா, கடைக்கிப் போயி நாலணாவுக்குச் சாம்பிராணி வாங்கிட்டு வா சாமி. சிட்டையிலே எளுதிக்கச் சொல்லு.

மணவழகர் கடும் சீற்றமுடன் *(இப்படித்தான் கூப்பிடுவீகளோ?)*

ஆடலரசு, வர்ற வளியிலே அஞ்சு பூ மார்க் பீடி ஒரு கட்டு வாங்கியா, யேங் கணக்கிலே எளுதச் சொல்லு.

ஆடு தன் பௌதிகப் பாடத்தில் வந்திருக்கும் மாக் டி பர்க் அரைக் கோளங்களை[4] நினைவுகூர்ந்தவாறே சென்று திரும்பி வரும் வழியில் ஒரு பீடியை உருவிச் சுவை பார்த்தபடி வருவதை மணவழகன் பார்த்துவிட்டார். சப்த நாடியும் ஒடுங்கியவராய்ப் பீடிக்கட்டை வாங்கிக் கொண்டு வேலைக்குப் புறப்படுகிறார். ஆடு அப்பாவி முகத்துடன்,

எய்யா, இத மறந்துட்டீகளே

என்றவாறு தன் மறு கையிலிருக்கும் எச்சில் பீடியைக் கொடுக்கிறான்.

அன்று வேலை ஓடவில்லை. கோடை வெயில் கூசுகிறது. தெருவைப் பார்க்கிறார் மணவழகன். ஜனங்கள் நிம்மதி கெட்டு அலைகிறார்கள். ஒருத்தன் முகத்திலும் சிரிப்பு இல்லை. தட்டுவண்டி நிறைய இளநீரோடு கறுத்த உடம்பில் வேர்வை அருவியாய்க் கொட்ட நின்று அடிவயிற்றிலிருந்து கூவி விற்கிறான் முனியாண்டி. நுங்கின் மீது அமரும் ஈக்களுக்கும் வெயிலில் மறுகும் தன் உடம்புக்குமாக வலுவற்ற கைகளால் நைந்த கை விசிறியை

அசைத்தவாறு உட்கார்ந்தபடியே கோழித் தூக்கத்தில் இருக்கிறாள் அங்கம்மா ஆச்சி. பார்வை வெயிலின் ஒளிப் பிரவாகத்திலிருந்து மீண்டு கடைக்குள் திரும்பும்போது கடை இருள் மண்டலமாய் இருக்கிறது. கண்ணுக்கு ஒன்றுமே புலப்பட மாட்டேனென்கிறது. கையில் பிடித்து எண்ணிக் கொண்டிருந்த ரூபாய் நோட்டுக்கள், எழுத்துக்கள் அழிந்து வெற்றுத் தாள்களாய்த் தென்படுகின்றன.

அறை கண்ணுக்குப் பழகிய பிறகு, செட்டியார் கவனிக்கிறாரா என்று ஓரக்கண்ணால் நோட்டமிட்டுவிட்டு, ஐநூறு ரூபாயைச் சட்டைப் பைக்குள் எடுத்துச் சொருகிக்கொண்டு,

> இந்தா வந்திர்றேன் முதலாளி.

என்று அறிவித்துவிட்டு வெயிலில் இறங்கி நடந்தார் மணவழகன். தெற்காவணி மூல வீதியிலிருந்து விடுபட்டு மேலச்சித்திரை வீதிக்குள் நுழைந்து தளவாய் அக்ரஹாரத்தின் மறுபுறம் வெளியேறும்போது பழைய சொக்கநாதருக்கு ஒரு வணக்கம் போட்டுவிட்டு, சாலையில் குற்றாலம் போய்க்கொண்டிருந்த பேருந்தைக் கைகாட்டி நிறுத்தி ஏறிக் கொண்டார்.

உடல் சோர் படலம்

மலைபோல் குவியும் பாத்திரங்கள், குடும்பத் தலைவரின் தகாத பார்வைகளுக்கு மத்தியில் குத்த வைத்து உட்கார்ந்திருக்கும் மீனாட்சியம்மாள்,

> அம்மா, துணிகளைக் கொண்டாந்து போட்ருங்கம்மா. அடுத்த வீட்டுக்குப் போகணும். நாளியாகுது.

என்று குரல் கொடுத்துவிட்டு, இடது கைவிரல்களால் வலது கை மணிக்கட்டை அழுத்தித் திருகிக்கொள்கிறாள். அடுத்த வீட்டை நோக்கி நடக்கும்போது,

> வயசுக்கு வந்த பொம்பளைப் பிள்ளையையும் படிக்கிற பயலையும் என் தலைல சொமத்திட்டு ஓடிட்டானே சண்டாளப்பாவி, தொலங்குவானா அவனெல்லாம்.

எனப் புலம்பியவாறே நடக்கிறாள்.

> ரெண்டு வருஷமாச்சே. நாம் பொம்பள ஒருத்தி எதுக்குன்னுதான் ஆளாவேன்.

வீட்டை நெருங்கும் போதுதான் கவனிக்கிறாள் புதிய ஆள் ஒருவன் வீட்டு வாசல் ஓட்டுத் திண்ணையில் அமர்ந்திருப்பதை அந்த வாரக் கடைசியில் ஆட்டுக்குப் பள்ளித் தோழர்கள் புதுப் பெயர் சூட்டினார்கள். கொ.மொ.ப.[5]

பிராயச்சித்தப் படலம்

குற்றாலத்தில் குறுணிச் சாமியார் மடம் ஏக அமர்க்களப்படுகிறது. இரண்டு வருஷத்துக்கு முன்னால் வந்து தீட்சை வாங்கின இளைய சாமிகள் இன்று பட்டமேற்கிறார். பெரிய சாமியார் பதினாறு நாட்களுக்கு முன்னால் இளைய சாமிகளோடு அருவிக்கு மேலே நீராடப் போனபோது கால் தவறிப் பொங்குமாங்கடலில் விழுந்து ஜலசமாதி அடைந்துவிட்டார். பதினாறு நாள் கிரியைகளை முடித்துவிட்டுப் பட்டத்துக்கு வந்த இளைய சாமிகள் பீடத்தில் அமர்ந்தவுடன் முதல் வேலையாக மடத்துக் காரியஸ்தர் சிவநேசம் பிள்ளையை அழைத்தார்.

மதுரையில் ஒரு முகவரியைக் கொடுத்து, ரெண்டாயிரம் ரூபாயைக் கொண்டு போய்க் கொடுத்துவிட்டு வருமாறும், இனி மாசா மாசம் ரெண்டாயிரம் ரூபாய் அனுப்பிவிடுமாறும், வருஷத்துக்கு ஐநூறு ரூபாய் தொகையை உயர்த்திவிடுமாறும் ஆணை பிறப்பித்தார். மடத்துப் பேரேட்டில்,

> மதுரை மீனாட்சியம்மாள் அன்னதானக் கைங்கர்யச் செலவு.

என்று பற்றெழுதப் பணித்தார்.

உயர்கல்விப் படலம்

ஆடு, கிறிஸ்தவ நிறுவனம் நடத்தும் கல்லூரியில் கணிதவியல் பட்டப் படிப்பில் சேர்ந்தான். கல்லூரிக்குள்ளிருக்கும் தேவாலயத்தில் ஒவ்வொரு ஞாயிற்றுக்கிழமையும் முழந்தாளிட்டு கண்ணீர் மல்கப்

பிரார்த்திக்கும் பேராசிரியர். அந்தோணிமுத்து, ஆடு பல்கலைக்கழகத்தின் முதல் மாணவனாகப் பிரகாசிப்பது தன் பொறுப்பு என்று முதல்வர் அருட்தந்தை சவேரியார் ஞானப்பழத்திடமும், மீனாட்சியம்மாளிடமும் வாக்களித்தார். புத்தகங்களும், அறிவுரைகளும், கல்லூரித் தேர்வுகளைச் சந்திக்கக் குறுக்குவழிகளும், கிறித்துவத்தின் மேன்மையையும், அருட்தொண்டின் மகிமையையும் ஆடுக்கு இடையறாது வழங்கி வந்தார். ஆடு உள்ளூரச் சிரித்துக்கொள்வான். கல்லூரிப் பாடங்களைவிடவும் சுவாரசியமான சமாசாரங்களை விடுதி மாணவர்களிடம் ஆடு கற்றுக்கொண்டான். தேநீர் அருந்தக் கூட சட்டைப்பைக்குள் பணமின்றி இருப்பதையும், தினமுமே டப்பாவில் தயிர்ச் சோறு கொண்டுவர வேண்டியிருப்பதையும், வேஷ்டி கட்டிக்கொண்டு கல்லூரிக்கு வர நேர்வதையும், மற்ற அனைவரும் முழுக்கால் சட்டைகளில் வீற்றிருக்க, தான் மட்டும் வேஷ்டியின் நுனியைப் பற்றியவாறு மேடையேறிப் பட்டிமன்றங்களிலும் பேச்சுப் போட்டிகளிலும் பங்கேற்றுப் பரிசு வாங்குவதிலும் உண்டாகும் தாழ்வுணர்ச்சி, சிகரெட் புகைப்பதிலும், அவ்வப்போது கஞ்சா அடிப்பதிலும், குடிப்பதிலும் மங்குவதைப் பெரும் ஆறுதலாக உணர்ந்தான். சுந்தர சோழன் என்ற புனைபெயரில் வணிகப் பத்திரிகைகளில் ஓரிரு சிறுகதைகள் எழுதியிருந்த ரவிச்சந்திரன் இன்னொரு விதமான போதையை அறிமுகப்படுத்தினான்.

வீராசாமி செட்டியார் தொகுத்த விநோத ரஸ மஞ்சரி, ந. பிச்சமூர்த்தி கவிதைகள், கோபல்ல கிராமம், நகுலன் தொகுத்த குருக்ஷேத்திரம் என்று அதுவொரு விதமான போதை. பல்கலைக்கழகத் தேர்வுக்கு முந்தின நாள் இரவில் உட்கார்ந்து தமிழ்ச் சிறுகதை பிறக்கிறது என்ற சி.சு. செல்லப்பாவின் புத்தகத்தைப் படித்துக்கொண்டிருந்தான்.

அந்தோணிமுத்துவின் மனந்தளராத முயற்சியால் முதல் வகுப்பில் தேறுவதற்கான வித்தைகளையும் மறந்துவிடாமலிருந்தது தெய்வ சங்கல்பம் என்றே சொல்ல வேண்டும்.

சிறுநகர்ப் படலம்

ஆடு தேசிய வங்கி ஒன்றில் கணக்கு உதவியாளனாகச் சேர்ந்தது மதுரையிலிருந்து நான்கு மணி நேரத் தொலைவுள்ள சிற்றூரில்.

பாத்திரக்கடை உரிமையாளரும், வெண்கல மற்றும் பித்தளைப் பாத்திரங்கள் ஓயாமல் உருளும் சப்தத்துக்கு நடுவில் இலக்கியம், தத்துவம், ஆன்மிகம், விஞ்ஞானம், மனிதகுல வரலாறு என்று பல சிக்கலான பகுதிகளுடன் உறவாடிக்கொண்டிருப்பவரும், தமிழ் நவீன சிந்தனையின் தற்கொலைப் படைத்தலைவருமான சுந்தரேஸ்வரனின் நட்பு கிட்டியது.

மாலைப் பொழுதுகளைப் பயனுள்ள வகையில் செலவிட ஆரம்பித்துவிட்டதாக நம்பினான் ஆடு. சுந்தரேஸ்வரன் தன்போல ஆடு கிடையாது. ஒருவிதமான ஒட்டகச் சிவிங்கி இனம் என்பது சீக்கிரத்திலேயே புரிந்துவிட்டது. வாய்க்கெட்டும் தூரத்தில் சிக்கும் இலை தழைகளுடன் வாழ்க்கையை முடித்துக்கொள்ளக்கூடாது; எக்கி எக்கி முயன்று வந்தால் கழுத்து தானாக நீள ஆரம்பித்துவிடும், பிறகு உச்சாணிக் கொப்புகளில் உள்ள பசுந்தளிர்களை மட்டுமே புசித்து உயிர் வாழலாம்; தவிர, இப்போது நாம் பார்க்கும் ஒட்டகச் சிவிங்கிகள் எல்லாமே ஆடுகளாய் இருந்து வந்தவைதான் என்று நன்றாகப் புரியும்படி எடுத்துச் சொன்னார் சுந்தரேஸ்வரன். ஆடு தினமும் அறைக்குத் திரும்பியதும் கண்ணாடியில் பார்த்துக்கொள் வான். கழுத்து ஒரு மி.மீ.கூட நீண்டபாடில்லை.

சுந்தரேஸ்வரன் ஒரு அப்பால் நிபுணர். மேகங்களுக்கு அப்பால், இறப்புக்கு அப்பால், விண்மீன்களுக்கு அப்பால், பிறப்புக்கு அப்பால், நிலவுக்கு அப்பால், பிரபஞ்சத்துக்கு அப்பால் என்று பலவிதமான தளங்களைச் சிந்தனைக்குள் நிகழ்த்திக் காட்டுவார். அதே வழியில் சிந்திக்கப் பழகின ஆடு, ஒரு நாள் பெரியசாமி நாயக்கர் கடையில் பரோட்டா சாப்பிட்டுக்கொண்டிருக்கும்போது ஞானோதயம் பெற்றான். திருமணத்துக்கு அப்பால், குழந்தைகள் பிறந்ததற்கு அப்பால், குழந்தைகள் பள்ளிப் படிப்பை முடித்ததற்கு அப்பால் என்று சிந்தித்தவாறே பரோட்டாவைத் தீர்த்துவிட்டு, கைகழுவும்போது, பெருநகர் ஒன்றில் சென்று குடியமர்ந்துவிடுவது என்று முடிவெடுத்தான்.

பெருநகர்ப் படலம்

முழுக்கைச் சட்டை போடப் பழகினான் ஆடு. சட்டையைக் கால் சட்டைக்குள் நேர்த்தியாக நுழைத்துக்கொள்ளக் கற்றான்.

காலை ஏழு மணிக்கே முழுச் சாப்பாடு சாப்பிடவும், ஒன்றேகால் மணி நேரம் இரு சக்கர வண்டி, மின்சார ரயில், நகரப் பேருந்து, என்று மாறிமாறிப் பிரயாணம் செய்து அலுவலகம் அடையவும் தெரிந்துகொண்டான். சாதாரணச் செருப்புகளைப் புறந்தள்ளி பூட்சுகள் அணிந்து நடந்து பழகினான். மின்சார ரயிலில் பெரும் பாலும் எருமை மாடுகளோடு பயணம் செய்ய நேர்வதால் இது அவசியப்படுகிறது. ரயில் பெட்டிக்குள் வரிசையாய்த் தூக்குக் கயிறுகள்போலத் தொங்கும் வளையங்களில் முன்னங்கால்களை நுழைத்து நிற்கக் கற்றுக்கொண்டான்.

தாமிர வளையங்களிலிருந்து ஏகப்பட்ட அட்டைகள் பியத்தெடுக்கப் பட்டதுபோல் அட்டைகளின் அடிக்கட்டைகள் மட்டும் மிஞ்சியிருக் கின்றன. ஆடு பிறகு என்ன ஆனான் என்பது பற்றிய குறிப்புகள் எதுவுமின்றிப் புராணம் முடிவுறுகிறது. ஆனாலும் இரண்டு மூன்று அட்டைகள் மிச்சமிருக்கின்றன. புராணத்துக்குள் எண்ணிடப்பட்ட இடங்களுக்கான விளக்கக் குறிப்புகள் கொண்ட ஒரு அட்டை, நாஸ்ட்ரடாமஸ் போல ஹசன் குத்தூஸ் மரைக்காயர் சொல்லும் சில ஆரூடங்கள், எதிர்காலத் தேவைக்கென பாதுகாக்கப்பட்ட சில சமாசாரங்கள்.

அடிக்குறிப்புகள்

1. இந்தப் புராணத்துக்கான ஆதாரம் இராமாயணத்தில் இருக்கிறது. சேது சமுத்திரத்தை வான்வழி கடக்கும்போது அனுமனின் நிழல் நீரில் வீழ அதை இறுகப் பற்றி நிறுத்துகிறாள் சிம்மிகை என்னும் அரக்கி. அனுமனால் தொடர்ந்து பறக்க முடியாமல் போகிறது.

2 3.3.2000 தேதியிட்ட தினமணி நாளிதழில் வெளியான, புகைப் படத்துடன் கூடிய செய்தி.

3. முதல் எழுத்துக்களை விரிக்க, தனிப் புராணம் ஒன்று உண் டாகும். அது வேறு இடத்தில் வேறு சந்தர்ப்பத்தில் வேறு பின்னணியில் விலாவாரியாகச் சொல்லப்படும்.

4. இதற்கான விளக்கத்தை உயர்நிலைப் பள்ளி இயற்பியல் பாட நூல்களில் காணலாம்.

5. கொட்டை. மொட்டை. பட்டை. என விரித்துப் பொருள் கொள்க.

ஆரூடங்கள்

தமிழ் இனம், எல்லா நூற்றாண்டுகளையும்போலவே, எல்லா நூற்றாண்டுகளிலும் பெரும் உற்பாதங்களுக்கு ஆளாகும். வழக்கம் போலவே, அவற்றிலிருந்து மீளும்.

ஒலிகளையும், காட்சிகளையும் தத்ரூபமாக வழங்கக்கூடிய, ஒருவிதமான கனசதுரப் பெட்டியின் முன் மணிக்கணக்காகவும், வாரக்கணக்காகவும், மாதக்கணக்காகவும், வருடக்கணக்காகவும் சந்ததியரோடு ஒன்றாய் அமர்ந்து ஊண் உறக்கமின்றித் தியானம் செய்யும் வித்தை கைவரப் பெறுவார்கள்.

இருபத்திரண்டு மனிதர்களும் மையத்தில் நின்று வேடிக்கை பார்க்கும் இருவருமான ஒரு புதுவகைக் கேளிக்கை, பள்ளி மாணவர்கள், அவர்தம் பெற்றோர், ஆசிரியர் அனைவருக்குமான வடிகாலை யும் கனவுகளையும் உற்பத்தி செய்யும்.

நீளமான ஒற்றை வஸ்திரம் உடுப்பதை விடுத்து, ஆடவரும் பெண்டிரும் மூட்டித் தைக்கப்பட்ட ஆடைகளை அணிவார்கள்.

தாய்மொழியை விலக்கி மிலேச்ச மொழியை விற்கும் தொழில் நிறுவனங்கள் பெருகும். தாய்மொழியை மட்டுமே விற்க வேண்டும் என்ற கோஷங்களை முன்வைத்துப் போராட்டங்கள் நடைபெறும்.

தமிழில் ஒற்றெழுத்துக்கள் காணாமல் போகும். எனினும் அவற்றின் பழமையும் அவசியமும் கருதி அவற்றைத் தொகுத்துத் தனியே கொடுத்திருக்கிறேன்.

ழ, ள, ல என்ற மூன்று எழுத்துக்கள் தமிழில் அநாவசியம் என்று உணரப்பட்டுப் பரவலான உச்சரிப்பின் மூலமே முதலிரண்டும் வழக்கொழிந்து போகும்.

ண, ன என்ற இரண்டு எழுத்துக்களுக்கும் மையமாய் இரண்டரைச் சுழிகளுடன் புதிய எழுத்து ஒன்று தமிழில் உருவாகி பலத்த அங்கீகாரம் பெறும்.

மற்றபடி, சில ஆண்டுகளுக்கு ஒருமுறையாவது, தேசத்தில் பாலும் தேனும் ஆறாய் ஓடும்.

பாதுகாக்கப்பட்டவற்றின் ஆவணம்

க் ங் ச் ஞ் ட் ண் த் ம் ய் ர் ல் வ் ழ் ள் ற் ன்

க் ச் வ் ம் ப் ர் ற் ல் ழ் ள் ம் ப் ஞ்

க் ங் ட் ம் ச் வ் ற் ர் த் ய் ப் ஞ் ன் ண் ந் ற் ர் ள் ப்

த் ம் ய் ர் ய் ஞ் ங் ல் ப் ண் ன்

உண்மையில் இவை, காட்சிப் பொருள்களாகவேனும் எதிர்காலத்தில் பயன்பட வேண்டும் என்பதற்காகவே தொகுக்கப்பட்டவை. என்றாலும் இன்னொரு உண்மையும் இருக்கிறது. இவ்வெழுத்துக்களுக் குள் வேறு சில புராணங்களும் ஒளிந்திருக்கின்றன. என் கைவசம் இருந்த உயிர்மெய் எழுத்துக்களை இடையிடையே செருகிச் செய்யப்பட்டது மேஷ புராணம். இவற்றை மேலும் மேலும் பெருக்கி உரிய இடங்களில் உயிர்மெய் எழுத்துக்களைக் கோர்ப்பதன் மூலம் அவரவருக்கு உகந்த புராணங்களை உருவாக்கிவிட முடியும். இன்ஷா அல்லாஹ்.

ஹஸன் குத்தூஸ் மரைக்காயர்.

ந. பிச்சமூர்த்தி நினைவாக - தொகுதி - 2

அப்பா சொன்ன கதை

என் அப்பா இறக்கும்போது எனக்குப் பதினாலு வயது. ஏறத்தாழப் பத்து வருடங்கள் இரவுகள்தோறும் அவரிடம் கதை கேட்டிருக்கிறேன். இரவுச் சாப்பாடு ஆனபின் 'கிருஷ்ண படவா' என்ற அவரின் பிரியமான அழைப்பிற்கு ஆட்பட்டு, நுழைந்தவுடன் கொசுவலைக்குள் விரியும் மாயாலோகத்தின் பூதங்களும், யக்ஷர்களும், மச்ச கன்னிகளும், நச்சுத் தடாகங்களும், பேசும் மிருகங்களும், நெருப்பு உமிழும் பறவைகளும் என் கனவுகளில் புகுந்து மிரட்டி, பாதித் தூக்கத்தில் அவரை இறுகக் கட்டிக்கொண்டிருக்கிறேன். மொழி, பிரதேசம், இனம், காலம் எல்லாவற்றையும் தாண்டிய கதைகளாய் அவை எனக்குப் புரிவதற்கு இருபத்தாறு வருடங்கள் ஆகியிருக்கின்றன.

அந்தக் கதைகள் எல்லாவற்றையுமே ஞாபகத்திலிருந்து தொகுத்து ஒரு புத்தகமாய்க் கொண்டுவரும் திட்டமும் எனக்கு உண்டு. கருவக்கட்டைக் கதை, திருவாழத்தான் கதை, உன்னுண்ணி மாப்பிள்ளை கதை போன்ற கதை வரிசைகளில் சிலவற்றைப் பின்னாட்களில் தெனாலிராமன் கதை, பீர்பால் கதைகள், முல்லா நஸ்ருதீன் கதைகள் என்று தொகுத்துப் பிரசுரிக்கப்பட்ட கதை களில் படித்திருக்கிறேன். ஊர்கள் மற்றும் நபர்களின் பெயர்கள் மாறியவாறிருக்க, கதைகள் தம் அந்தரங்கத் தளத்தில் மாறாமல் தொடரும் விந்தையாகவே இதைப் புரிந்துகொள்கிறேன்.

என் வீட்டில் பாத்திரம் தேய்க்க வரும் செல்லம்மா என்ற பெண்மணியை வேலையைவிட்டு நிறுத்திவிடப்போவதாகவும், காணாமல்போன தங்கத் தோட்டை அவள்தான் எடுத்திருக்க வேண்டும் என்று தான் நினைப்பதாகவும் அம்மா தெரிவித்த சமயம், அப்பா சொன்னார்:

> பர்வதம், சந்தேகத்தின் அடிப்படையில் தண்டனை கொடுக்காதே. ருசுவாவதற்கு முன்னால் உன் யூகங்கள் எல்லாமே தவறுகளாகக்கூட இருக்க முடியும்.

அன்று இரவில் அப்பா பக்காத் திருடன் கதை சொன்னார். விக்கிரமாதித்தன் கதைகளில் இதுவும் ஒரு கதை என்றும் மூன்றாம் படிக்குக் காவலாகிய மந்திர மனோன்மணிப் பதுமை சொன்ன கதைக்குள் வரும் கதைக்குள் வரும் கதை இது என்றும், தமிழில் இதே கதை வேறு மாதிரியாகச் சொல்லப்பட்டிருக்கிறது என்றும் அப்பா சொன்னார்.

பின்வரும் கதையை அவர் **அதிநூதன சிந்தாமணி** என்ற சமஸ்கிருத நூலில் வாசித்ததாகவும், நூலாசிரியரின் பெயர் **கர்த்தப சர்மா** என்றும், பாணினியின் சமகாலத்தவர் என்றும் அப்பா சொன்னதை, என் ஆறாம் வகுப்பு கணிதக் குறிப்பேட்டில் நான் எழுதி வைத்திருக்கிறதைச் சரிபார்த்து இங்கு சொல்கிறேன்.

மூன்றாம் படிக்குக் காவலாகிய மந்திர மனோன்மணிப் பதுமை சொன்ன பேசாமடந்தையின் கதையில் மேலாடைக்குள் புகுந்து வேதாளம் சொன்ன கதை

பக்காத் திருடனான கார்க்கோடகனுக்கு நான்கு மகன்கள். அவர்கள் பெயர்கள் முறையே கால் திருடன், அரைத் திருடன், முக்கால் திருடன், முழுத் திருடன். கடைசி மகனான முழுத்திருடனுக்கு வயது பதினெட்டு. மூத்தவன் கால் திருடனுக்கு வயது இருபத்தாறு. பக்காத் திருடன் ஒருநாள் பையன்களைக் கூப்பிட்டுச் சொன்னான்:

தம்பிகளா, நான் சம்பாதித்துச் சேர்த்த சொத்து ஏழு தலை முறைக்குத் தாங்கும். ஆனால் குந்தித் தின்றால் குன்றும் கரையும் என்பது முதுமொழி. நீங்கள் உங்கள் சொந்த பலத்தில் சம்பாதிக்க

வேண்டும் என்று நான் ஆசைப்படுகிறேன். ஆளுக்கொரு திசையில் ஆறு மாதம் பிரயாணம் செய்து திரும்பி வரவேண்டும். உங்கள் சம்பாத்தியத்தின் அடிப்படையில் சொத்தைப் பிரித்துக் கொடுக்க உத்தேசித்திருக்கிறேன். உங்களைத் திருடி வரச் சொல்லி அனுப்ப வில்லை நான் என்பதை நீங்கள் புரிந்துகொள்ள வேண்டும். அனுபவத்தைக் கவர்வதே உங்கள் நோக்கமாக இருக்க வேண்டும்.

சில அறிவுரைகளையும் சொல்ல விரும்புகிறேன். ஆயுதம் காட்டி மிரட்டியும், வஞ்சகமாகவும், கன்னம் வைத்தும், சுவரேறிக் குதித்தும் பிறரின் பொருட்களை அபகரித்திருக்கிறேனே தவிர, என் வாழ்க்கை முழுவதும் இரண்டு தவறுகளை நான் செய்ததேயில்லை.

என் பால்யத்தில் ஒருமுறை தொழில் நிமித்தமாகச் சென்று திரும்புகையில் காட்டு வழியில் வருகிறேன். ஆண் சடலம் ஒன்று அருகில் கிடக்க, தலைவிரிகோலமாகவும் அழுதழுது கண்ணீர்க் கறை உறைந்த கன்னங்களுடனும், தனக்குத்தானே புலம்பிக் கொள்பவளாகவும் இருந்த ஒரு பெண்ணைக் கண்டேன். நான் யாரென்று சொல்லிக்கொள்ளாமல் என்ன விஷயம் என்று கேட்டேன். அவள் சொன்னாள்:

> ஐயா, நீர் யாரோ, தங்கமானவராய்த் தெரிகிறீர். என் கணவர் கொல்லப்பட்டுக் கிடக்கிறார். இவருடைய உடலைக் காட்டு மிருகங்கள் பட்சித்துவிடாமல் பார்த்துக்கொள்வீரா. நான் என் ஊரில் சென்று சொந்த பந்தங்களை அழைத்து வருகிறேன்.
>
> ஆகட்டும் அம்மா. ஆனால் இவருக்கு எப்படி இப்படி…
>
> அதையேன் கேட்கிறீர். வடம்போலச் சங்கிலியும் முறம்போல மோதிரமும் போட்டிருந்தார். நானோ கல்யாண வீட்டில் பீற்றிக்கொள்ளப் பாம்படமும், கங்கணமும், ஒட்டியாணமும், பேஸரியும், அட்டிகையும் அணிந்திருந்தேன். சண்டாளப் பாவிகள். கேட்டிருந்தால் கொடுத்திருக்க மாட்டோமா. மறைந்திருந்து தாக்கி நகைகளைப் பிடுங்கிக்கொண் டார்கள். ஆண் பிள்ளையென்பதால் பலமாகத் தாக்கிவிட்டார்கள் போல. பொசுக்கென்று போய்விட்டது உயிர். அவர்கள் இவரைத் தாக்கும்போதே நான் கழற்ற ஆரம்பித்துவிட்டதால்

> அடிபடாமல் தப்பினேன். இருந்தும் என்ன, என் நாதனைப் பறிகொடுத்துவிட்டேனே.
>
> திருடர்கள் நியாய அநியாயம் பார்ப்பார்களா அம்மா?
>
> மிரட்டிக் கேட்டால் கொடுத்திருக்க மாட்டோமா. பொருளுக் காகக் கொலை செய்யலாமா? நகையை மறுபடி சம்பாதித்துக் கொள்ளலாம். உயிரைச் சம்பாதிக்க மார்க்கம் ஏது?

சுய நினைவு வந்தபோது சடலமும் இல்லை. பெண்ணும் இல்லை. என்னைப் பழிபாவத்திலிருந்து காக்க வந்த பெண் தெய்வமே அது எனப் புரிந்துகொண்டேன். அன்று முடிவெடுத்தேன். திருடுவது தப்பில்லை - வெறும் பொருள் இழப்பு மட்டும்தான். கொல்லக்கூடாது. இதை நீங்களும் கடைப்பிடிக்க வேண்டும் என்று விரும்புகிறேன்.

இரண்டாவது, பெண். காமத்தை நரம்பு மண்டலத்தின் முறுக்கலும், முடிச்சவிழ்தலும் என்றே காண்கிறேன். எத்தனை விந்நியாசங்கள் வெளியில் கிடைத்தாலும், அடிப்படை அனுபவம் ஒன்றாகவே இருக்கிறது. மனக் கூர்மையைக் கெடுக்க வல்லது பெண்ணாசை. திருடனுக்கோ ஐம்புலன்களும் கூர் கெடாதவையாய் இருக்க வேண்டும். தவிர, நூறு நூறு மலர்களில், நூறு நூறு தேனீக்கள் உறிஞ்சிய சாறு தேன் என்னும் ஒரே திரவமாய் மாறுவதில்லையா?

உங்கள் நால்வருக்கும் என் ஆசீர்வாதம்...

என்று சொல்லி ஆளுக்கொரு பண முடியும் கொடுத்தான். பிள்ளை கள் நால்வரும் தகப்பனை நமஸ்கரித்து வெளியேறினார்கள். ஆறு மாதம் கழித்து அவர்கள் திரும்பியபோது, புத்திரர்களின் பிரிவாற்றாது நோய்வாய்ப்பட்டு, பக்காத் திருடன் படுக்கையில் வீழ்ந்திருந்தான். வந்தவர்களை அருகில் அழைத்து, உச்சி மோந்து உபசார வார்த்தைகள் பேசினான்.

ஸ்நான பானங்கள் ஆன பின்னர் தனயர்கள் நால்வரும் போய் வந்த விவரங்களைச் சொல்லலானார்கள்.

கால் திருடன்

அப்பா, நான் ஆறு இரவுகளும் ஆறு பகல்களும் குதிரையேறிப் பிரயாணம் செய்து நாகலாபுரம் என்ற ஊரை அடைந்தேன். கடற்கரையிலிருந்து நூறு கல்எறி தூரத்திலிருக்கும் ஊர் அது. சாலைகள் அத்தனையும் செங்குத்தாக உயர்ந்து தாழ்பவை. ஊரில் நுழைந்ததும் கவனத்தை ஈர்ப்பது ஊரின் மையத்தில் இருக்கும் ஒரு மணிமாளிகை. ஜனங்கள் தத்தம் தொழில்களில் கவனம் கொண்டிருக்க, மாளிகை வாசலில் பெரும் வரிசை நின்றிருந்தது.

வரிசையின் கடைசி ஆளாகச் சேர்ந்துகொண்டு, முன்னால் நின்றிருந்தவனிடம் விசாரித்தேன். முத்துசேகர முதலியாரின் மாளிகை இது என்றும், உள்ளூர்க்காரர்களில் பலருக்கும் இதன் அருமை தெரியாது என்றும், வெளியூரிலிருந்து தினசரி யாராவது வந்து கொண்டிருப்பார்கள், முதலியாரையும் மாளிகையையும் பார்த்துச் செல்ல என்றும் அவன் சொன்னான். வெகு தொலைவிலிருந்து வந்திருப்பதாகவும் சிறுநீர் நெருக்குகிறது, தான் போய்த் திரும்பும் வரை வரிசையில் தன் இடத்தைப் பார்த்துக்கொள்வதில் எனக்குச் சிரமமில்லையே என்றும் கேட்டான். சரி என்றேன்.

முதலியாரின் மாளிகை பல விஷயங்களுக்குப் பெயர் போனது. மாளிகையின் ஒவ்வொரு கல்லையும் தானே தேர்ந்து கட்டினார் முதலியார் என்றும், கதவுகள் மற்றும் நிலைகளின் தச்சு வேலையைத் தானே செய்தார் என்றும் சொல்கிறார்கள். மாளிகையின் அமைப்பு விநோதமானது. நாகலாபுரத்தின் பிற வீடுகளுக்கும் இந்த மாளிகைக் கும் நூதனமான வித்தியாசங்கள் உண்டு.

மூன்று வாசல்களும், நாற்பத்தியெட்டு ஜன்னல்களும், ஏராளமான படிகளும் கொண்ட மாளிகை அது. முதல் வாசல் கலை வேலைப் பாடுகள் மிகுந்தது. நிலையிலும், கதவுகளிலும் அபூர்வமான சித்திர வேலைகள் கொண்டது. முதலியாரின் பால்யத்தில் அமைக்கப்பட்ட வாசல் என்றும் பார்வையாளர்களில் முதல் வாசலின் ஆதரவாளர் களே பெரும்பான்மை என்றும் கேள்விப்பட்டேன். இரண்டாவது வாசல் சற்றுச் சிக்கலானது. கணிதக் குறிகளும் மனித முகங்களும் பொறிக்கப்பட்ட கதவுகள். விசித்திரமான பூட்டு. முதலியார் அனு மானிக்காத பல அனுபவங்களை தாம் அந்த வாசலைக் கடக்கும் போது அடைந்ததாகப் பலரும் சொல்லியிருக்கிறார்கள்.

நானும் அத்தகைய அனுபவம் ஒன்றை அடைந்தேன். கதவில் செதுக்கப்பட்டிருந்த முகங்களில் ஒன்று, நம் ஊர்க் கவிராயர் சித்தாந்த சுவாமியின் முகம் போலவே இருந்தது. முதலியாரோ, சித்தாந்த சுவாமியைப் பற்றிக் கேள்விகூடப் பட்டதில்லை என்றும், தான் வடித்தது பிரபஞ்சத்தின் கனவில் தோன்றிப் பதிவாகிய முகங்களின் பிரதியைத்தான் என்பதால், வெவ்வேறு மனிதர்களின் சாயல் அவற்றில் இருப்பது ஆச்சரியத்திற்குரியது இல்லை என்ப தோடு, தென்படும் சாயல் ஒவ்வொன்றும் தன் பணியை அர்த்தமுள்ள தாக்குவதாகவும், அதில் தான் பெருமை அடைவதாகவும் என்னிடம் அறிவித்தார்.

மூன்றாவது வாசல் நான்கைந்து பாகங்கள் அகலமுடையது. அது வாசலேயில்லை, திறந்தவெளி என்று சொல்பவர்களும், இந்த வாசலை அமைத்ததால்தான் முதலியார் அமைத்த முதல் இரண்டு வாசல்களும் பொலிவு பெறுகின்றன என்று கருதுபவர்களுமாக இருவிதமான அபிப்ராயங்கள் நிலவுகின்றன.

முதலியாரின் மாளிகையில் பிரதான அம்சம், இந்த வாசல்களில் எதன்வழி நுழைபவனுக்கும் காத்திருக்கும் முத்துக்கள், பவளங்கள், வைர, வைடூரியங்களின் காட்சித்தளம். முதலியார், வாலிபத்தில் ஆழ்கடல் பயணங்கள் மேற்கொண்டு சேகரித்தவை காட்சிக்கு வைக்கப்பட்டிருக்கின்றன. அவற்றைக் காட்டியும் விளக்கியும் முதலியார் அடையும் பெருமிதத்தைச் சொல்லி மாளாது.

தூரப் பிரயாணங்களுக்கான வலு குன்றி கலை மாளிகையைக் கட்டிச் சலிப்பும் உற்ற தருணத்தில் முதலியார் ஒரு சூதாட்ட விடுதியைத் தொடங்கினார். ஒழுங்கும் பரிபூரண அமைதியும் நிலவிய விடுதி, பார்ப்பவர்கள் சூதாட்ட விடுதி என்று சந்தேகிக்காவண்ணமும், தீவிரமான செயல்பாடு ஒன்று நடைபெறுவதான தோற்றத்தை வழங்குவதாகவும் நடந்து வந்தது. எட்டு வருடங்கள் விடுதியை நடத்திவிட்டு, இதிலும் முதலியார் சோர்வுற்றார். முதலியார் எளிதில் சோர்வுறாதவர் என்றபோதிலும் சூதாட்ட விடுதியின் பிரதான அங்கமாய் இருந்த சீட்டாட்ட அரங்கு மர்மங்கள் கொண்டதாய் இருந்ததால், சோர்வடைவதைத் தவிர்க்க முடியாமல் போனது. நான் போய்ச் சேர்ந்தபோது கேள்விப்பட்ட விவரங்கள் இவை.

இந்த நேரத்தில் தேவதூதன்போல வந்துசேர்ந்தான் முதலியாரின்

மகன் வாணிபமுதலி. கல்வி கேள்விகளில் முறையான பயிற்சிக்காகப் பரதேசம் சென்றிருந்தவன், வந்ததும் முதல் வேலையாகச் சீட்டாட்ட அரங்கின் பொறுப்பை மேற்கொண்டான்.

சீட்டாட்ட மேஜைகள் இடம் மாற்றிப் போடப்பட்டன. மேஜை விரிப்புகள் சலவை செய்து மாற்றப்பட்டன. ஒவ்வொரு மேஜையிலும் தகராறு செய்வதற்கு ஆட்கள் நியமிக்கப்பட்டனர். தகராறுகளின் ஓசை வழி, விடுதியின் பெயரும் புகழும் கடல் கடந்து பரவியது. நகரின் பல நாற்சந்திகளிலும் பிற தேசங்களிலும் விளம்பரப்பலகைகள் அமைக்கப்பட்டன. இதுபோன்ற சூதாட்ட மையம் உலகிலேயே கிடையாது என்ற பிரமை யாவர் மனதிலும் உண்டாகும்படி, மேஜைப் போராளிகளுக்கென வாணிபமுதலி பிரத்யேகமாகத் தயார் செய்து கொடுத்த மதுபானங்களின் நறுமணம் நாகலாபுரத்தின் ஆகாயத்தில் மேகங்களுக்கு இணையாகப் படர்ந்தது.

நாகலாபுரத்தில் மல்யுத்த வீரன் ஒருவன் இருந்தான். சூதாட்டங் களில் நேரத்தைத் தொலைப்பது வீணர்களின் வேலை என்றும், ஓயாத கஸரத்துக்களின் மூலம் தசைகளை ஆயத்தப்படுத்துவதும், அயராத அவதானத்தின்வழி எதிரிகளின் பலவீனங்களை உற்றுக் கவனித்து, அவர்களின் மூலபலத்தில் தாக்கி நிர்மூலப்படுத்துவதுமே கடமை என்றும் நம்பி வந்தவன். அசுரசேனன் என்ற பெயர் கொண்டவன். சுக்ராச்சாரியாரின் வயிற்றைக் கிழித்து வெளிவந்த கசனின் வழித் தோன்றலாகத் தன்னை அடையாளம் காண்பவன்.

அசுரசேனனைச் சீட்டாட வைத்துப் பார்ப்பதே தன் வெற்றிப் பாதையின் சிகரம் என்று முடிவெடுத்தான் வாணிபமுதலி. நயமாக வும் நைச்சியமாகவும் பலவிதமான தூதுகள் மூலமும் முயன்று அசுரசேனனை விடுதிக்கு வரவழைத்தான். சீட்டாட்டம் மும்முரமாக நடக்கிறது. முதுகுப்புறங்களில் பேதமின்றியும், முகப்பில் அளவற்ற வேறுபாடுகளோடும் இருந்த சீட்டுக்களை வர்மக் கலைஞன்போலக் கண்டறிந்தான் அசுரசேனன். சீட்டாட்டத்திலும், விடுதி நிர்வாகத்தி லும் ஆட்டத்தின் சுவாரசியத்தையும், ஆட்ட தர்மத்தையும் மீறி, தந்திரோபாயங்கள் விளையாடுவதை அவன் உணர்ந்த நாளும் வந்தது.

நன்கு வளர்ச்சியடைந்து, மண்டை ஓடு முற்றிய எருமை மாட்டின் நெற்றியை ஒரே குத்தில் துளைத்து முழங்கைவரை செலுத்தக்

கூடியவன் அசுரசேனன். பாதி ஆட்டத்தில் பொங்கி எழுந்தான். அலங்கார விரிப்பினால் மூடப்பட்ட மேஜையின் நடுவில் ஓங்கிக் குத்தினான். எரிமலையின் வாயெனத் திறந்த மேஜையின் மையப் பள்ளத்தில் சீட்டுக் கட்டுகளும், சீட்டாட்டக்காரர்களும், வாணிய முதலியும், வேடிக்கை பார்க்க வந்திருந்த முத்துசேகர முதலியும், சீட்டாட்ட அரங்கும், சூதாட்ட விடுதியும் விளம்பரப் பலகைகளும் அருவிபோல் பாய்ந்து மறைவதைக் கண்டேன். துக்ககரமாக, பிரளயத்தின் காரணவானான அசுரசேனனும் மூழ்கிப் போனான்.

நான் மட்டும் தப்பித்து ஊர்வந்து சேர்ந்தேன்.

அரைத் திருடன்

நான் சென்ற நகரம் உல்லாசிகளின் நகரம். சாயங்காலங்கள் உற்சவ நேரங்களாய்ப் பொலிந்தன. கும்மாளமும் கூச்சலுமாய் நிரம்பிவிடும் நகரம். கழியும் ஒவ்வொரு கணத்தையும் கொண்டாடும் மனநிலையில் மிதந்தனர் மக்கள். வாயு அடைத்த கோளங்களையும் காற்றாடிகளையும் பறக்கவிடும் கேளிக்கையில் சிறார் போலவே ஈடுபட்டனர் பெரியோரும்.

நான் தங்கியிருந்த தெருவின் வலதுகோடி விளக்குக் கம்பத்தின ருகே வந்து நின்றுவிடும் கரடி ஜோசியக்காரன் பழக்கமானான். வாடிக்கையாளர்களின் கேள்விகளைக் கரடியிடம் எடுத்துச் சொல் வான். கரடி தன் பதில்களை அவன் காதருகில் ரகசியமாய்ச் சொல்லும். அவன் கேள்வி கேட்டவரிடம் விளக்கிச் சொல்வான். நான் ஒருநாள் என்னைப் பற்றிக் கேட்டேன். அவன் கரடியிடம் கேட்டுச் சொன்னான்.

> உன் தகப்பனின் குழந்தைகள் மூவர் எங்கெங்கோ சென்றிருக்கிறார்கள்.
>
> சரியாகத்தான் சொல்கிறாய். ஆனாலும் ஒரு பிழை இருக்கிறது.
>
> என்ன?
>
> என் தகப்பனின் குழந்தைகள் வெளியூர் சென்றிருப்பது வாஸ்த வந்தான். ஆனால் அவர்கள் மூவர் இல்லை.

உன்னை விட்டுவிட்டேனேயென்கிறாயாக்கும்? நீதான் இங்கே இருக்கிறாயே.

நானும் வெளியூர்தானே வந்திருக்கிறேன்.

ஜோசியத்தில் வார்த்தைகள் முக்கியம். எங்கெங்கோ என்று நான் சொன்னதை வெளியூர் என்று நீதான் மொழிபெயர்த்துக் கொண்டாய். நீ எங்கும் செல்லவே முடியாது. எப்போதும் இங்குதான் இருந்தாக வேண்டும்.

உளறுகிறாய். இன்னும் பத்து நாட்களில் நான் என் ஊர் திரும்புகிறேன்.

இருக்கலாம். அப்போதும் இங்கேதான் இருப்பாய். நீ தூக்கிச் செல்லும் இங்கே என்னும் சுமையை நீ இறக்கி வைக்கவே முடியாது. எங்கு நீ சென்றாலும் அங்கு இங்கே ஆகிவிடும் உனக்கு.

அவன் வெறும் ஜோசியன் இல்லை என்று அறிந்தேன். அவனுடன் பொழுதைக் கழிக்கும் என் விழைவைச் சொன்னேன். அவன் பெயர் வனராஜன். பட்சிகள், விலங்குகளின் மொழி அறிந்தவன். எனக்கும் கற்றுத் தருவதாய்ச் சொன்னான். அவனிடம் கேட்டேன்.

அப்படியானால், கரடி நிஜமாகவே உன்னிடம் ஜோசியம் சொல்கிறதா, என்ன?

எனக்குக் கரடியின் மொழி தெரியும். ஆனால், கரடிக்கு ஜோசியம் தெரியாது.

கரடி என்னதான் சொல்கிறது பின்னே?

இடுப்புச் சங்கிலியை அவிழ்த்துவிடு மடையனே, என்றுதான் திரும்பத் திரும்பச் சொல்லும். எனக்குச் சிந்தை வாசிப்பும், முக வாசிப்பும் கொஞ்சம் பழக்கம். அதை வைத்து நானாகச் சொல்வதுதான். நான் சொன்னால் யார் கேட்பார்? அதற்காகத்தான் கரடி தேவைப்படுகிறது...

அவன் எனக்குப் பறவைகளின் மொழியையும் மிருகங்களின் மொழியையும் கற்றுக்கொடுத்தபோது சில உண்மைகள் அறியக்

கிடைத்தன. நாயின் மொழி வல்லினங்கள் மிகுந்தது. பூனையின் மொழி மெல்லினங்கள் மிகுந்தது. யானையின் சொற்கள் நளினமும் அன்பும் பெருந்தன்மையும் நிறைந்தவை. நாகணவாய்ப் புள்ளின் மொழி வடமொழியை ஒத்திருந்தது. கரப்பான் பூச்சியின் மொழி கற்றுக்கொள்ள மிகவும் சுலபமானது. ஆனால் அதனுடன் பேசிப் பார்ப்பதுதான் சுலபமாயில்லை. மனித ஜாதியாரைக் கண்டவுடன் ஓடி ஒளிந்துவிடுகிறது.

நான் அறிந்துகொண்ட மற்றொரு உண்மை, ஒரு ஜீவராசியின் மொழியைக் கற்ற மாத்திரத்தில் சகல ஜீவராசிகளுடனும் உரையாடி விட முடியாது. ஒவ்வொரு இனத்துக்கும் தனித்தனி மொழிகள் இருக்கின்றன. அவை வெவ்வேறு விதமான மெய்ம்மைகளை முன் னிறுத்துகின்றன. உதாரணமாக, யானையின் மொழியில் உயரம் என்ற பொருள் தரும் சொல்லிற்கு சிற்றெறும்பின் மொழியில் ஆகாசம் என்று பொருள். ஆந்தையின் மொழியில் பகலாய் இருப்பது பிற ஜீவராசிகள் அநேகத்துக்கு இருள் என்று ஆகிறது. வவ்வாலைப் பொறுத்தவரை எதிர்ச்சொற்களின் மொழியில் பேசுகிறது அது.

அவனை நீங்கி ஊர் திரும்பும் வழியில் எங்கெங்கும் உயிர் மணக்கத் திரிந்த அனைத்துப் பிராணிகளையும் என் தோழர்களாக உணர்ந்தது முற்றிலும் புதிதான அனுபவம் எனக்கு. உச்சிவெயில் பயணத்தைத் தவிர்க்க ஒரு மரத்தடியில் ஓய்ந்து படுத்திருக்கும்போது ஒரு உரையாடலைக் கேட்க நேர்ந்தது. எருமை மாட்டின் முதுகில் உட்கார்ந்திருந்த மைனா சொல்கிறது:

> நண்பா, மிகவும் வருத்தமாக இருக்கிறது.

எருமை மாடு, தன் வளைந்த கொம்பை அசைத்து ஏன் என்று வினவுகிறது.

> கானகத்தின் நீர் நிலைகள் வற்றிவிட்டன. பெரும் வறட்சியும் பஞ்சமும் உண்டாவதற்கான அறிகுறிகள் தென்படுகின்றன. என் கூட்டத்தார் மலையின் மறுபுறம் சென்று குடியமரத் தீர்மானித்திருக்கிறார்கள். காக்காய்ப் பஞ்சாயத்திலும் இதே முடிவை எடுத்திருக்கிறார்களாம். குயிலக்கா தன் குடும்பமும் இடம் பெயர்வதாய்ச் சொன்னாள். எனக்குத்தான் மனசேயில்லை.

எருமை மாடு மௌனமாய் இருக்கிறது.

> உன்னைப் பிரிந்து நான் எப்படிப் போவேன். சாதாரண நட்பா நம்முடையது. கேவலம் சாப்பாட்டுக்காக நண்பனைப் பிரிவதை நினைத்துக்கூடப் பார்க்க முடியவில்லை எனக்கு.

எருமை மாடு தன் வாலால் மைனாவை வருடிக்கொடுக்கிறது. அப்புறம் சொல்கிறது.

> சகோதரி, நீயும் நானும் நண்பர்களானது அன்பின் பின்னணியில். எத்தனை பெரிய வெய்யிலிலும் நம் அன்பு வற்றிப் போய்விடப்போவதில்லை. எங்கோ தொலைவில் நீ இருந்தாலும் என் நினைவுடனேயே இருப்பாய் என்று எனக்குத் தெரியாதா என்ன? இல்லை, நான்தான் உன் நினைவற்று ஒரு நொடியைக் கழித்துவிடுவேனா? கால தேச வர்த்தமானங்கள் உண்டாக்கும் பிரிவை நாம் பொருட்படுத்த வேண்டியதில்லை. என் இனமாகிய எருமைகளுடன் நான் இருந்து பட்டினி கிடந்து சாகும்போதும், உன் இன மைனாக்களுடன் நீ ஆசுவாசமாய் இருப்பாய் என்ற நினைவே எனக்கு ஆறுதலானது.

மைனா கலங்கிய கண்களுடன் திரும்பித் திரும்பிப் பார்த்துக் கொண்டே பறந்து நகர்வதை எருமை பார்த்துக்கொண்டே நின்றது. ஒரு முக்காரப் பெருமூச்சுடன் தலைதாழ்த்தி நடந்தது.

எனக்கு அதற்கு மேல் அங்கிருக்கப் பிடிக்காமல் எழுந்து நடந்து வந்துவிட்டேன்.

முக்கால் திருடன்

நான் சென்று சேர்ந்த ஊர் சித்திரக்குள்ளர்களின் தேசத்தில் இருக்கிறது. இரண்டரை மாதம் ஆகும் இங்கிருந்து சென்று சேர. ஆக, நான் அங்கே இருந்தது ஒரு மாதம் மட்டுமே. கரை நெடுக இருக்கும் மஞ்சள் கொன்றைகள் உதிர்க்கும் பூக்களைச் சுமந்து நகர்வதால் மஞ்சள் நதி என்று பெயர் சூட்டப்பட்ட நதியைச் சார்ந்து வாழும் தேசம் அது. பிரஜைகளின் சராசரி உயரம் ஒன்றே

கால் கஜம்தான். சிற்றெறும்புகள் போன்ற பரபரப்பான இயக்கமும், கடுமையான உடல் உழைப்பும் கொண்ட மக்கள்.

மாறாக, உடல் உழைப்பை முற்றாகத் தவிர்த்து அறிவின் பாறை களைப் புரட்டவும் பொளிக்கவும் செதுக்கவும் சிதைக்கவும் வடிவமைக்கவும் உழைக்கும் ஒரு சிறுபான்மையும் இருந்தது. அவர்களில் பிரதானமானவராக தாவோ மியானைச் சொல்ல வேண்டும். ஹோய்னா என்ற நகரில் வசிக்கும் அவரை நான் எனது இருபத்தெட்டாவது நாளில் தற்செயலாகச் சந்தித்தேன். மதுச்சாலையில் சில மணி நேரங்கள் அமர்ந்து குடித்த பின்னும் நிலைகுலையாத விழிகளுடனும் நேரான நடையுடனும் என்னிடம் அவர் வருவதற்கு முன்னறிவிப்புப்போல கைத்தடியின் ஒலியும், போதையின் நறுமணமும் நெருங்கி வந்தன.

மோவாய்க் கட்டையில் மட்டும் முளைத்த கோரைத் தாடி, மஞ் சள் படிந்த, இடுங்கிய கண்கள், அடர்த்தி குறைந்த, முழுக்க நரைத்த புருவங்கள், உதடுகளின் ஓரங்களில் மட்டும் முளைத்துக் கீழ்த் தாடையின் தூண்கள்போலத் தொங்கும் மீசை. லேசான கூன் விழுந்த முதுகு. தாவோ மியான்.

வெளியூரோ நீங்கள்?

ஆமாம்.

எங்கிருந்து வருகிறீர்கள்?

சொன்னேன். நம் ஊரைப் பற்றி நான் யோசித்திராத பல அம்சங் களை நான் கவனிக்காமலே பார்த்திருக்கிறேன் என்பது தாவோ மியானின் கேள்விகளுக்குப் பதிலிறுத்தபோது புரிந்தது.

வீட்டு வாசலில் மரம் இருக்கிறதா? எந்த மாதங்களில் பூக்கிறது? ஆறு இருக்கும் ஊரா? எந்த மாதங்களில் வறள்கிறது? தவளைகளின் இரைச்சல் கேட்கும் இரவுகளைக் கேட்டதுண்டா? மின்னலை ருசித்ததுண்டா? பால் பசு இருக்கிறதா வீட்டில்? சீம்பாலில் மணக்கும் தாய்மையை நுகர்ந்ததுண்டா?

மியான் மறுநாள் மாலையில் சந்திக்கலாம் என்றார். அவர் சொன்ன இடத்தில் காத்திருந்தேன். ஒரு ஆள் வந்து,

தாவோ மியானுக்காகக் காத்திருக்கிறீர்களா? என்றான்.

ஆமென்றேன்.

காத்திருக்காமல் நிற்குமாறு சொல்லச் சொன்னார். எனக்குப் புரியவில்லை. ஆனால் அந்த வாக்கியம் காதில் விழுந்த பிறகு நான் நிற்பதன் தன்மை அடிப்படையிலேயே மாறிவிட்டது தெரிந்தது. தளர்ந்த நடையுடன் தாவோ மியான் வந்தார்.

என்ன, நான் சொல்லியனுப்பிய மாதிரி நின்றீர்களா?

அப்படி நின்றேன் என்றுதான் நினைக்கிறேன்.

என்ன பார்த்தீர்கள்?

எதிரில் ஒரு குட்டிச் சுவர் மறைத்த மரம் நின்றிருந்தது. அதன் பட்டுப்போன கிளைகள் சவலைக் குழந்தை போலப் பிடிவாதமாக ஆகாயத்தை இறைஞ்சி நின்றன.

நான் மியானிடம் சொன்னேன்.

அந்தப் பட்டமரம் ஹோய்னா நகருக்கு வெளியே நிற்கிறது.

தாவோ மியான் பரவசமாகிவிட்டார். அவருடைய சொற்குவியல் என்னைத் தாக்கத் தொடங்கியது. மின்னல்கள் தெறித்தன. பார்வையின் தீர்க்கம் அதிகரித்துவிட்டதான மயக்கத்தை அடைந்து கொண்டேயிருந்தேன் அன்றிரவு முழுவதும். தாவோ மியான் நிறையக் கேள்விகள் கேட்டார். சில கதைகள் சொன்னார். சில கவிதைகள் இசைத்தார். உதாரணங்களை மட்டும் இப்போது சொல்கிறேன். முழுக்கச் சொல்ல நிறைய நாட்கள் தேவைப்படும். எதையுமே மறக்க முடியாது என்பதால், நிதானமாகப் பிறகு சொல்வேன்.

தாவோ மியான் கேள்விகள்

1. நதியின் போக்கில் மிதக்கும் ஆலிலையில் சிற்றெறும்பு ஒன்று போவதும் வருவதுமாய் இருக்கிறது. எறும்பு போய்க்கொண்டிருக் கிறதா, போய் வருகிறதா?

2. ஆதி என்ற சொல்லும் அந்தம் என்ற சொல்லும் கிளர்த்தும் அர்த்தத் தளம் **இப்போது** என்ற சொல்லில் பொதிந்திருக்கிறதா, இல்லையா?

3. பிற்பகலில் கிழக்கை நோக்கி ஒன்றும், மேற்கை நோக்கி ஒன்று மாய் விரையும் கோச்சு வண்டிகள் அந்தி எனும் ஒரே திசையை நோக்கி விரையவில்லையா?

4. வண்டிச்சக்கரத்தின் பட்டையான இரும்புத் தகட்டின் பிர யாணம் ஆரம்பிக்கும் இடம் எது? பூமிக் கர்ப்பத்தில் புதைந்திருந்த நாட்களா? பூவரச மரமாகவோ, கழுதையின் எலும்புக்கூடாகவோ இருந்த நாட்களா? கொல்லனின் பட்டறையா?

5. பூமிப் பந்து இருப்பது நிலவின் அந்தப்பக்கமா? இந்தப் பக்கமா?

தாவோ மியான் சொன்ன ஒரு கதை

வீதியில் கூட்டம் நிற்கிறது. முதல் வரிசையில் நின்று வேடிக்கை பார்க்கும் ஞானியின் அருகில் பித்தன் ஒருவன் வருகிறான்.

ஐயா, என்ன கூட்டம்?

மன்னர் யானையில் அமர்ந்து ஊர்வலம் வருகிறார்.

அட, ஆமாம். சரி... இதில் எது மன்னன், எது யானை?

ஞானி சிரித்துக்கொள்கிறார்.

அட அசடனே, மேலே இருப்பது மன்னன், கீழே இருப்பது யானை.

புரிகிறது, புரிகிறது. ஆனால் ஐயா, எது மேலே, எது கீழே? ஞானி எரிச்சல்படுகிறார். தரையில் குந்தி உட்காருகிறார். தோளில் ஏறும்படி பித்தனிடம் சைகை செய்கிறார். பித்தன் தோளில் அமர்ந்தவுடன் சொல்கிறார்.

இப்போது தெரிகிறதா? நீ மேலே, நான் கீழே.

நன்றாகப் புரிந்துவிட்டது. ஆனால், எது நீ? எது நான்?

தாவோ மியானின் கவிதை

பண்டாரம் வளர்த்த கிளியை
யாரும் மறப்பதற்கில்லை
குறிப்பில்லா வேளையில் வந்து சேர்ந்து
பண்டாரத்தின் வாழ்வாய் வளர்ந்தது அது.
பேசப்பழகிய கிளி சிறுகச் சிறுகச்
சிந்திக்கவும் கற்றது.
புலன்களின் தொடு நுனியில் மலர்ந்த
கிளியின் உலகம் பண்டாரத்தின் உலகமாய் இருந்தது.
தானறிந்ததெல்லாம் தானும் அறிந்த கிளியை
தானெனக் கண்டான் பண்டாரம்.
உற்சாகம் மீறியதில்
வெட்டிய இறக்கைகள் துளிர்த்ததை மறந்தான்.
விலாவுக்கொன்றாய் நீண்ட கரங்களில்
காற்றின் சூட்சுமம் வலுவென உருவேற
கிளிப் பண்டாரம் பறந்தது.
கிடந்தான் பண்டாரக்கிளி.

முழுத் திருடன்

நான் பிரயாணத்தை ஆரம்பிக்கும்போதே சில முடிவுகளை உத்தேசித்திருந்தேன். ஓரிடத்தில் தங்குவதில்லை. கால்போன போக்கில் செல்வது. மனம்போன போக்கில் சிந்திப்பது. கிடைத்ததை உண்பது. கிடைக்காதபோது உபவாசமிருப்பது. தேங்கின தண்ணீரில் நீராடுவதில்லை. இரவில் கூரைக்குக் கீழ் தங்குவதில்லை. பழக்கத்தின் காரணமாக எனக்குள் பதிவாகியிருக்கும் தேவைகள் அனைத்தையும் புறக்கணித்து வாழ்வது என்னால் முடியுமா என்று பரிசோதிப்பதை மட்டுமே நோக்கமாகக் கொண்டு திரிந்தேன்.

குதிரையில் ஏறிப் பிரயாணம் செய்யும்போது மிக அதிக தூரமும் மிக அதிக காலமும் நீள்கிறது பிரயாணம். இலக்கற்றுப் பயணம் செய்யும்போது மனம் இயல்பாகவே நாடோடித் தன்மையைப் பூண்டுகொள்கிறது. நண்பர்களும் விரோதிகளும் அற்று நகர்கின்றன நாட்கள். தனிமையின் சுதந்திரத்தில் மாபெரும் சுய பரிசோதனை

நடைபெற்றவாறிருந்தது. ஜடப் பொருட்களுடனும், உயிர்ப் பொருட்களுடனும் என் உறவுநிலைகள் கேள்விக்குரியனவாக மாறத் தொடங்கின.

பூமியின் தன்மை வெகுவாக மாறிக்கொண்டே போனது. மண்ணின் தன்மையைப் பொறுத்து மனிதர்களின் உடைகள், உணவு முறைகள், மொழியின் த்வனி, மாறிக்கொண்டே போயின. எல்லா ஊர்களிலும், எல்லாச் சந்தர்ப்பங்களிலும் மனித இனம் மட்டுமே சாப்பாட்டைப் பற்றிய கவலையுடனே இருப்பதாகவும், தன் உணவைத் தானே சுமந்து திரிவதாகவும் கண்டேன். ஏதோ ஊரின் ஏதோ மரத்தடியில் இரவொன்றைக் கழித்த சமயத்தில், தகப்பன், அண்ணன்கள் ஞாபகம் வாட்டியபோது, வீட்டைச் சுமந்து செல்லும் நத்தையாக என்னை உணர்ந்தேன்.

எல்லா ஊரிலும் என்னை அந்நியனாகவும், எந்த ஊரிலும் அளப்பரிய சுவாதீனம் உள்ளவனாகவும் என்னை உணர்வது எனக்கே விசித்திரமாக இருந்தது. என் சிந்தனையின் அடிநாதமே மறுபரிசீலனை என்பதாக இருந்தது.

ஒரு ஊரின் கடைத்தெருவில் நின்றிருந்தபோது தோன்றியது: இந்த ஊரில் இருக்கும் எதுவுமே எனக்குத் தெரியாதது இல்லை. கட்டடங்கள் தெரியும். விளக்குக் கம்பங்கள் தெரியும். தெருவின் குறுக்காக ஓடிக் கடக்கும் நாய் தெரியும். பச்சை நிறத்தின் பல்வேறு வீச்சுக்களில் விடைத்து நிற்கும் மரங்கள் தெரியும். மனிதர்களை ஒருபோதும் பூனைகளோ என்று சந்தேகம்கூடப் படுவதில்லை. பிறகு எந்த அடிப்படையில் ஒரு ஊர் தெரியாத ஊராகிறது?

இன்னொரு தடவை, ஒரு வேப்பமரத்தைப் பார்த்தபோது கிளர்ச்சி கொண்டேன். அதன் பெயர் தெரியும். அதன் உபயோகங்கள் தெரியும். அதன் இலைகளின் ருசி தெரியும். நீரை அது எங்ஙனம் உறிஞ்சுகிறது, தன் உணவை எப்படித் தயாரித்துக் கொள்கிறது, வேம்பின் மருத்துவ குணங்கள் என்ன என்று ஏகப்பட்ட விஷயங்கள் தெரிந்தவனாயிருந்தேன். அதுவரை பார்த்தேயிராத அந்த மரத்தை முதன்முறையாகப் பார்க்கும்போதே இவ்வளவு தெரிகிறதே, இது வரமா, சாபமா என்ற சந்தேகம் எழுந்தது. தொடர்ந்து தெரிந்துகொள்வதும், ஞாபகப்படுத்திக்கொள்வதுமான செயல்பாட்டில் நான் இழக்கும் புதிர்கள் எவையெவை, நான் இழக்கும் வெகுளித்தனத்தின் பெறு மானம் எவ்வளவு என்று யோசித்துக்கொண்டே போனேன்.

என் பிரயாணத்தில் இரண்டு சம்பவங்கள் நினைவு கூரத்தக்கவை. ஒன்று ஒரு நாடோடிப் பாடகனின் இசை நிகழ்ச்சி.

அவன் தலையில் கட்டியிருந்த உருமால், பல பிரிகளிலானது. உலோகக் கிரீடம் அளவுக்குக் கனக்கக் கூடியதாகத் தோன்றியது. அவன் வாசித்த இசைக்கருவி தந்திக் கருவி. பளபளக்கும் மரப் பலகையில் கீழ்ப்புறம் பெரிய குழி ஒன்றும், குழியை மூடுவது போல மேல்முனை நோக்கி இழுத்துக் கட்டப்பட்ட நரம்புகளும் கொண்டது. குதிரை வாலால் செய்யப்பட்ட வில் கொண்டு தன் வாத்தியத்தை இசைக்கிறான்.

வில்லும் தந்தியும் உராயும்போது உண்டாகும் ஒலி, நிகழ்ச்சி நடந்த மந்தை வெளியையும், ஜனங்களின் மனங்களையும் நிரப்பி மேலெழுந்து ஆகாயத்தில் மேகங்களெனத் திரண்டு குவிந்ததாகப் பட்டது எனக்கு. முதலில் அவன் வாசித்து வந்தபோது, வாசிப்பில் இருந்த லகுத்தன்மையும், நகாசு வேலைகளும் இதமானவையாக இருந்தபோதிலும், பின்னால் மிகப்பெரிய ஒரு சங்கதி வரப்போவதற் கான கட்டியம் என்றே தோன்றிக்கொண்டிருந்தது.

நான் எதிர்பார்த்திருந்த தருணமும் வந்தது. வில்லின் இசைவு முற்றாக மாறி, தந்திகள் அதிரும் கதியில் அசாத்தியமான பாவமும் வேகமும் கூடி இசைஞன், இசைக்கருவி, இசை, கேட்கும் காதுகள் என்ற வேறுபாடுகள் அனைத்தும் குழம்பிக் குழைந்து சப்தத்தின் நுண் தளங்கள் திறக்கவாரம்பித்தன. துயரம் அல்லது ஆனந்தம் என்று அறுதியிட்டுவிட முடியாத கலவையான உணர்வின் சுனை பீறிக் கிளம்பியது. மனம் தறிகெட்டுப் பாய்கிறது. உப வாத்தியங்களாகப் பின்தொடர்ந்த காற்றுக் கருவிகளும், தோற்கருவிகளும் தோற்றுத் திரும்புவதான சித்திரம் உண்டானது. அவற்றை இசைத்தவர்கள் ஸ்தம்பிதமானார்கள். வில்லும் தந்தியும் உறவின் உச்சத்தில் முயங்கிப் பிதற்றின. சடாரென்று வாசிப்பை நிறுத்திவிட்டுப் பாடத் தொடங்கினான். வரையறைகள் உள்ள குரல்தான். ஆனாலும், தன் விளிம்புகளுக்குள் சஞ்சரித்தவாறு, இதயத்தின் பொருக்குத்தட்டிய ரணங்களைக் கீறி, குருதியைப் பீய்ச்சுவதுபோல வெளியேறித் தகித்தது அவன் குரல். சற்றே ரகசியம் தோய்ந்த, கரகரத்த குரலில் ஓசையின் அலைமுகடுகளிலும், பள்ளத்தாக்குகளிலும் பாய்ந்தும் பறந்தும் விலகினான் அவன்.

நிகழ்ச்சி முடிந்து கூட்டம் கலைந்தபோது, என் தனிமை மீண்டும் ஆட்கொண்டது என்னை. அன்றிரவு மரத்தடியில் படுத்திருந்தேன். ஆந்தையின் கதறலும், காற்று மரங்களுடன் பேசும் ரகசியமும், நான் புரண்டு படுக்கும்போது நசுங்கும் சருகுகளும், இரவின் ஓசை களும், முடிவற்ற பிரம்மாண்ட சங்கீதத்தின் பகுதிகளாகவும், பவித்திர மானவையாகவும் தோன்றின. என் மூச்சுக் காற்று பேரோசையாகவும், தாளகதிக்குட்பட்டதாகவும், பிரபஞ்ச ஓசையாகவும் என் காதில் விழுந்து விழுந்து விலகியது. கற்சாலையை இரும்புப் பைதாவால் நெரித்து நகரும் வண்டிச்சக்கரமும், கிணற்றில் நீர் சேந்த உருளும் கப்பியும் இசைக்கருவிகள்தாம் என்று தெரிந்துகொண்டேன்.

மறுதினம் புறப்பட்டு வேறு ஊர் செல்லும்போது ஒரு வழிப்போக் கன் அறிமுகமானான். நான் சொல்லப்போகும் இரண்டாவது சம்பவத்தின் நாயகன் அவன். என் பிரயாணத்தின் பாதையை மாற்றி என்னை ஒரு வனத்தைக் காட்ட அழைத்துப் போனான். அந்த வனம் பற்றி நான் சொல்லும் எதையுமே நீங்கள் நம்பாமல் கூடப் போகலாம். எனக்கு ஆட்சேபணையில்லை. வயிற்றுவலி போலவும், ரத்த ஓட்டத்திலிருந்து கழிவுகளைச் சிறுநீராய் என் உடல் பிரித்தெடுப்பதுபோலவும் என் அந்தரங்க அனுபவம் அது. நான் சொல்லி நீங்கள் கேட்கலாம். அவ்வளவுதான்.

வனத்தின் உள்ளே நுழைந்த மாத்திரத்தில் ஒரு வினோதத்தை அனுபவித்தேன். வனம் தன் இயக்கத்தை முழுக்க வெளிக்காட்டிக் கொண்டிருந்தது. பரபரப்பான செயல்பாடுகள் கொண்ட மாபெரும் தொழிற்சாலைபோலத் தன் அசைவுகளைத் திறந்து வைத்திருந்தது. காலையில் முளைவிடும் தென்னங்கன்றுகள் முற்பகலில் தென்னை மரமாக மாறின. மாலையில் கொத்துக் கொத்தாக இளநீர் காய்த்துத் தள்ளி, முன்னிரவில் பட்டுப்போயின. வாழைமரம் காலையில் முளைத்து, முற்பகலில் குலை தள்ளி, உச்சிப் பொழுதில் கன்றுகளை விடுத்துச் சாய்ந்தது. கத்தரிச் செடிகள் ஒரு நாழிகைப் பொழுதில் பெருவாழ்வு வாழ்ந்து முடிந்தன. எல்லா மரங்களிலும் இலைகளிலும் அதிவிரைவாக நடந்துகொண்டிருந்தது சமையல் வேலை. தாவரங் களின் சுவாசம் பச்சை நிறப் பேரோசையாகப் பொங்கித் தாழ்ந்தது. காலையில் பிறந்த மான் கன்று மாலையில் தன் பேரக் குழந்தை களைக் கொஞ்சியது. ஒரு கிளையிலிருந்து மறு கிளைக்குத் தாவும் குரங்குகள் கிளைகளின் இடைவெளியில் வயோதிகம் கொண்டன.

சகலமும் விரைகதியில் நிகழ்ந்தவாறிருக்கும்போது, இயக்கமற்ற பார்வையாளனாக நான் நின்றுகொண்டிருந்தது பீதியூட்டுவதாயிருக்க, என் சக பிரயாணியிடம் வேண்டினேன்: கலியுகத்தின் ஆயுளே ஒரு மாதத்துக்குமேல் நீடிக்காது போலிருக்கிறதே. என்னை வேறிடம் கூட்டிச் சென்றுவிடு என்று கெஞ்சினேன். அவன் ஆறுதலாய்ச் சொன்னான்: கவலைப்படாதே. வனத்தின் மறுபக்கம் சென்றுவிடலாம் வா.

வனம் தனது மறுபக்கத்தில் தலைகீழாக மாறிவிட்டிருந்தது.

கண்ணில் தெரியும் பறவையின் கூவல் காதை வந்தடையப் பல நாழிகை பிடித்தது. நனைத்த துணி உலர்வதற்குப் பல நாட்கள் எடுத்தது. யானையின் உறிஞ்சலில் துதிக்கைக்குள் முழுவதுமாக இடம் பெயர்ந்தது குளம். மனிதப் புலன்கள் கூறுகட்டிய கோரைப் பாயில் அவரவர்க்கு வேண்டியவற்றைப் பொறுக்கிப் பொருத்திக் கொண்ட மாந்தரைக் கண்டேன். நீர் மேகமாகி, மேகம் பொதியாகி, பொதி குளிர்வடைந்து, குளிர் பொழிந்து, பொழிந்த நீர் தரை சேர்ந்து, மேகம் ஆவதற்கு உயரும் சுழற்சி சாதாரணக் கண்களுக்கே புலனாகும் விசித்திரமும் கண்டேன். கரும்பாறைகளின் சின்னஞ்சிறு குழிவுகளில் தேங்கிக் கிடந்தன முந்தின தலைமுறைகளின் ஞாபகங்கள். முதுகில் மாட்டிய அம்பறாத்தூணியில் ஞாபகச் சரங்களை நிரப்பிக்கொண்டு பாய்ந்தனர் வீரர்கள். தன் வாலை ருசித்து விழுங்கும் முயற்சியில் மோதிர வளையமாய் மாறியிருந்த பாம்பு ஒன்று புற்றின் வாயிலில் உருண்டுகொண்டிருந்தது. பாம்புரித்த சட்டைகளில் புகுந்துகொண்டு சீறும் பாவனை காட்டின தவளைகள். விண்மீன்களை உதிர்த்தவண்ணமிருந்தது ஆகாயவெளி. நிலவின் பெரும் பள்ளங்களிலிருந்து சொரிந்த குளிரில் நடுங்கின இரவுகள். வெற்றிலையில் தடவிய கரும் மையில் குந்தள நகரத்தின் மதிற்சுவருக்கு உட்புறம் வீட்டின் படுக்கையறைக் கட்டிலில் க்ஷீணமாய்ப் படுத்திருக்கும் தந்தையைக் காட்டிய ஆருடக்காரனுக்குத் தக்க சன்மானம் தந்து புறப்பட்டேன்.

நால்வரின் கதையையும் கேட்டுக்கொண்டிருந்த கார்க்கோடகன் நீண்ட பெருமூச்சு ஒன்றை விடுத்து விட்டுச் சொன்னான்.

> தம்பிகளா, உங்கள் அனுபவங்களைக் கேட்கக் கேட்க இழந்து போன என் இளமை பற்றி ஏக்கம் மீறுகிறது எனக்குள்.

யயாதியைப்போல என் வயோதிகத்தை மாற்றுத் தரமுடியாதா என்று ஏங்குகிறேன். எங்கெங்கோ அலைந்து திரிந்தும் பொருட்களை மட்டுமே சேகரித்திருக்கிறேன், இவற்றைச் சம்பாதிக்க வேறு மார்க்கங்களும் இருக்கத்தான் செய்கின்றன, பட்டை பூட்டிய குதிரையைப்போல ஓடியிருக்கிறேன், சூரியனைக் கண்ட பனிபோலப் பொருளாசை விலகுவதைப் பார்க்கிறேன், முற்றுப்புள்ளியற்றுப் பேசும் வேட்கை கொண்டவனாகிறேன். நீங்கள் சேகரித்து வந்திருக்கும் அனுபவங்களின் முன்னிலையில் நான் சேர்த்து வைத்திருக்கும் சொத்து எம்மாத்திரம்? இதைப் பிரித்துக் கொடுப்பதற்கான விகிதத்தைப் பற்றிய யோசனைதான் எனக்கெதற்கு?...

வீரர்களில் மகாவீரனும், சூரர்களில் அசகாய சூரனும், ஞானிகளில் மகா ஞானியுமான விக்கிரமார்க்க பூபதியே, நாலு திருடர்களில் யாருடைய அனுபவம் முதல் தரம் வாய்ந்தது? இந்தப் புதிருக்கான பதில் தெரிந்திருந்தும் சொல்லாவிட்டால், உமது தலை சுக்குநூறாக வெடித்துவிடும்.

என்று சொன்னது மேலாடைக்குள் புகுந்திருந்த வேதாளம்.

எழுதி முடித்த கதையைப் பிழைதிருத்துவதற்காகப் படித்துப் பார்த்தபோது தோன்றிய சில தகவல்களையும் சொல்லத் தோன்றுகிறது. அப்பா சொன்ன கதையை வரிக்குவரி நான் எழுதவில்லை. என் அனுபவங்கள், சிந்தனைகள் சார்ந்து ஏதேதோ சேர்ந்திருக்கிறது கதைக்குள். குறிப்பாக, நாடோடி இசைக் கலைஞனின் கதை. அதை அப்பா சொல்லும்போது அவன் குழல் வாத்தியக் கலைஞனாக இருந்தது ஞாபகம் வருகிறது இப்போது. அந்தப் பகுதியை எழுதுவதற்குச் சற்றுமுன் நான் கேட்ட ஒலிநாடா ஒன்று அந்தப் பகுதியின் சாரத்திற்கு ஆதாரமானது. ஸாரங்கி இசை அது. அப்பா சொல்லும்போதும் தன்னுடைய சரக்காகச் சிலவற்றைச் சேர்த்திருப்பார் என்றுதான் தோன்றுகிறது.

***கதைசொல்லி**, ஜனவரி - மார்ச் 2001*

கடல்வாழ் கதைத்தொகுப்பு

சுகவனம் ஒரு கனத்த உறையை அனுப்பியிருந்தான். ஒரு நீண்ட குறிப்பும், சில கதைகளின் ஆங்கிலம்வழி தமிழ் மொழிபெயர்ப்பும் ஆங்கில மூலத்தின் ஒளியச்சுப் பிரதிகளையும் கொண்ட, பழுப்பு நிற உறையைப் பிரித்து பக்கங்களின் எண்ணிக்கையைப் பார்த்து மிரண்டு, ரொம்ப நாள் படிக்காமலே இருந்தேன். இன்று ஞாயிற்றுக்கிழமை. மாநகர வாழ்க்கையில் விடுமுறை நாளின் ஒவ்வொரு வினாடியும் 'என்னை அனுபவி... என்னை அனுபவி' என்று இறைஞ்சுவதை, தூக்கம் பெரும் போதையாய்ப் பற்றுவதை, பொருத்திக்கொள்ள ஒரு பொந்துபோல தொலைக்காட்சியும்; வார இதழ்களும், தினசரியின் சிறப்புப் பகுதிகளும் வார ஓய்வைப் பயனுள்ளதாகவும் கேளிக்கை நிரம்பினதாகவும் ஆக்கப் பிரயாசைப்படுவதை நீங்கள் மாநகர் ஒன்றில் குடியமர்ந்து சில வருடங்களாவது வசித்து உழன்ற பின்னர்தான் உணர முடியும்.

சுகவனத்தின் குறிப்பு ஒரு கட்டுரைபோல நீள்கிறது. சுகவனம் எழுதும் தமிழ் எனக்கு எப்போதுமே உவப்பானதாய் இருந்ததில்லை. ஆங்கிலத்தில் சிந்தித்துத் தமிழில் எழுதுவதுபோலவும், தமிழில் வார்த்தைகளுக்குப் பெரும் பஞ்சம் இருப்பதுபோல, ஒரு சொல்லில் கூறிவிட முடிவதை, நீண்ட சொற்றொடர்களால் குறிப்பிடுவதும், (அவன் மொழிபெயர்த்த ஆப்பிரிக்கக் கவிதையொன்றில்

பிரேதத்தின் ஆண்குறியை வர்ணிக்கும் இடத்தில் சுகவனத்தின் வரி: கறுத்த, ஒருவிதமான சொரசொரப்புள்ள, தரையின் கீழிருந்து தோண்டியெடுக்கப்படும் ஒருவகைக் காய் வகைபோல... என்றிருப்பதை 'ஏண்டா, ஒரு வரியில் கருணைக்கிழங்கு என்று சொன்னால் போதாதா?' என்று நான் கேட்கப் போக ஓரிரு வாரங்கள் என்னுடன் பேச்சை நிறுத்திவிட்டான்) ஒவ்வொரு தகவலைச் சொல்லவும் ஐரோப்பியச் சிந்தனை மற்றும் இலக்கிய மரபுகளின் வழித்தோன்றல்களின் கட்டுரை, கவிதை, கதைகளிலிருந்து மேற்கோள்கள் காட்டுவதும் என்னைப் பெரும் ஆயாசத்திற்குள் ளாக்கும். பரவலான வாசிப்பறிவு எனக்கில்லை என்பதைக் குத்திக் காட்டுவதற்காகவே அவன் இவ்வாறு செய்கிறான் என்று எரிச்சல் உண்டாகும்.

ஆனால் இந்தக் குறிப்பு அவ்வாறில்லை. சுகவனம் கனிந்திருக் கிறானா, கட்டுரையின் சாராம்சம் என்னை மயக்குகிறதா என்று சொல்லத் தெரியாதபடி அது என்னை ஈர்க்கிறது.

அன்பின் கிருஷ்ணனுக்கு,

எப்படிடா இருக்கே.

பெங்குவின் சமீபத்தில் வெளியிட்ட சிறுகதைத் தொகுப்பிலிருந்து சில கதைகளைத் தமிழில் மொழிபெயர்த்திருக்கிறேன். வித்தியாச மான தொகுப்பாய் இருப்பதாலும்; வெவ்வேறு பிரதேசங்களில், கலாச்சாரங்களின் பின்னணியில் நடைபெறும் கதைகளானாலும் தமிழ் மனத்திற்கு நெருக்கமாய் அவை இருப்பதாலும் கருணைக்கிழங் கின் நமைச்சல் பல இடங்களில் இருக்க வாய்ப்புள்ளதாலும் உனக்கு அனுப்புகிறேன். சோம்பல் படாமல் படித்துத் திருத்தங்கள் ஏதும் இருந்தால் குறிப்பிட்டுத் திருப்பி அனுப்பு.

1980களின் ஆரம்பத்தில், கிறிஸ்தோபர் யங், எட்வர்ட் பெயின்ஸ் என்ற இரண்டு இளைஞர்கள் ஒரு மோட்டார் படகில் உலகைச் சுற்றிவரும் சாகசத்தில் இறங்கினர். ஒருவர் அமெரிக்கர். மற்றவர் ஆங்கிலேயர். தெற்கு பஸிபிக் சமுத்திரத்தில் மகர ரேகைக்குத் தெற்கே அண்டார்ட்டிக்காவுக்கு வடமேற்கே தென் அமெரிக்காவின்

மேற்குக் கடற்கரைக்குத் தென்மேற்கில் நாலாயிரம் கடல்மைல் களுக்கு அப்பால் ஒரு தீவுக் கூட்டத்தைக் கண்டுபிடித்தனர். அவை அதுவரை பதிப்பிக்கப்பட்ட உலக வரைபடம் எதிலும் இடம்பெறாததும் அந்தத் தீவை நெருங்கும்போது நிகழ்ந்த சில சம்பவங்களும் இளைஞர்கள் இருவரையும் ஆச்சரியத்தில் ஆழ்த்தின.

திரும்பி வந்து அவர்கள் மேற்கொண்ட சில முயற்சிகளின் பலனாக, ஐ.நா. அந்தத் தீவுக் கூட்டத்தை ஒரு கூட்டாட்சி அமைப்பாக ஒரு நிபந்தனையுடன் அங்கீகரித்தது - ஆறு வருடங்களுக்குள் தன்னை ஒரு கூட்டாட்சிக் குடியரசாக அறிவிக்க வேண்டும். முன்னூற்று இருபத்தேழு மேலதிகப் புள்ளிகளுடன் ஐ.நா. சபையின் ஒப்புதலுடன் புதிய உலக வரைபடம் வெளியிடப்பட்டது. பூமிக்கோளத்தின் விட்டம் இருமடங்காகிவிட்டதாகப் புவியியலாளர்கள் கண்டுபிடித்த னர். 'டைம்' பத்திரிகை ஒரு சிறப்பு இதழ் வெளியிட்டது. கிறிஸ்தோ பர் யங் அந்த இதழில் எழுதிய கட்டுரையொன்றில் பின்வருமாறு சொல்லிச் செல்கிறார்.

> சிலியில் சில நாட்கள் இருந்துவிட்டு, வால் பரைஸோ துறைமுகத்தில் படகேறி அண்டார்ட்டிக்காவின் பால்மர் பிரதேசத்தை நோக்கிச் சென்றுகொண்டிருந்தோம். வெகுதூரம் பிரயாணம் செய்த பிறகு, நாங்கள் வழி தப்பிவிட்டது தெரிய வந்தது. எங்கள் கடிகாரக் கணக்குப்படி நாங்கள் அடைந்திருக்க வேண்டிய இடத்தைச் சென்றடையாதது எங்களைக் கடும் பீதிக்குள்ளாக்கியது. சலனமற்றிருந்த ஆகாயத்தில் நிறங்கள் மாற்றமுறுவதும் கடலில் அலைமுகடுகளின் உயரம் அதிகரிப்ப தும் புயலின் சின்னங்கள் என்றும், படகில் எரிபொருள் மற்றும் உணவுப்பொருட்களின் இருப்பு ஒரு வாரத்துக்கு மட்டுமே போதுமானது என்றும் பெயின்ஸ் எடுத்துரைத்தான். காற்றின் வேகம் அதிகரித்தது. பயம் மிகுந்தபோது எங்கள் இறையுணர்வு அதிகரிக்கக் கண்டோம். அப்போதுதான் நாங்கள் பகிர்ந்துகொள்ளாத ஒரு உண்மை தெரியவந்தது. நான் ரோமன் கத்தோலிக்கன் என்பதும் எட்வர்ட் பெயின்ஸ் ஒரு ப்ராட்டஸ்டண்ட் என்பதும்.
>
> திசைமானியின் காந்த முள் நிற்காமல் சுழல ஆரம்பித்தது. ஆழ்கடல் உயிரினங்கள் சமுத்திரத்தின் மேற்பரப்பில் தென்பட

> ஆரம்பித்தன. எட்வர்ட் தன் தோழி மார்கரெட்டுடனான தருணங்களையும் தகப்பன் டோனி பெயின்ஸின் மேன்மையை யும் சொல்லிப் புலம்பினான். நான் இந்தப் பிரயாணம் முடிந்து இது உரிய முறையில் பத்திரிகைகளில் கவனப் படுத்தப்பட்ட பிறகு, நுகர்பொருள் விளம்பரங்களில் என்னை ஒரு மாடலாகப் பயன்படுத்தும் உத்தேசத்தில், பிரயாணத்துக் காகும் செலவில் தொண்ணூறு சதவீதத்தை ஏற்றுக்கொண்ட ஜார்ஜ் அட்வர்டைஸர்ஸ். இன்க். நிறுவன மேலாளருக்காக அனுதாபப்பட்டேன்.
>
> காற்றின் சந்நதம் எங்களைத் தள்ளிக் கொண்டு போய் ஒரு தீவில் சேர்த்தது. அடுத்த இரண்டு மாத காலத்தில் நாங்கள் அறிந்துகொண்டவற்றை *Nightmares of Two Lone Sailors* என்ற, *Picador* வெளியீடாகப் பிரசுரிக்கப்பட்ட எங்கள் புத்தகத்தில் விரிவாகத் தெரிவித்திருக்கிறோம்.

கிறிஸ்தோபர் யங், தீவு என்று குறிப்பிடுவது சில நூறு தீவுகள் கொண்ட தீவுக்கூட்டத்தின் வால் பகுதியை. சில தீவுகள் மலைகளும் குன்றுகளும் நிரம்பினதாகவும், சில தீவுகளில் விவசாயமே பிரதான தொழிலாகவும், சில தீவுகளில் சுரங்கங்களிலிருந்து தாதுக்களைத் தோண்டியெடுத்துச் சுத்தம் செய்வதும், சில தீவுகள் யுத்தத் தளவாடங்களை உற்பத்தி செய்வதைக் குடிசைத் தொழில் முறையில் நிகழ்த்தியதும் நண்பர்களின் பதிவுகளில் முக்கியமான பகுதிகள். தீவுக் கூட்டங்களுக்குப் பெயர் சூட்டுவது சம்பந்தமாக ஒரு விவாதம் எழுகிறது. யங் தீவுகள் என்றா அல்லது பெயின்ஸ் தீவுகளா என்று முடிவெடுக்க முடியாமல் தகராறு முற்றும்போது, நண்பர்கள் இருவரும் ஒரு சமரசத்துக்கு வருகிறார்கள். உலகம் சுற்றிய நட்பையே பிரிக்கும் வல்லமை கொண்ட தீவுகளுக்கு Madness Islands என்று பெயர் சூட்டுகிறார்கள். சென்ற வருடம் தமிழ்நாட்டுப் பாடநூல் நிறுவனம் வெளியிட்ட ஆறாம் வகுப்புப் பாடநூலில் **கிறுக்குத் தீவுகள்** என்ற புதிய பாடம் சேர்க்கப்பட்டிருக்கிறது.

ஐ.நா.வின் அங்கீகாரம் கிடைத்ததும், தீவுக் கூட்டத்தின் தலைமை யுடன் அமெரிக்கா இரண்டு ஒப்பந்தங்கள் செய்துகொண்டது. ஒன்று வர்த்தக ஒப்பந்தம், மற்றொன்று ராணுவ உடன்படிக்கை. Madness Islands-ல் முதல் தர கிரிக்கெட் அணி ஒன்றையும், சர்வதேசத்

தரத்திலான மைதானங்களையும் உருவாக்கிப் போட்டிகளையும் நடத்தித் தர இங்கிலாந்து அரசும் சர்வதேசக் கிரிக்கெட் கவுன்சிலும் கூட்டாக ஒப்பந்தங்கள் போட்டன. சோமாலியா, நமீபியா, இந்தியா, பாகிஸ்தான் உட்படப் பல நாடுகள் கல்வி, சிறுவர் மேம்பாடு, சுகாதாரம் சம்பந்தமான திட்டங்களுக்கு நிதி உதவி கோரும் விண்ணப்பங்களோடு தூதர்களை நியமித்து அனுப்பின.

Madness Islands பற்றி கிறிஸ்தோபர் யங்கும் எட்வர்ட் பெயின்ஸும் சொல்லும் இன்னொரு தகவல் சுவாரசியமானது. மனித இனங்களில் அத்தனையுமே அவற்றில் வசிக்கின்றன. ஒரு தீவில் இந்தோ - இரானியர்களான காகஸாய்டுகளும், மற்றொன்றில் கறுப்பர்களான நீக்ராய்டுகளும், இன்னொன்றில் மங்கோலிய இனத்தவரும், பிறிதொன்றில் கலப்பின மக்களும், வேறொன்றில் குள்ளர்களும் உள்ளனர். சில தீவுகளில் மக்களின் சராசரி உயரம் ஆறடி மூன்றங்குலம் என்கிறார் யங். பல இனங்களும் சேர்ந்து வசிக்கும் தீவுகளும் இருக்கின்றனவாம். சில தீவுகளில் இனக் குழுக்களிடையே அலாதியான ஒற்றுமையும் வேறு சில தீவுகளில் இனவெறியும் இனக் கொலைகளும் சகஜமாய் இருக்கிறது.

நிலப்பரப்பைப் பொறுத்தவரை ஒவ்வொரு தீவும் மற்றதிலிருந்து வெகுவாக மாறுபடுகிறது. செம்மண் பிரதேசம், உறைபனி படர்ந்த மலைகள், எரிமலைகள், சதுப்பு நிலங்கள், கரிசல் மண் நிலங்கள், பாறைகளாய் நிரவி பாசனத்திற்கு லாயக்கற்ற பிரதேசம், புல் படர்ந்த சமவெளிகள், அடர் காடுகள் என்று பன்முகமான தரையின் இயல்பும், அதீத சீதோஷ்ணமும் செறிந்த தீவுக் கூட்டம் அது.

நாற்புறங்களிலும் கடலால் சூழப்பட்ட வாழ்க்கை அமைந்தும், சில இனங்களுக்கு மீன் பிடிப்பது என்றால் என்னவென்றே தெரியாதாம். டார்ட்டீசியன் என்ற இனம் முதலையைத் தங்கள் பிரதான கடவுளாக வணங்குகிறது. அவர்களின் திருமணச் சடங்குகள், மேல், கீழ்த் தாடைகளைக் கயிறால் பிணைக்கப்பட்ட முதலையின் முன்னிலையில்தான் நடக்கின்றன. டாபா என்ற மற்றொரு இனம் நெருப்பைக் கடவுளாக வணங்குவது - அவர்கள் உணவைச் சமைத்து உண்பதில்லை. ஆடுகளின் பச்சை ரத்தத்தை விருந்தினர்களுக்குப் படைப்பதைப் பெரும் பேறாகக் கருதுகிறார்கள். காங்கீரா என்ற மற்றொரு இனம் - டார்ட்டீசிய மொழியில் காங்கீரா என்பதற்குப் புளுகு என்று பொருள் - முதுகிலிருந்து புறப்பட்டு நடு நெஞ்சில் முடிச்சிடப்பட்ட வடக்கயிற்றைப் பூணுவது. வடக்கயிற்றைக்

கடவுளாக வழிபடுகிறார்கள் அவர்கள்.

கலைகளிலும் Madness Islands மக்கள் மேம்பட்டவர்களாக இருக்கின்றனர். பிரபல ஆங்கிலக் கலை இலக்கிய விமர்சகரும், நாவலாசிரியரும், இரண்டு முறை நோபல் பரிசுக்குப் பரிந்துரைக்கப் பட்டவருமான ஆலன் எடித் ஐந்து வருடங்கள் அங்கே சென்று தங்கி ஆராய்ச்சிகளும் சந்திப்புகளும் மேற்கொண்டு மூன்று புத்தகங் கள் வெளியிட்டிருக்கிறார். 1. Madness Islands - An Anthropological Survey. 2. Light Rays from Hitherto Darkness. 3. Stories of the Unknown Land Retold.

சில நம்பிக்கைகளும், சில பழக்கங்களும், மொழிப் பிரயோகங்கள் சிலவும் கடுமையான வித்தியாசங்கள் கொண்டிருந்தாலும் வாழ்வியல் பார்வையிலும், கலை முயற்சிகளிலும் தீவினரின் சாதனைகள், உலகின் பிற பகுதிகளுக்குச் சற்றும் தாழ்ந்தவையல்ல என்கிறார் எடித். ஆங்கிலமும் ஃப்ரெஞ்ச்சும் அவர்களுக்குச் சரளமாய்க் கற்றுக் கொள்ள முடிவதை வியக்கிறார். அவருடைய இரண்டாவது புத்தகம் ஒரு கவிதைத் தொகுப்பு. அதில் அற்புதமான கவிதைகள் சில இருக்கின்றன. An Elegy to the Twilight என்ற கவிதை, முதுமையை ஒரு புதிய கோணத்தில் அறிமுகம் செய்கிறது. அந்தப் புத்தகத்திலிருந்து சில கவிதைகள் தமிழில் பிரம்மராஜன் மொழிபெயர்ப்பில் வெளியாகியிருப்பதை நீ பார்த்திருப்பாயே கிருஷ்ணா. நான் எனக்குப் பிடித்த, மொழிபெயர்க்க வாகாக இருந்த சில கதைகளை மொழிபெயர்த்திருக்கிறேன். ஆலன் எடித் எந்த அடிப்படையில் இக்கதைகளைத் தொகுத்தார் என்பது புலப்படவில்லை - ஆனால், என்னுடைய தேர்வுக்கு என் ரசனைதான் அடிப்படை.

உன் பதிலை எதிர்பார்த்து,
சுகவனம்.

கதைகளை முழுவதுமாகச் சொல்வதென்றால் ஒரு மிக நீண்ட நாவல் ஆகிவிடும் அபாயம் இருப்பதாலும், மொழிபெயர்ப்பு சம்பந்த மாக தமிழ்ச் சூழலில் அவ்வளவாக வரவேற்பு இல்லை என்று நான் அபிப்ராயப்படுவதாலும், இவற்றில் சில கதைகளையேனும் விரும்பிப் படிப்பவர்களும் இருக்கக்கூடும் என்று நான் நம்புவதாலும், சுகவனம் மொழிபெயர்த்து அனுப்பிய கதைகளின் சுருக்கத்தை மட்டும் இங்கு தருகிறேன்.

கவிஞனின் கதை (Story of a Poet)

இந்தக் கதையை எழுதியவரின் பெயர் அகிமோட்டோ. சவரத் தொழிலாளியாக இருக்கிறார். சுவரில் தொங்கும் தோற்பட்டையில் சவரக் கத்தியைத் தீட்டியபடியே தனக்குப் பேட்டியளித்ததாகவும், சப்பை மூக்கும் இடுங்கிய கண்களும் குட்டையான உருவமும் சதுரமான உடற்கட்டும் ஜப்பானியர்களை ஞாபகப்படுத்துவதாகவும் ஆலன் எடித் குறிப்பிடுகிறார். யாமமோட்டோ என்ற பெயரில் நிஜமாகவே ஒரு கவிஞர் இருந்ததாகவும், இறக்கும்வரை மணம் செய்து கொள்ளவில்லை என்றும், முப்பது வயதில் இறந்துவிட்டதாகவும், கதைக்கு நம்பகத்தன்மை உண்டாக்குவதற்காக யாமமோட்டோ எழுதிய அசல் கவிதை ஒன்றையே கதையில் உபயோகப்படுத்தியிருப்பதாகவும் அகிமோட்டோ சொல்கிறார். அகிமோட்டோ என்பதற்கு டாபா மொழியில் சமையல் உப்பு என்று பொருள் என்று முடிகிறது எடித்தின் குறிப்பு.

கதையின் ஆரம்பத்தில் யாமமோட்டோ நாட்காட்டியை உற்றுப் பார்க்கிறார். சற்று சிரமத்திற்குப் பின் அன்றைய தேதியை அறிகிறார். அன்று அவருடைய பிறந்த நாள் நூற்றி ஆறு வயது முடிந்து நூற்றியேழு பிறக்கிறது. முதியோர்களுக்கான காப்பகத்தில் தன் அறையின் மாடத்தில் நின்று நாலு மாடிகளுக்குக் கீழே படுத்துக் கிடக்கும் சாலையைப் பார்க்கிறார். இந்த இடத்திலிருந்து நான்கு பக்கங்களுக்கு சாலையைப் பற்றிய வர்ணனை நகர்கிறது. சாலையின் ஒவ்வொரு அம்சத்தையும் குறிப்பிட்டு அதன் ஓர் இழையை யாமமோட்டோவின் இளமைக் காலம், குடும்ப வாழ்க்கை, நோரூ தீவின் வாழ்க்கை நிலை, முதியோர்கள் நடத்தப்படும் விதம், இளைஞர்கள் தம் ரத்த அழுத்தத்தின் ஆணைகளுக்கு ஏற்ப செயல்படுவது என்று விரித்துச் செல்கிறார் கதையை.

ரொட்டிக்கடையைப் பார்க்கும் கிழவரின் முகத்தில் சொல்ல முடியாத துயரம் பரவுகிறது. ஒரு நாளைக்கு ஒரு ரொட்டி மட்டுமே சாப்பிடும் தன்னை அகிநோரி இங்கு கொண்டு வந்து சேர்த்திருக்க வேண்டாமே என்று சுயபச்சாதாபப்படுகிறார். அவனைத் தீவின் பெருமைக்குரிய போர்வீரனாகவோ, அலுமினியத் தாள்களைப் பக்குவமாகவும் அளவாகவும் வெட்டி அவற்றில் விதவிதமான வடிவங்களைப் புனையும் மகுவீனா கலைஞனாகவோ, சதோர் வாத்தியத்தில் நிபுணனாகவோ வளர்க்க தான் பட்ட சிரமங்களை

யும் அவன் எல்லாவற்றையும் மறுதலித்து இரும்புப் பட்டறையில் கொல்லனாக வேலைக்கு அமர்ந்ததையும், சற்றும் தாட்சண்யமின்றி இந்த இல்லத்தில் கொண்டு விட்டுச் சென்ற பகற்பொழுதையும் நினைவிற்குக் கொண்டு வந்து விசனப்படுகிறார். அகிநோரிக்கும் இப்போது வயது எண்பதைத் தாண்டியிருக்கும் என்பதையும் அவனுடைய ஒரே மகன் தீவின் நிர்வாகத்தில் முக்கியப் பங்கு வகிப்பதையும் நினைவு கூர்கிறார்.

தான் ஒரு கவிஞனாகச் செயல்பட்ட நாட்கள் வரிசையாக நினைவில் வருகின்றன. மெல்லப் பகல் பொழுது தேய்ந்து இரவு இறங்குவதற்கான அறிகுறிகள் தெரிகின்றன. தன் அந்திம நாட்களை யும், தனிமையையும் பரிகசித்து இயற்கை செய்யும் அன்றாடப் பகடியே அந்தி என்று எண்ணுகிறார் கிழவர். லேசான தூறல் போடுகிறது. மாடத்தை நீங்கி அறைக்குள் சென்று படுக்கலாம் என்று தீர்மானிக்கும்போது, கீழே சாலையில் ஒரு வாகனம் வந்து நிற்பதையும், அது தீவு நிர்வாகத்தின் வாகனம் என்பதையும், அதிலிருந்து முதலில் இறங்கும் ஒருவன் வயோதிகன் ஒருவனைக் கைபிடித்து இறக்கிவிடுவதையும், இருவரும் காப்பகத்திற்குள் நுழைவதையும் பார்க்கிறார்.

உள்ளே வந்து வெற்றுத்தாள் ஒன்றை மேஜைமீது எடுத்து வைத்து, நடுங்கும் கைகளால் எழுதுகிறார்.

புல் நனைகிறது
மரம் நனைகிறது
தகரம் நனைகிறது
மழையின் பார்வை.

காணுதலின் வரம் (The Boon of Seeing)

கருங்கற் பாறைகளும் வானுயரம் நீண்ட தண்டுகளின் உச்சியில் மட்டும் கொத்தாக ஓலைக்கீற்றுகள் கொண்ட மரங்களும் உள்ள, யானைகளும் புலிகளும் கரடிகளும் ஒட்டகச்சிவிங்கிகளும் வரிக்குதிரைகளும் பறக்க இயலாத ஒருவகை ராட்சசப் பறவைகளும் கொண்ட ஃபாரஸ்ஸா தீவிலிருந்து கிடைத்த கதை இது. இந்தக் கதையை எழுதியவர் மரம் வெட்டும் தொழிலாளி ஒருவர். தான்

எழுதும் கதைகள் எதையுமே தன் பெயரிலோ அல்லது வேறு எந்தப் பெயரிலுமோ பிரசுரிப்பதில்லை என்ற கொள்கையுடையவர். ஆசிரியர் பெயரின்றிப் பிரசுரமாகும் கதைகள் என்றாலே இவர் எழுதியவைதான் என்பது எல்லாத் தீவுகளிலும் பரவிய ரகசியமாய் இருக்கிறது. இந்தக் கதையைத் தன்னுடைய தொகுப்பிலிருந்து அவரே தேர்ந்தெடுத்துத் தந்திருக்கிறார் - வழக்கம்போலவே, தன் பெயர் வேண்டாம் என்று கூறிவிட்டார்.

- ஆலன் எடித்.

மெம்பாஸா வேலைக்குப் புறப்படுகிறான். பொழுது புலரவில்லை. அந்த வளாகத்தின் பல குடிசைகளிலிருந்தும் ஆமணக்கெண்ணெய் விளக்கு ஏற்றப்படுவதன் புகையும் மணமும் அலுமினியப் பாத்திரங் கள் உருளும் ஓசைகளும் வெளியேறுகின்றன. ஒவ்வொரு குடிசையி லிருந்தும் ஆண்கள் வெளியே வருகிறார்கள். மரவள்ளிக் கிழங்கும் பார்லியும் பயன்படுத்திச் செய்த உணவு மூட்டையும் சாயா என்ற ஒருவகைத் திரவம் நிரப்பப்பட்ட சுரைக்குடுவையும் அவர்களின் தோள்களில் தொங்க, வளாகத்தின் நுழைவாயிலருகே இருக்கும் குடிசை வாசல் குட்டித் திண்ணையில் புகையிலையை நறுக்குகளாய் வெட்டியபடி அமர்ந்திருக்கும் முண்டாமா கிழவனின் முன் முழந் தாளிட்டு வணங்கி வளாகத்தை நீங்குகிறார்கள்.

ஒரே குடும்பத்தின் வம்ச வளாகம் அது. முண்டாமா கிழவனுக்குப் பதின்மூன்று மனைவியர். ஒவ்வொரு மனைவிக்கும் ஏழுக்குக் குறையாத குழந்தைகள். பேரக் குழந்தைகள், கொள்ளுப்பேரக் குழந்தைகள் என்று காட்டைத் திருத்தி உருவாக்கிய மைதானத்தில் குடிசைக்கு ஒரு குடும்பம்.

ஒவ்வொரு குடும்பத்தின் உறுப்பினர்கள் அனைவரின் பெயர், அவர்களது குணநலன்கள், சில விதமான சம்பிரதாயங்கள் (திருமணமாகி முதல் ஆறு மாதங்கள் ஆண்கள் கிழங்கு சேகரிக்கச் செல்ல வேண்டியதில்லை, பெண்கள் டொம்பிக்கி நதியில் மீன் பிடிக்கவும் குடிதண்ணீர் மொண்டு வரவும் பன்றிகளை மேய்க்கவும் செல்ல வேண்டியதில்லை என்பதுபோல), ஏகப்பட்ட நியதிகள், அவர்களுக்கு வரும் வியாதிகள், அவற்றுக்கான கை மருந்துப் பக்குவங்கள், கூட்டு வாழ்கையில் ஏற்படும் பிணக்குகள், அவை தீரும் விதம் என்று பல பக்கங்கள் விரிகிறது கதை.

சில இடங்கள் அலுப்பூட்டக்கூடியதாக இருக்கிறது. கதையே இல்லையே, தகவல் தொகுப்பாக அல்லவா இருக்கிறது, இதை எதற்காக எடித் தேர்ந்தெடுத்தார் என்று சந்தேகம் எழும் சந்தர்ப்பத்தில் கதையில் ஒரு திருப்பம்.

மெம்பாஸா வேலைக்குக் கிளம்பச் சற்றுத் தாமதமாகிவிட்டது அன்று. முந்தின இரவு வாமா பானம் சற்று அதிகமாக அருந்திவிட்டதாலும், மெம்பி, வழக்கத்தைவிடவும் பெரும் உற்சாகத்துடன் கலவியில் ஈடுபட்டதாலும், முன் பற்கள் நான்கும் கடைவாய்ப் பற்கள் நான்கும் உதிர்ந்துவிட்ட பிறகு உணவும் உடலுறவும் எளிதில் செரிமானமாவதில்லை என்பதாலும், காலையில் சீக்கிரம் எழ முடியவில்லை. கலவியின் பல நிலைகளையும் நிலைகள் மாறும்போது ஏற்படும் மன ஓட்டத்தையும் அப்பட்டமாக மொழிபெயர்த்திருக்கிறான் சுகவனம். ஆசாரமான தமிழ்ச் சூழலில் இதையெல்லாம் பிரசுரிக்க முடியுமா என்று தெரியவில்லை.

லேசான புன்சிரிப்புடன் உறங்கும் மெம்பியின் புட்டத்தில் ஓங்கி ஒரு உதை கொடுத்துவிட்டு வெளியேறி நடக்கிறான் மெம்பாஸா. திண்ணையில் இருக்கும் கிழவர் முன் முழந்தாளிட்டு எழுபவன் வளாகத்திற்கு வெளியில் ஆகாயத்தில் ஆரஞ்சு நிறத்தில் மிகப்பெரிய வட்டத் தகடு தொங்குவதைப் பார்க்கிறான். வேகமாக ஓடிவந்து முண்டாமாவிடம் கேட்கிறான்.

> தந்தையே, அது என்ன?

பத்து வருடத்திற்கு ஒரு முறை குக்கிலி மரம் பூக்கும். ஒவ்வொரு முறை அது பூக்கும்போதும் ஒரு வெள்ளி மோதிரம் அணிவான் கிழவன். வலது கைவிரல்கள் ஐந்திலும் இடது கைவிரல்கள் நாலிலும் மோதிரம் இருக்கும் தன் இரு கைகளையும் பார்த்துக் கொள்கிறான் முண்டாமா கிழவன். மூன்றாவது மோதிரத்தை அவன் அணிந்தபோது பிறந்தவன் மெம்பாஸா. முண்டாமா நிதானமாகச் சொல்கிறான்,

> மகனே, மெம்பாஸா, வந்து என் அருகில் உட்கார். அந்தத் தகட்டை நீ இதுவரையில் பார்த்ததே கிடையாதா?

மெம்பாஸா சொல்கிறான்.

இல்லையே.

முண்டாமா சொல்கிறான்.

அதன் பெயர் சூரியன். உஷ்ணத்துக்கும் வெளிச்சத்துக்கும் அதிபதி. தயிர் புளிக்கவும், வரிக்குதிரை குட்டி போடவும், குக்கிலி மரம் தவறாமல் பூக்கவும் காரணமாயிருப்பது. சூரியன் தென்படாத நேரங்கள் உறக்கத்திற்குரியவை. என் கொள்ளுத் தாத்தாவின் கொள்ளுத்தாத்தா ஒட்டகச்சிவிங்கியின் கழுத்தில் தொற்றியேறி ஆகாயத்தில் மாட்டி வைத்த தகடு அது. நம் பரம்பரையின் நிரந்தரச் சொத்து.

மெம்பாஸா கிழங்கு பறிக்கப் போகும் உத்தேசத்தைக் கைவிட்டு, தன் குடிசைக்குத் திரும்புகிறான். மெம்பியை எழுப்பி, ஒரு கலயம் நிறைய வாமா கொண்டு தரக் கட்டளையிட்டு, தன் குடிசையின் வாசலில் கிடக்கும் மரத்துண்டில் அமர்ந்து தன் பரம்பரைச் சொத்தைப் பார்த்துப் பரவசத்தில் ஆழ்கிறான்.

நாடோடிக் கதை (Nomadic Tale)

கம்போலியா தீவில் வழங்கும் கர்ணபரம்பரைக் கதை இது. வாய்மொழியாகவே பராமரிக்கப்பட்டு குழந்தைகள் வழியாகப் பாதுகாக்கப்படும் கதை. கம்போலியப் பள்ளிகளில் ஆசிரியர்களைத் தேர்ந்தெடுக்கும்போது இந்தக் கதையைச் சரியாகச் சொல்கிறார்களா என்பதும் ஒரு சோதனை.

- ஆலன் எடித்.

ஞானி ஒருவர் தன் மூன்று சீடர்களுடன் நடந்துகொண்டிருக்கிறார். வசந்த உற்சவம் நடைபெறும் ஓர் ஊரின் தெருக்களில் நடந்து செல்கிறார்கள். அங்கங்கே நிற்கும் மரங்களில் பெரும்பாலானவற்றுக்குத் துணியால் ஆன ஆடைகளை அணிவித்திருக்கிறார்கள். பூக்களால் சிங்காரிக்கப்பட்ட சில மரங்கள் பெண் தெய்வங்கள் போலவும், சில ஆண் உடைகளில் அலங்கரிக்கப்பட்டும் இருக்கின்றன. மரத்துக்கு மரம் தோரணங்கள் கட்டப்பட்டிருக்கின்றன. தெருவின்

கோடியில் நிற்கும் தலைவிரித்த மரத்துக்கு, நெருப்பை உமிழும் ராட்சச மிருகம் போன்ற ஒப்பனை.

நகரின் முடிவில் இருக்கும் குடிதண்ணீர்க் குளத்தில் தாகசாந்தி செய்து கொண்டு, வனத்தின் எல்லைக்குள் பிரவேசிக்கிறார்கள். சில நூறு ஆண்டுகள் வயதுள்ள மரத்தினடியில் வந்து சேர்கிறார்கள். சீடன் வியக்கிறான்.

அம்மாடி, எத்தனை பெரிய மரம்.

ஞானி சொல்கிறார்.

உபயோகமற்றது.

சீடர்கள் ஆச்சரியத்துடன் குருவை நோக்குகிறார்கள்.

ஞானி தொடர்கிறார்.

ஊருக்கு இத்தனை அருகில் இருந்தும் மரத்தின் ஒரு கிளையாவது தரிக்கப்பட்டிருக்கிறதா. உபயோகமான மரம் என்றால் விட்டுவைத்திருப்பார்களா? காலத்திலும் வெளியிலும் வியாபித்து இருப்பது இல்லை; பயன்பாடுதான் அக்கறைக்குரிய விஷயம். ஒருநாள் ஆயுளே உள்ள ஈசல் உணவுப் பண்டமாவதைப் பார்த்திருக்கிறீர்கள் இல்லையா?

தொடர்ந்து நடக்கிறார்கள். ஞானி மரணம் பற்றியும் மரணத்துக்குப் பின்னான வாழ்க்கை பற்றியும், பிறப்புக்கு முன்னான இருத்தல் பற்றியும், பிறவாத கணங்களின் அழகியல் பற்றியும் எடுத்துரைத்தவாறு நடக்கிறார்.

(கதையின் இந்தப் பகுதியை விவரிப்பதை வைத்தே ஆசிரியர்கள் தேர்ந்தெடுக்கப்படுகிறார்கள் என்பது என் சந்தேகம் - ஆ. எ.)

இரும்புக் கோடாலியால் ஒருவன் மரம் வெட்டிக்கொண்டிருக் கிறான். அடிமரத் தண்டில் வெட்டுக்கள் விழும்போது மரம் நடுங்கி அதிர்கிறது. கிளைகளில் எஞ்சியிருக்கும் ஓரிரு பழுத்த இலைகளும் சுள்ளிகளும் உதிர்கின்றன. முந்தைய வெட்டின் அதிர்வு அடங்கியதும் அடுத்த வெட்டை எதிர்நோக்கி கம்பீரமாய் நிற்கிறது மரம், முறிந்து வீழ்வதில் தனக்குத் தாழ்வொன்றுமில்லை என்பது

போல. ஞானி நுரைபோல நரைத்துத் தொங்கும் தன் தாடியை நீவியவாறு சொல்கிறார்.

மரணம் தன்னை நிகழ்த்திக்கொள்கிறது.

சற்றுத் தள்ளிச் சென்றபின் ஒரு சீடனின் தலையில் கீரிப்பிள்ளை ஒன்று சொத்தென்று வீழ்கிறது. பயந்து பதறி மூர்ச்சையடையும் அவனை ஆசுவாசப்படுத்தப் பாய்கிறார்கள் மற்ற இரு சீடர்களும்.

ஞானி கண்களில் நீர் மல்கக் குலுங்கிக் குலுங்கிச் சிரிக்கிறார்...

சுகவனம் அனுப்பியிருக்கும் கதைகளிலேயே நீளம் குறைவான கதை இதுதான். முழுக்கதையுமே இவ்வளவுதான்.

பழிக்குப் பழி (The Revenge)

அல் பாஸினோ தீவின் முதல் தர எழுத்தாளரான கேப்ரியல் மரியா காகஸ் எழுதின கதை.

நீச்சல் குளமும், நீண்ட வராந்தாக்களும், மெத்தை பொருத்தப்பட்ட நாற்காலிகளும் கொண்ட விடுதியின் நான்காவது தளத்தை வசிப்பிடமாகக் கொண்டவர் காகஸ். மணமாகாதவர். பின்னந்தி வேளையில் பொன்னிற மது நிரம்பிய கண்ணாடிக் கோப்பைகளின் முன்னிலையில் எனக்கு அவர் பேட்டியளித்தபோது அவருடைய கண்கள் வெறியேறிச் சிவந்திருந்ததும், பாதி செருகி மூடியிருந்ததும் என் நினைவிலிருந்து என்றுமே நீங்காதவை.

அன்று மதியம் தூங்கச் செல்வதற்கு முன் ஒரு முற்றுப் புள்ளியிட்டு, தான் முடித்த நெடுங்கதை ஒன்றை ஒரு வரி விடாமல் அவர் சொல்லக் கேட்டபோது, மாய உலகம் ஒன்றில் சிக்கிக்கொண்ட நூதன அனுபவம் எனக்குக் கிடைத்தது. என் தொகுப்புக்கு அந்தக் கதையைத் தருமாறு கேட்டபோது, தன் கதைகள் எல்லாவற்றையுமே, எழுதிப் பத்து வருடங்கள் ஆன பிறகே பிறருக்கு வாசிக்கத் தருவதுதான் வழக்கம் என்றும், எனக்கு அவர் தேர்ந்தெடுத்துத்

தந்த கதை இருபது வருடங்களுக்கு முன் எழுதப்பட்டது என்றும், ஒன்றேமுக்கால் வருடங்களுக்கு ஒரு கதை வீதம் தான் எழுதி வருவதாகவும் சொன்னார்.

- ஆலன் எடித்

அல் பாஸினோ தீவின் தொல்பெருமைகளின் விவரிப்புடன் தொடங்குகிறது கதை. கால்பந்தாட்டத்துக்கும் காளைச் சண்டைக்கும், கட்டைவிரல்களின் திண்மையைச் சோதிக்கும் கால்பந்துகளுக்கும் கொலைவெறியூட்டி வளர்க்கப்படும் காளைகளுக்கும் பெயர்போனது அல் பாஸினோ. கால்பந்துப் போட்டிகளில் எதிரெதிர் அணிகளின் சார்பாகக் கட்சி பிரியும் பார்வையாளர்களும், காளைச் சண்டையில் காளைக்கும் காளையுடன் பொருதும் வீரனுக்கும் ஆதரவாகக் கோஷமிடும் ரசிகர்களும் அல் பாஸினோவின் குடிமக்களாகவும் இருக்கிறார்கள். சில வேளைகளில் மைதானத்திலும் அரங்கத்திலும் நேரிடும் கோஷ்டி மோதல் உள்நாட்டுப் போர் அளவுக்கு முற்றிவிடும் சந்தர்ப்பங்களும் இருந்திருக்கின்றன. உதாரணத்திற்கு ஓரிரு போட்டிகளையும், ஓரிரு சண்டைகளையும் விவரிக்கிறார் காகஸ். அல் பாஸினோவின் பெருமைகளைச் சொல்லும் விதத்திலேயே அவை பற்றிய நுட்பமான ஆனால் மறைவான கிண்டலும் விமர்சனமும் உள்ளோட்டமாய் இருப்பது முதல் வாசிப்பிலேயே கிடைத்துவிடுகிறது. காகஸ் ஒரு அற்புதமான கதைசொல்லி என்பதும். கவிதைமயமான நடையில் உணர்ச்சிகளின் வெறிக்கூத்தை நிகழ்த்திக் காட்டுகிறார்.

சில பக்கங்கள் கழித்து கதை மூன்று பகுதிகளாகப் பிரிகிறது. எல் சந்த்தானா என்ற கால்பந்து வீரனின் கதை. பாப்லோ சிடார் என்ற காளைப்போர் வீரனின் கதை. மியாமா என்ற காளையின் கதை.

முதல் கதை ஒரு மதுக்கூடத்தில் நடக்கிறது. முந்தின நாள் நடந்த அனைத்துத் தீவுகளுக்கிடையிலான கால்பந்துப் போட்டியின் இறுதிப் போட்டியில் விளையாடிய எல் சந்த்தானா என்ற கால்பந்தாட்ட வீரன் தலைகுனிந்து அமர்ந்தபடி மது அருந்திக்கொண்டிருக்கிறான். அவன் அருந்தும் மது வகைகள், தொடுகறிகள் ஆகியவற்றின் பெயர்கள், தயாரிப்பு முறை மற்றும் அவை உடலிலும் மனதிலும் கிளர்த்தும் சலனங்கள் இவற்றை விரிவாகச் சொல்லிப் போகிறார். முந்தின நாள் போட்டியின் அதீதப் பரபரப்பில் சந்த்தானா விதிவச

மாக, தான் காக்க வேண்டிய வலைக்குள்ளேயே பந்தை உதைத்து விடுகிறான். எதிர் அணி வீரர்களும், அவர்களின் ஆதரவாளர்களும் கொண்டாட, சந்த்தானா அணியின் ஆதரவாளர்களிடமிருந்து அவனை ராணுவம் காப்பாற்ற வேண்டி வருகிறது. அணியைப் பிரிந்து ரகசியமாக ஊருக்குள் வந்து மதுக்கூடத்தின் இருள் தனிமையில் அமர்ந்திருக்கிறான்.

இரண்டாவது பகுதியில் அன்றைய தினம் காளைச் சண்டையில் பங்கேற்க இருக்கும் பாப்லோ சிடார் என்ற வீரன் காலைப் பொழுதை உற்சாகமாகக் கழிக்கவும், சண்டைக்கான வெறியை ஏற்றிக்கொள்ளும் பொருட்டும் மிதமாக மது அருந்தும் உத்தேசத்துடனும் மதுக்கூடம் நோக்கி வருகிறான்.

மூன்றாவது பகுதியில் மியாமா என்ற காளையின் வாலில் ரத்தக் காயம் ஒன்று ஏற்படுத்தப்படுகிறது. அதன் உக்கிரத்தைக் கூட்டும்படியாக வாயகன்ற தொட்டியில் மது ஊற்றப்பட்டுக் குடிக்க வைக்கப்படுகிறது. கொம்புகள் ஈட்டிமுனைபோலக் கூராகச் சீவப்படுகின்றன. சுற்றி நின்று சிலர் ஹோவென்று கூச்சல் போட்ட வாறு கைகளில் வைத்திருக்கும் தகர டப்பாக்களைக் கோலால் அடித்து ஓசையெழுப்புகின்றனர்.

மூன்று பகுதிகளின் சங்கமமாக நான்காம் பகுதி விரைவான மொழியில் சொல்லப்படுகிறது. தன் அணிக்கெதிராக கோல் போட்ட எல் சந்த்தானாவை அடையாளம் கண்டு கொல்லும் கூட்டத்தில் பாப்லோ சிடாரும் சேர்ந்துகொள்கிறான். காளைகள் பலவற்றை அடக்கிக் கொன்றவனுக்கு மனிதன் ஒருவன் தன் கையால் சாவது வித்தியாசமான மனக் கிளர்ச்சியையும் குற்றவுணர்வையும் தருகிறது. நரம்புகள் தளர்ந்ததாக உணர்கிறான். சமனமற்ற மனநிலையில் அரங்கத்துக்குள் நுழைகிறான். காளையுடனான சண்டையில் மன ஓர்மை சீர்கெட்டு, உடல் கிழிபட்டுச் சாகிறான்.

கதையின் கடைசி வரியில், தவிர்க்க முடியாத காரணத்தால் மியாமாவின் உரிமையாளர் விருதைப் பெற்றுக்கொள்ள நேரில் வர முடியவில்லை என்பது அரங்கத்தில் அறிவிக்கப்படுகிறது. கால்பந்தாட்ட வீரனான அவருடைய மகன் அன்று காலை ஒரு மதுக்கூடத் தகராறில் கொல்லப்பட்டுவிட்டானாம்.

தேர்வு (The Selection)

ஹூரி இனத்தின் முன்னணி இறையியலாளரும். இலக்கியவாதியு மான பியூனொரெட்டி என்பவர் எழுதிய கதை இது. இந்தக் கதையைப் படிப்பதற்குச் சில தகவல்கள் அவசியமாகின்றன. ஹூரி இனத்தவர் அனைவரும் ஒரே மதத்தைப் பின்பற்றுகிறவர் கள். அவர்களின் மதத்தை ஸ்தாபித்தவரும், வஞ்சகமான முறையில் கொல்லப்பட்டவருமான பூஸோ ஹூரேயாவின் சீடர்கள் அவருடைய போதனைகளையும், ஹூரிகள் கடைப் பிடிக்க வேண்டிய விதிகளையும் ஐநூறு பாகங்கள் கொண்ட கிரந்தமாகத் தொகுத்திருக்கிறார்கள்.

பூஸோ ஹூரேயா இரு கூர்முனைகள் கொண்ட குத்தீட்டியால் உடலில் எட்டு இடங்களில் குத்திக் கொல்லப்பட்டார். ஆகவே, எட்டு என்ற எண் ஹூரிகளுக்கு மிகவும் புனிதமானது. மாதத்தின் எட்டாவது நாளில் தங்கள் சுப சடங்குகளையும், இரண்டாவது நாளில் அசுப சடங்குகளையும் நிகழ்த்திக் கொள்கிறார்கள்.

ஒவ்வொரு ஆண்மகனும் இரண்டு மனைவிகளுக்கு மேல் திருமணம் செய்து கொள்ளக் கூடாது. ஒவ்வொரு மனைவியும் தலா இரண்டு குழந்தைகளுக்குமேல் பெறக்கூடாது.

வீடுகள் எண்கோண அடிப்படையிலேயே கட்டப்பட வேண்டும்.

அநேகமாக எல்லாத் தீவுகளிலும் பரவியிருக்கும் ஹூரி இனத்துக்கு அந்தந்தத் தீவில் ஒரு தலைவரும், எட்டுத் தீவுகளுக்கு ஒருவராக முதல்நிலைத் தலைவரும் தலைவர்களின் தலைவராக ஒரு மேல்நிலைத் தலைவரும் தேர்ந்தெடுக்கப்படுவார்கள். மேல்நிலைத் தலைவரே மத விஷயங்களில் உச்சபட்ச அதிகாரமுடையவர். ஹூரெட்டி என்ற பொதுப்பெயர் கொண்ட அந்தத் தலைவர் ஹூராலி என்ற தீவிலுள்ள எண்கோண அரண்மனையில் வசிப்பார். முன்குறிப்பில் தவறான தகவல் எதுவும் இடம் பெற்றுவிட வேண்டாம் என்றும், ஹூரி இனத்தவரின் மத உணர்வுகள்

புண்பட்டுவிடாதபடி கதையை மொழிபெயர்த்துப் பிரசுரிக்குமாறும், பூஸோ வூரேயாவின் ஆசி உலக மக்கள் அனைவருக்கும், பாரபட்சமின்றி உண்டு என்றும் என்னிடம் சொன்னார் பியூனொரெட்டி.

- ஆலன் எடித்.

அரண்மனை முன்பு உள்ள, அகலமும் நீளமும் கூடிய வீதியில் நிற்கும் ஜனக்கூட்டத்தில் கசகசத்தவாறு நிற்கிறான் ஸ்பாகெட்டி. முந்தின வூரெட்டி இறந்துவிட்ட செய்தியும், அவர் இறந்த சூழ்நிலையும், அவருக்கு வந்த வியாதி, கொடுக்கப்பட்ட மருந்துகள், சிகிச்சை யளித்த மருத்துவர்களின் உணர்வுகள், மரணத்தை அவர் தீரமுடன் எதிர்கொண்ட விதம் என்று ஆறு பக்கங்கள் ஸ்பாகெட்டியின் நினைவுகளின் ஊடாகப் பயணம் செய்கிறது கதை. ஏழாவது பக்கத்தில் புதிய வூரெட்டி தேர்ந்தெடுக்கப்படும் விதம் பற்றிச் சொல்லப்படுகிறது.

எண்கோண அறை ஒன்றினுள் முதல்நிலைத் தலைவர்கள் அடைக்கப்பட்டு, அறையின் எட்டு வாசல்களும் இரண்டிரண்டு பூட்டுக்களால் பூட்டப்படும். முன்வைக்கப்பட்ட கருத்துகள், குற்றச்சாட்டுகள் எதையுமே பூமி அழியும்வரை அறைக்கு வெளியில் கொண்டு செல்வதில்லை என்ற ரகசியக் காப்புறுதிப் பிரமாணம் எடுத்துக்கொள்வார்கள் தலைவர்கள். அதன் பிறகு நீண்ட விவாதங் கள் நடைபெறும். இறைக் கனவுகள் முதல் மருத்துவக் குறிப்புகள், தனிநபர் ஒழுங்கு விதிகள் அவற்றின் மீறல்கள் அனைத்தும் விவா திக்கப்பட்ட பிறகு பொதுக்கருத்து ஒன்று எட்டப்படும். எத்தனை நாட்களாயினும் பொதுக்கருத்து எட்டப்படாதவரை அறைக் கதவுகளோ, ஜன்னல்களோ எதுவும் திறக்கப்பட மாட்டாது. புதிய வூரெட்டி தேர்ந்தெடுக்கப்பட்டதும் அறைக்குள்ளிருக்கும் ஆளுயர வெண்கல மணியின் நாவு, பலமாக இசைக்கப்படும்.

மணியோசைக்காகக் காத்திருக்கும் பெருங்கூட்டம் தானும் உண்ணாது. உறங்காது. ஸ்பாகெட்டி, தான் ஒரு இறையியல் மாணவ னாக இருந்த நாட்களையும், இறைத்தன்மையின் விரதங்களையும் பயிற்சிகளையும் மேற்கொள்வதில் தோற்று, பிசாசின் அடிமையாய் உழல வேண்டிய சாதாரணனாய் வெளியேறிவிட்டதையும்

நினைவுகூர்கிறான். நின்று நின்று முழங்கால்களில் ரத்தம் நெறி கட்டியிருக்கிறது.

அபூர்வமான வாசனை ஒன்று அவனைத் தாண்டிச் செல்கிறது. பருத்த, வெண்ணிற மார்புகள் வெளித்தெரியும்படி உடை அணிந்து தன்னைத் தாண்டிச் செல்லும் பெண்ணிடமிருந்து எழுகிறது அந்த ஆதி மணம் என்றறிகிறான். அவளிடமிருந்து குறிப்பால் மட்டுமே அறிந்துகொள்ளக்கூடிய அழைப்பு ஒன்று தன்னை நோக்கிக் காற்றில் மிதந்து வருவதையும் உணர்கிறான். புதிய வூரெட்டி தேர்ந்தெடுக்கப் பட்ட செய்தி இன்றில்லாவிட்டால் நாளை தெரியத்தானே போகிறது, இப்போது இவளைத் தொடர்வோம் என்று நடக்க ஆரம்பிக்கிறான், மார்புகளின் காதலனான ஸ்பாகெட்டி.

மகா காவியம் (The Epic)

அயோ தீவின் பழமையான இதிகாசங்களில் ஒன்றிலிருந்து எடுக்கப்பட்ட ஒரு பகுதியே இது. அயோனிமா மொழியின் உச்சபட்ச சாத்தியங்களை நிகழ்த்திக் காட்டும் இக்காவியத்தைப் படைத்தவர்களின் பெயர்ப்பட்டியல் காவியத்தின் முதல் பாதியை நிரப்புகிறது. செய்யுள் நடையில் அமைந்த காவியம் பல்வேறு இடைச்செருகல்களுக்கு ஆளானது என்றும் அவற்றைச் செருகியவர்களின் பெயர்களையும் சேர்க்கும் பட்சத்தில் படைப்பாளிகளின் பெயர்ப் பட்டியல் காவியத்தினளவு நீளம் கொண்டதாக இருக்கக்கூடும் என்றும் செய்யுள்களின் எண்ணிக்கையை படைப்பாளிகளின் எண்ணிக்கையால் வகுத்தால் தலா ஒரு செய்யுள் மட்டுமே ஒருவர் எழுதியிருக்கிறார் என்று ஆகும் என்றும் அயோனிமா மொழியியலாளர்கள் மத்தியில் பெரும் சர்ச்சைகள் நடந்துவருகின்றன. இந்தக் காவியத்தின் போக்கும் கதைத் திறனும் வர்ணனைகளும் நாடகத்தன்மையும் அறங்கூறலும் மனிதார்த்தச் சந்திகளும் பல விதங்களில் இந்திய இதிகாசமான இராமாயணத்தை ஒத்ததாக இருப்பது குறிப்பிடத்தக்கது.

- ஆலன் எடித்

அரசிளங்குமரன் வளர்ந்துவரும் விதம் தனக்கு உவப்பானதாக இல்லை என்று கருதும் மாமன்னர், பிரதான மந்திரியும், ஜப

தபங்களிலும் சாஸ்திரங்களிலும் விற்பன்னரும், அரசாங்க முடிவுகளின் முக்கால விளைவுகளைப் பற்றித் தீர்க்கமான பார்வையுடையவருமான முனிவரை அழைத்து, அரசகுமாரனையும் அவன் தம்பியையும் அவரிடம் ஒப்படைக்கிறார்.

ஆரண்யத்தின் பல பகுதிகளுக்கும் சிறுவர்களை அழைத்துச் சென்று, பயம், வெட்கம், அருவருப்பு, வலி, கூச்சம் போன்ற பலவற்றையும் அவர்கள் அனுபவித்து அறியுமாறு செய்கிறார் முனிவர். அரசை நடத்த தேவையான தந்திரம், நிர்த்தாட்சண்யம், கருணையின்மை, குரூரம் போன்றவற்றை மூன்றடிச் செய்யுள்கள் வாயிலாக உபதேசிக்கிறார். விலங்குகளையும் பறவைகளையும் கொல்வதைப் பயிற்றுவிக்கிறார். யுத்தம் என்று வருமானால் மனிதர்களைக் கொல்ல வேண்டாமா.

> இளவரசே, என்னையே இலக்காக வைத்துக்கொண்டு கணைகளைத் தொடுங்கள்.
>
> ஆகா, மாட்டேன். குருவல்லவா.
>
> மன்னனாய் இருப்பவன் மனிதர்களைக் கொல்லக் கற்றுக் கொள்ள வேண்டாமா?

இளவரசர்கள் தீர்மானமாய் மறுத்துவிடுகிறார்கள். குருவிடம் ஒரு சூத்திரம் இருக்கிறது. அவருடைய மார்பை நோக்கி அம்பு பாய்ந்து வரும்போது ஒரு மந்திரத்தை அவர் உச்சரித்தால் அம்பு அவர் கழுத்தில் மாலையாய் விழுந்துவிடும். இதை எடுத்துச் சொல்லியும் இளவரசன் மறுக்கிறான்.

குரு, மாயப் பெண் ஒருத்தியை அரக்கியின் பரிமாணங்களில் உண்டாக்கி அவன்முன் நிறுத்துகிறார். அவள் தனது வேள்வியைக் கலைக்குமாறு செய்கிறார். அரசகுமாரன் அவளைக் கொன்று தீர்த்ததும் அவள் பெண்ணேயல்ல என்ற உண்மையையும், அவர்கள் இதுவரை வித்தைகள் பயின்ற ஆரண்யமும் உண்மையானது அல்ல, குமாரர்களின் பயிற்சிக்காக தான் உண்டாக்கிய கற்பனைக் காடு என்றும் தெரிவிக்கிறார்.

அசுரச் சறுக்கு (The Roller Coaster)

இந்தக் கதையை என்னிடம் கொடுத்தவர், இது பிரசுரம் ஆகாத கதை என்றும் தீவுக் கூட்டத்துக்கு வெளியில் மட்டுமே பிரசுரம் ஆகும் என்று உத்தரவாதம் கொடுத்தால் மட்டுமே என்னிடம் தர முடியும் என்றும் தெரிவித்தார். ஒரே இனத்தில் உள்ள பிரிவுகளுக்கிடையில் நடந்து வரும் கதை இது என்பதாலும், இதை வெளியுலகம் அறியும்படி பதிவு செய்பவர்களுக்கு உயிர் ஆபத்து உண்டு என்பதாலும், எழுதவும், எழுதிய பின்னும் உயிருடனிருக்கவும் தான் விரும்புவதாலும் இந்த உதவியைக் கேட்கிறேன் என்றார். நானும் உறுதியளித்தேன், தீவின் மொழிகள் எதிலும் வெளிவராதபடியும், வந்தாலும் கதாபாத்திரங்களின் அடையாளங்களை மாற்றிவிடுவதாகவும் எழுதியவரின் பெயரை என் உயில் உட்பட எங்கும் பதிவு செய்வதில்லை என்றும். இந்தக் கதையை யாரேனும் எப்போதேனும் மொழிபெயர்க்க நேர்ந்தால் தமது தேசத்தில் மனிதர்களுக்கு வழங்கும் பெயர்களையே இந்தப் பாத்திரங்களுக்குச் சூட்டும்படி வேண்டிக்கொள்கிறேன். நன்றி.

- ஆலன் எடித்

நாற்பது பக்கங்களுக்குமேல் உள்ள கதை இது. ஒரு பாராவுக்கு ஒருவர் வீதம் கொலை செய்யப்படுகிறார்கள். கொலைக் கருவிகளும் கொலைக் காரணங்களும் கொலைச் சந்தர்ப்பங்களும் கொலைத் தருணங்களும் மாறியவண்ணமிருக்க, கொலை இடையறாது தொடர்கிறது. அந்தக் கதையின் சுருக்கம் வருமாறு:

கோபாலன் ராமனைக் கொன்றான்.
கிருஷ்ணன் நத்தானியேலைக் கொன்றான்.
நத்தானியேல் இப்ராஹிமைக் கொன்றவன்
இப்ராஹிம் கோபாலனைக் கொன்றான்.
வீரமுத்து கிருஷ்ணனைக் கொன்றான்.
ராமன் வீரமுத்துவைக் கொன்றவன்.
கந்தசாமி. பிலிப்ஸ். கரீம். ராகவன். நாராயணன்.
கொலையாளி கொலையாளியைக் கொன்றான்.
கொலையாளி கொல்லாதவனைக் கொன்றான்.
கொல்லாதவன் கொலையாளி ஆவதற்காகக் கொன்றான்.

கொன்றவன் கொல்லப்பட்டான்.
கொலையுண்டவன் கொலை செய்திருந்தான்.
கொலை கொன்றது!
கொலை கொலையுண்டது.
கொலைத் தீவில் கொல்லாதவன் பைத்தியக்காரன்.

விஜயம் (The Visit)

நான் Madness Islands சென்று தங்கிய ஐந்து வருடங்களில் சில சிறுகதைப் பட்டறைகள் நடத்திக் கொடுத்தேன். பள்ளி மாணவர்கள் முதல் வயோதிகர்கள் வரையும், எழுத்தாளர்கள் முதல் பாமரர்கள் வரையும் பலதரப்பட்டவர்கள் கலந்து கொண்டனர். இடையே வருடம் முழுவதும் கல்விச்சாலை களில் சென்று விரிவுரைகள் நிகழ்த்தி வந்தேன். பலவிதமான தகவல்களும், மானுட வரலாற்றின் பல கண்டுபிடிப்புகளும் பல புதிர்களும் மர்மங்களும் தெளிவுகளும் கொண்ட பேச்சுக்கள் அவை. என்மீது எனக்கே காதலும் மரியாதையும் ஊறிய தருணங்கள். என் உரைகளைத் தொடர்ந்து கேட்டதன் விளைவாக (என்று நான் கருதுகிறேன்) சற்று வித்தியாசமான கதைகள் அங்கு எழுதப்பட்டன. அவற்றில் இரண்டை இந்தத் தொகுப்பில் சேர்த்திருக்கிறேன். கீழே உள்ள கதையை எழுதியவர் மார்க் அகஸ்டஸ். பல்கலைக்கழக மாணவர்.

- ஆலன் எடித்

அரேலியஸ் மிருகக்காட்சிசாலைக்குக் குடும்பத்துடன் செல்கிறான். மிருகக் கூண்டுகள், மிருகங்கள், பறவைகளின் பட்டியல் கொடுக்கப்படுகிறது. ஒவ்வொரு மிருகமும் பறவையும் குறியீடுகளாக மாறிக்கொண்டே செல்கின்றன. நவீன வாழ்க்கையின்மீதான கடும் விமர்சனம் கதையில் ரத்த ஓட்டம்போலப் பாய்கிறது. இந்த ஒரு கதையை மட்டும் சுருக்கிச் சொல்வது அநீதி என்று தோன்றுகிறது. ஆனால், முழுக்கதையையும் பிரதி செய்யும் அளவுக்குத் திராணியும் பொறுமையும் இல்லை. எப்படியும் சுகவனம் பத்திரிகைகளுக்கு அனுப்பும்போது இதுவும் பிரசுரமாகிவிடும். அப்போது எல்லாரும் படிக்கலாம். கதையின் கடைசிப் பகுதிக்கு வரும்போது மனிதக்

கூட்டு வாழ்க்கை அமைப்புக்கள் அனைத்துமே, பகுக்கப்பட்ட கூண்டு களுக்குள் வசிக்கும் மிருக வாழ்வுமுறை என்பது உறுதியாகிறது.

அரேலியஸ் மனிதக் குரங்கு இருக்கும் அகழியின் அருகில் வந்து சேர்கிறான். செயற்கையாக அமைக்கப்பட்ட குகை போன்ற அமைப்பின் கம்பிக் கதவு சாத்தப்பட்டிருக்கிறது. வெளியே திரியும் தம்பதிக் குரங்குகளின் உடலில் சடையாய் அப்பின பழுப்பு முடி, பனிப்பிரதேசத்தில் வசிக்க நேர்ந்த தான் அணிந்திருக்கும் கம்பளி ஆடைகளை ஒத்திருப்பதாகத் தோன்றுகிறது அரேலியஸுக்கு. பெண் குரங்கு இடுப்பில் உட்கார வைத்த குட்டிக் குரங்குடனும் மறு கையில் பிடித்த நாலைந்து தானியக் கதிர்களோடும் குகை வாசலுக்குப் போவதும் வருவதுமாய் இருக்கிறது. ஆண் குரங்கு பெண் குரங்கை வெறித்துப் பார்த்தபடி, இடது கையில் பிடித்த வாழைப்பழத்தை வலது கையால் உரித்துத் தின்கிறது. சென்ற வாரம் தான் கேட்க நேர்ந்த ஒரு மேடைப் பேச்சை நினைவு கூர்கிறான் அரேலியஸ். பேச்சாளர் கடவுள் பற்றிய சந்தேகங்களை உருவாக்கியதோடு, மனித இனத்தின் தோற்றம் பற்றியும் சில தகவல்கள் சொன்னார். குரங்குகள் மனிதர்களாயின என்றால் இன்னமும் குரங்குகள் இருப்பது எப்படி என்று அவரைக் கேட்டான் அரேலியஸ். எல்லாக் குரங்குகளும் பரிணாமப் பாதையில் பிர வேசித்து விடவில்லை, சில குரங்குகளுக்குக் குரங்காய் இருப்பதே திருப்திகரமாய் இருந்தது. அவற்றின் வழித்தோன்றல்களே இப்போ திருக்கும் குரங்குகள் என்றார் அவர்.

மிருகக்காட்சிசாலையில் தான் பார்க்கும் குரங்கு இருக்கும் இடத்தில் தான் இருக்கவும், அரேலியஸான தான் இருக்கும் இடத்தில் அந்தக் குரங்கு இருக்கவுமான சாத்தியம் வெகு தொலைவில் ஒன்றும் இல்லை எனவும், அதிருப்தியின் சிறு இழையில் தான் தன்னுடைய இப்போதைய நிலைக்கான அஸ்திவாரம் இருப்பதாகவும் உணர்கிறான். அடையாளமற்ற தன் மூதாதையின் மேல் அளவற்ற விசுவாசமும், அன்பும், மிருகக்காட்சிசாலை வாசியின்மேல் அடங்காத பச்சாதாபமும் கொள்கிறான்.

காணாமல் போனவற்றின் தோற்றம் (Appearance of the Disappeared)

> இந்தக் கதையை எழுதியவன் ஒரு பள்ளி மாணவன் என்றும் அவனுடைய வயது பன்னிரண்டு என்றும் பெயர் ஆண்ரூ க்ரூயல் என்றும் மட்டுமே குறிப்பிடுகிறார் எடித்.

கடற்கரையில் நடந்துகொண்டிருக்கிறார் ஆலன் எடித். இங்கிலாந்து என்ற தேசத்திலிருந்து ஆராய்ச்சிக்காக தீவுக் கூட்டமொன்றுக்கு வந்தவர். அவ்வப்போது சிற்றுரைகளும், சில சமயம் பேருரைகளும் ஆற்றுகிறார். பல சந்தர்ப்பங்களில் தான் ஒரு மேதை என்பது போலவும், வெளி உலகத்தின் பார்வை தன் மீது விழுவதற்குப் பல நூற்றாண்டுகள் முன்பாகவே நாகரிகத்தின் உச்சியைப் பல அம்சங்களில் அடைந்தவை அந்தத் தீவுகள் என்று உணராதவராகவும் நடந்துகொள்கிறார். 'நான் சொல்வதே அறுதியானது, முட்டாள்களே' என்பதுபோன்ற தொனி அவருடைய பேச்சு, தேர்வுகள், பார்வை எல்லாவற்றிலும் இருப்பது ஒரு சிறுவனுக்குப் பிடிக்கவில்லை. அவனுடைய பெயர் ஆண்ரூ லவ்.

லவ், ஆலன் எடித்துக்கு ஒரு பாடம் புகட்ட எண்ணுகிறான்.

கடற்கரையில் நடக்கும் அவருடன் தானும் சேர்ந்துகொள்கிறான். என்னென்னவோ பேசிக்கொண்டே அவரை வெகு தூரம் இழுத்துக் கொண்டு வந்துவிடுகிறான்.

அங்கே எடித் காணும் காட்சி அவரைத் தூக்கிவாரிப் போடுகிறது.

வரிசை வரிசையாக விமானங்கள். ஹெலிகாப்டர்கள். தரை தட்டி நிற்கும் படகுகள். கடலில் சற்றுத் தொலைவில் நின்றிருக்கும் கப்பல்கள்.

விமானத்திலிருந்து இறங்கி ஒரு சிலர் நடந்துகொண்டிருக்கிறார்கள். அவர்கள் விமானத்திலேயே வசிப்பவர்களாகத் தென்படுகிறார்கள்.

ஒருவரை நெருங்கி எடித் பேச்சுக் கொடுக்கிறார். அவர் தன்னுடைய பெயர் ராபர்ட் ஸ்மித் என்று சொல்கிறார். தெளிவான ஆங்கிலம் பேசும் அவரை எடித் கேட்கிறார்...

நீங்கள் எங்கிருந்து...

நானா? இங்குள்ள அனைவருமே ஆர்க்டிக் பகுதியில் பெர்முடா முக்கோணத்தின் அருகில் பறந்துகொண்டிருந்தபோது திசைதவறியவர்கள். கனவு போன்ற பிரயாணத்தின் முடிவில் இந்தத் தீவின் மணற்கரையில் எழுந்தோம். அதோ கடல் நீரிலிருந்து ஒரு புதிய கப்பல் உதயமாகிறது பாருங்கள்...

ஆலன் எடித் மூர்ச்சையடைகிறார்.

சாயங்காலம் இஸ்மாயில் வந்தபோது படிக்கக் கொடுத்தேன். ஒரு கதையின் மூலப் பிரதியையும் மொழிபெயர்ப்பையும் இரண்டு கைகளிலும் வைத்துக்கொண்டு மாறி மாறிப் படித்தான். வலது கண்ணால் ஆங்கில மூலத்தையும் இடது கண்ணால் மொழிபெயர்ப்பையும் ஒரே சமயத்தில் படிக்கிறானோ என்று தோன்றியபோது உண்டான சிரிப்பை அவனறியாமல் மறைத்துக் கொண்டேன். இஸ்மாயில் நுட்பமான வாசகன், விமர்சகன், அப்படித் தன்னைக் கருதியும் கொள்பவன். சற்று நேரம் படித்துக் கொண்டிருந்தவன் ஆரம்பித்தான்...

இந்தப் பழிக்குப் பழி கதையில் பாரு கிஷ்ணா...

ஆரண்யம், ஆடி-புரட்டாசி 2000

ஊர்சுற்றிக் கலைஞன்

1985 மார்ச் 31-ஆம் தேதி காலையில் நாங்கள் மூவரும் புது டெல்லி ரயில் நிலையத்தில் சென்று இறங்கினோம். எங்களை அழைத்துச் செல்ல முத்துராமலிங்கம் வந்திருந்தான். வெளியில் வந்து, ஃபட் ஃபட்டி என்று சொல்லப்பட்ட, மோட்டார் சைக்கிளைக் கூரையால் மூடிய, மூன்று சக்கர வண்டியின் பின்புறம் இருக்கைகளாகப் பாவிக்கப்பட்ட மர பெஞ்சுகள் கொண்ட வாகனத்தில் ஏறிக் கொண்டோம். அன்னை இறந்து ஐந்து மாதங்கள் ஆகியிருந்தன. மாபெரும் விருட்சம் வீழும்போது சில பூச்சிகள் மரணமடைவது சகஜம்தான் என்று தனயன் கூறியது நினைவில் வந்தது.

கட்டிடங்கள், மரங்கள், மனிதர்கள் என்று பரிச்சயமான அம்சங்கள் இருந்தும் அந்நிய வாசனை நிரம்பிய ஊர் சிறுகச் சிறுகத் தெரிந்த ஊராக மாறிக்கொண்டிருந்தது. சாலைகளில் சீக்கியர்களை அதிகம் காண முடிந்தது. மரம் வீழ்ந்த அதிர்ச்சியின் நடுக்கம் இன்னும் தீராத முகங்களுடன் அவர்கள் நடமாடியதாய் எனக்குத் தோன்றியதற்கு நாள் தவறாமல் தினசரிகளைப் படிப்பவன் நான் என்பதும் ஒரு காரணமாய் இருக்கலாம்.

கரோல்பாக் என்ற இடத்தில் தன்னுடைய சக ஊழியர்கள் நால்வருடன் தான் வசித்து வந்த அறைக்குக் கூட்டிச் சென்றான் முத்து. அறைத் தோழர்களில் மூவர் தமிழ்நாட்டுக்குச் சென்றிருப்பதாகவும்,

ஒருவன் இரண்டு மூன்று நாள் கழித்துத்தான் அறைக்கு வருவான் என்றும் நாங்கள் சவுகரியமாகத் தங்கலாம் என்றும் தெரிவித் தான். தான் புதுசாய் வாங்கின தொலைகாட்சிப் பெட்டியைப் பெருமையுடன் காண்பித்தான்.

விலை எவ்வளவு தெரியுமில்லே, ஜஸ்ட் ஐநூறு ரூபாய்தான்.

விலையைக் கேட்டு வியந்த நாங்கள் பெட்டியின் அருகில் சென்றோம். திரையின் ஒரு மூலையில் சர்தார் ஏஜென்சீஸ் என்று வில்லை ஒட்டியிருந்தது. இஸ்மாயிலுக்கும் முத்துவுக்கும் பெரும் சர்ச்சை ஆரம்பித்தது.

பொருட்களின்மீது பெரிய மிகையுணர்ச்சியை உண்டாக்கிக் கொள்ள வேண்டியதில்லை.

நான் ஒண்ணும் களவாங்கலையே.

நான் வாங்காவிட்டாலும் எவனாவது வாங்கத்தான் போறான்.

உடைஞ்சு தெருவிலே நொறுங்கிக் கிடக்குறதுக்கு என் ரூமிலே இருந்தா உபயோகப்படவாவது செய்யுமே.

அடுத்தவனைப் பத்திப் பேசும்போது எல்லாப் பயலும் தான் என்னவோ யோக்கியன் மாதிரித்தான் பேசுறான்.

போடா, பெரிய புனித மசிரு.

இஸ்மாயில் சந்நதம் வந்தவன் போலிருந்தான்.

கூட்டு வாழ்க்கையின் சாரமான பகுதிகளை உணராதவனை விட மிருகங்கள் உன்னதமானவை.

களவுப் பொருளை வாங்குவதும் இந்தியக் குற்றவியல் சட்டப்படி குற்றம்தான்.

ரத்தம் சிதறிப் பறிக்கப்பட்ட பொருள் மனிதர்கள் பயன்படுத்தவே லாயக்கற்றது.

அடுத்தவன், நான் என்று பேசுகிறவனும் நினைக்கிறவனும் பேடி.

வீம்புக்காக என்ன வேணும்னாலும் பேசலாம் - பொய் சொல்கிறவனுக்குத் தெரியாதா உண்மை எதுன்னு.

மனசாட்சியை விடப் புனிதமான ஒன்றை மனிதப் பிரக்ஞை கண்டடையவில்லை.

என்னடா கிஷ்ணா, ஒண்ணும் சொல்லாம ஊமைக் கோட்டான் மாதிரி இருக்கே.

நான் பகல் பொழுதை ஒரு லாட்ஜ் அறையில் கழிக்க வேண்டி வருமோ என்று சிந்திக்கத் தொடங்கியிருந்தேன். சுகவனம் ஒரு சமரசத் திட்டத்தை முன்வைத்தான்:

உடனடியாகக் குளித்துவிட்டுச் சாப்பிடப் போகலாம். முப்பத் தாறு மணி நேரப் பிரயாணத்தில் உடம்பு நாறுகிறது. பசி நேரத்திலே ஏண்டா வேண்டாத பேச்சை ஆரம்பிக்கிறீங்க.

நாம தங்கியிருக்கிற ஒரு வாரமும் டி.வி.யை ஆன் பண்ண வேண்டாம்.

முத்து, அவசரத்துல வார்த்தைகளைக் கொட்டிடுறடா. இஸ் மாயில், நீயும் எல்லா நியாயத்தையும் எப்போப் பார்த்தாலும் பேசிக்கிட்டே இருக்கணுங்கிறதில்லே.

அறை நிசப்தமாகியது. அடுத்த அரைமணி நேரத்தில் ராமானுஜம் மெஸ்ஸுக்குப் போகும் வழியில் மறுநாள் பயணத்துக்காக வாடகைக் கார் ஒன்றை ஏற்பாடு செய்து தந்தான் முத்து. தனக்கு அவசரமான வேலைகள் அந்த வாரம் முழுவதுமே இருப்பதாகவும் சுற்றிப் பார்க்கும் இடங்களுக்கு உடன் வரமுடியாததைத் தவறாக எடுத்துக் கொள்ள வேண்டாமென்றும் வேண்டிக்கொண்டான். சுகவனம் என்னிடம் டி.வி., டி.வி. என்று கிசுகிசுத்தான்.

ஏப்ரல் முதல் தேதி அதிகாலை ஹரித்துவார் நோக்கிப் பயண மானோம். காற்றில் இதமான குளிர். ஓட்டுநரின் அருகில் நானும் பின்பக்க இருக்கையில் சுகவனம், இஸ்மாயில் இருவரும். இஸ்மாயில்,

நேத்து முத்து...

என்று ஆரம்பித்தான். சுகவனம் உடனடியாய்ச் சொன்னான்.

> இஸ்மாயில், விட்ருடா. அதுதான் நேத்தே முடிஞ்சுடுச்சே. வேற ஏதானும் பேசலாம்.

காருக்குள் உடனடியாய்க் கவிழ்ந்த மௌனம் ஆறுதலாய் இருந்தது. மரங்களும் புதுப் புது ஊர்களும் எதிர்த்திசையில் ஓட, கார் வேறு உலகத்துக்கு எங்களை அழைத்துச் செல்வதாய் உணர்ந்தேன். எங்கள் வண்டியின் ஓட்டுநர் ஒரு நேபாளி. நேகி என்று பெயர் சொன்னான். இளைஞன். உற்சாகமாய் இருந்தான். ஹிந்தித் திரைப்படக் கேஸட் ஒன்றை ஓடவிட்டான். டிஸ்கோ டான்ஸர் என்ற திரைப்படப் பாடல்கள். பப்பி லஹரியின் திடும் திடும் இசையில் கார் அதிர்ந்தது. அலறும் கித்தார்கள், நொறுங்கும் டிரம்கள், கீ போர்டின் கதறல், இவற்றுக்கு இடையில் அவ்வப்போது பாடும் குரல்கள்.

கங்கை ஒரு சிறு நதிபோல ஓடுகிறது. காலை வைத்ததும் ஐஸ் போலக் குளிர்கிறது. நீரில் இறங்கியதும் உடலில் ஒரு நடுக்கம் பரவுகிறது. ஒரு முழுக்குப் போட்டு எழுந்தவுடன் குளிர் அடங்கி, வெதுவெதுப்பாய்ப் பொதிந்துகொள்கிறது தண்ணீர். இஸ்மாயில், இந்த இடத்தின் பெயர் ஹர் கி பவ்டி என்றும், ஈஸ்வரனின் பாதம் என்று பொருள் என்றும், கங்கை சமதரைக்கு வந்து சேரும் இடம் இது என்றும் சொன்னான். கங்கையின் நீர்ப் பரப்புக்குள் இறங்கும் படித்துறையில் நீருக்குள் அமர்ந்தவாறே சிகரெட் புகைத்துக் கொண் டாடினோம். உள்ளங்கையின் தோல் சுருங்கி வெளுக்கும்வரை நீராடிவிட்டு மேலேறினோம்.

உயரமான, கம்பீரமான குதிரைகள் பூட்டப்பட்ட ஜட்கா வண்டிகள், பதினைந்து பேர்வரை பயணம் செய்யக்கூடிய மூன்று சக்கர வாகனங்கள், தன்னிச்சையாய்த் திரியும் ஸாதுக்கள், பீடி புகைத்தபடி யாசகம் கேட்கும் தொழுநோயாளிகள், தாமிரம் மற்றும் பித்தளையால் செய்யப்பட்ட கைவினைப் பொருட்களை விற்கும் கடைகள், கம்பளி ஆடைகளை விற்கும் கடைகளைத் தாண்டி, அடிவாரம்போலத் தோன்றின ஓர் இடத்தை அடைந்தோம்.

குன்றின் உச்சியில் உள்ள மானஸா தேவியின் கோவிலுக்கு நடந்தும் போகலாம். கனத்த இரும்பு வடத்தில் மாட்டி அந்தரத்தில் தொங்கவிடப்பட்ட பெட்டிகளில் அமர்ந்தும் போகலாம். நாங்கள்

பெட்டியில் அமர்ந்து சென்றோம். நான் ஒரு வழி மட்டுமாவது நடக்கலாமே என்ற போது இருவரும் மறுத்துவிட்டனர்.

நாலு மணி சுமாருக்கு ரிஷிகேஷ் சென்று சேர்ந்தோம். அந்த இடத்தில் அபூர்வமான தனிமை நிலவியது. அதைப் பகிர்ந்துகொள்ள மனமற்றவனாகப் பிரிந்தேன். தனியாகத் திரிய ஆரம்பித்தேன். அவர்கள் ஒரு கேஸட் கடைக்குள் நுழைந்தார்கள். லக்ஷ்மண் ஜூலாவின் தொங்கு பாலத்தில் நின்று கங்கையைப் பார்த்தபோது அதுதான் என் இடம் என்று தோன்றியது. இடது பக்கம் உயர்ந்து நெளியும் இமயமலையும் சுழிகளுடன் விரையும் கங்கையும் கனிந்து கவியும் அந்திப் பொழுதும் லேசான தூறலில் சிலிர்க்கும் நீர்ப்பரப்பும் கானகத்தில் நுழைந்த சிற்றெறும்பு நான் என்று உணர்த்தின. சித்தர் களும் யோகிகளும் வசிப்பிடமாக மலைகளை ஏன் தேர்கிறார்கள் என்பது புரிவதுபோலத் தோன்றியது.

இருள் அடர்ந்ததும், மனமேயின்றி அந்த இடத்தை நீங்கி டெல்லி செல்லும் பாதையில் முன்னேற ஆரம்பித்தோம். இஸ்மாயில் சொன் னான்.

> மணி எட்டு. பதினொண்ணரைக்கெல்லாம் போய்ச் சேர்ந்துடலாம்.

சீரான வேகத்தில் கார் சென்றுகொண்டிருந்தது. நான் ஒரு உண்மையைக் கண்டுபிடித்தேன். நேகியிடம் இருப்பது ஒரே கேஸட்தான். அதை அவன் நாலாவது முறையாய்ப் போட்ட போது சற்று கோபமாகச் சொன்னேன்.

> இஸ்மாயில், அதை நிறுத்தச் சொல்லுடா.

இஸ்மாயில் இந்தியில் மொழிபெயர்த்தான். அடுத்த கால் மணி நேரத்தில் கார் நின்றுவிட்டது. வண்டியில் கோளாறு என்றும் ஒன்றரைக் கிலோமீட்டர் தள்ளிக்கொண்டு போனால் ஒரு பழுது பார்க்கும் நிலையம் இருக்கிறது என்றும் ஒரு மணி நேரத்தில் சரி செய்துவிடலாம் என்றும் நேகி சொன்னான். இறங்கி, மூச்சிரைக்கத் தள்ளத் தொடங்கினோம். சுகவனம் சொன்னான்:

> இன்னைக்கி சிவராத்திரிதான்.

சாலையோரம் இருக்கும் வட இந்திய உணவுச் சாலைகளை டாபா என்று அழைக்கிறார்கள். கூரைப் பந்தலின் கீழ் நார்க்கட்டில்கள் போடப்பட்டு, தங்கும் விடுதிபோலத் தோற்றமளித்த டாபாவில் சென்று அமர்ந்தோம். நூதனமான மசால் மணத்துடன் இருந்த தொடுகறிகளும், சுக்கா ரொட்டியும், பகல் முழுக்க அலைந்துவிட்டு, கார் தள்ளிய உடலுக்கும் மனதுக்கும் இதமாய் இருந்தன. பெட்ரோ மாக்ஸ் விளக்கைச் சுற்றிப் பறந்த கொசுக்கள் வண்டுபோல் துளைக்க ஆளுக்கொரு நார்க் கட்டிலில் படுத்துக்கொண்டோம். இருளின் இரைச்சல் தூக்கலாய் இருந்தது.

சாலையில் விரைந்த வாகனங்களை வேடிக்கை பார்த்தவாறு சிகரெட் புகைத்தபடி படுத்திருந்தபோது, என்னுள் அந்தக் கேள்வி தோன்றியது. எங்கோ ஒரு குக்கிராமத்தில் பிறந்து, சிறுவயதிலேயே தகப்பனைப் பறிகொடுத்து, அவமானமும் துயரமுமான சூழ்நிலையில் வளர்ந்து, படிப்பு புத்தகம் என்று மூழ்கி, தேசிய வங்கி ஒன்றில் வேலையில் சேர்ந்து இப்போது அத்துவான இருளில் படுத்துக் கிடப்பதுவரை எத்தனை நாட்கள், எத்தனை சம்பவங்கள், எத்தனை ஊர்கள். ஏதோ ஒரு புத்தகத்தில் படித்த பெர்ட்டோல்ட் ப்ரெக்டின் கவிதை ஞாபகம் வந்தது.

> நான் வந்த ஊர் பற்றி
> எனக்கு மகிழ்ச்சி இல்லை
> போகும் இடம் பற்றி
> நம்பிக்கையும் இல்லை. பின்
> எதற்காக அவன்
> சக்கரம் மாற்றுவதை
> வேடிக்கை பார்த்தபடி
> இந்தச் சிறு பாலத்தில்
> அமர்ந்திருக்கிறேன்.

கவிதையில் எழுதாமல் விடப்பட்ட கடைசி வரிபோல அந்த மனிதன் பந்தலுக்குள் நுழைந்தான். கரடுமுரடான தாடி. வாயில் சிகரெட். அவனுக்குக் கட்டியம் கூறுவதுபோல கஞ்சா நாற்றம் முன்னே வந்தது. தோளில் ஒரு பெரிய பையை மாட்டி முதுகுப் புறம் தள்ளியிருந்தான். கண்கள் சிவந்திருந்தன. உட்கார இடம் தேடுபவன்போல் சுற்றுமுற்றும் பார்த்தவன், என்னை எதற்காகத்

தேர்ந்தானோ, என்னிடம் ஆங்கிலத்தில் கேட்டான்.

இங்கே நான் அமரலாமா?

சற்றுத் தயக்கத்துடன் எழுந்து இடம் கொடுத்தவாறு சொன்னேன்.

தாராளமாக.

இஸ்மாயில் சுகவனத்திடம் தமிழில் சொன்னான்.

என்னத்தைச் சொல்லு, கிருஷ்ணன் யோகக்காரண்டா.

நான் சிரித்தேன். வந்தவன் கேட்டான்.

நீங்கள் தமிழ்நாட்டிலிருந்தா வருகிறீர்கள்.

ஆமாம், உங்களுக்குத் தமிழ் தெரியுமா என்ன?

பேசத் தெரியாது. பேசினால் புரியவும் செய்யாது. ஆனால் தமிழின் ஓசை எனக்குத் தெரியும். நான் பலமுறை தமிழ் நாட்டுக்கு வந்திருக்கிறேன்.

பைத்தியக்காரன்போல இருக்கிறான்; வடகோடியில் திரியும் கிறுக்கன் தென்கோடிக்கு எதற்காக வந்தான். நான் சிறுகதைகள் சில எழுதிப் பிரசுரம் ஆகியிருந்த நேரம். இவனிடம் சுவாரசியமான கதை ஒன்று எனக்குக் கிடைக்கக் கூடும் என்று தோன்றியது. இஸ்மாயில் வழக்கமாகச் சொல்வதும் நினைவில் வந்தது.

உனக்குக் கேட்குறதுக்கு ஒரு ஜோடிக் காது கிடைச்சாப் போதும்டா கிருஷ்ணா. யாரு, என்ன, எங்கேன்னு ஒரு விவஸ்தையும் கிடையாது. மனுஷங்கள அளக்கத் தெரியலடா உனக்கு.

வந்தவன் நாங்கள் எங்கிருந்து வருகிறோம், என்ன விஷயமாக, இங்கே ஏன் படுத்திருக்கிறோம், இந்தி தெரியுமா என்று பலவாறு கேள்விகள் கேட்டான். ஆங்கிலத்தில் தொடரும் பேச்சு எனக்கு ஆயாசமாக இருந்தது. என் கைவசம் இருக்கும் ஆங்கிலம் இருபது வாக்கியங்களுக்கு மட்டுமே போதுமானது. அதற்குப் பிறகு திண்டாட்டம்தான். வந்தவனின் கேள்விகளை நிறுத்துவதாக எண்ணிக்கொண்டு கேட்டேன்.

நீங்கள் யார்? என்ன செய்கிறீர்கள்?

அது பெரிய கதையாயிற்றே. வெகுநேரம் பிடிக்குமே. பரவாயில்லையா.

தாராளமாகச் சொல்லுங்கள்.

அவனுடைய தோற்றத்தையும் கடந்து அவன் குரலில் ஒரு வசீகரம் இருந்தது. சங்கீதக் குரல். அவன் இவன் என்று சொல்கிறேனே தவிர, அவன் வயதை நிர்ணயிக்க முடியவில்லை. முப்பதிலிருந்து அறுபதுவரை எதுவாக வேண்டுமானாலும் இருக்கலாம். தலை நரைத்திருந்தது. முகத்தில் சிறுவனின் களை இருந்தது. கண்களில் வியப்பா, குறும்பா என்று சொல்லிவிட முடியாத பாவம். உற்சாக மாகச் சொல்லத் தொடங்கினான். இஸ்மாயிலும் சுகவனமும்கூடத் தங்கள் கட்டில்களை அருகில் இழுத்துப் போட்டுக்கொண்டனர். அவனுடைய ஆங்கிலம் சுபாவமான ஏற்ற இறக்கங்களுடன் தாலாட்டுப்போல இழுத்துச் சென்றது.

என் அம்மாவின் பூர்விக ஊர், பெங்களூர் - புனே சாலையில் பெல்காமுக்கருகில் உள்ள நிப்பாணி. ஊரின் எல்லையில் தூத் கங்கா ஓடுகிறது. புகையிலை பயிர் செய்வதும், பக்குவப்படுத்துவதும் பிரதான தொழிலாயிருந்த நிப்பாணி உற்பத்தி செய்த மற்றொரு போதை என் அம்மாவின் தாத்தா. அகில இந்திய அளவில் பிரசித்த மான சங்கீத சாகரம். ஹிந்துஸ்தானி இசையின் ராட்சசர்களில் ஒருவ ராயிருந்தார். மூன்று விஷயங்கள் அவரைப் பற்றிப் பெருமிதமாய்ச் சொல்வாள் என் அம்மா. கேட்பவரின் உயிரைக் கரைக்கும் சங்கீதம். கொடுவாள் மீசை. அன்றைய சங்கீதப் பிரபலங்களில் இருவர்தான் மீசைக்குப் பெயர் போனவர்கள். உஸ்தாத் படே குலாம் அலிகான். எங்கள் கொள்ளுத் தாத்தா. படே குலாமின் மீசையைவிடவும் இவருடைய மீசை அடர்த்தியும் நீளமும் கொண்டது என்று என் அம்மா சொல்வாள். மூன்றாவது, அவருடைய நகைச்சுவை உணர்வு.

ஒருமுறை அகில இந்திய வானொலியில் இசைப் பதிவுக்காகப் போயிருந்திருக்கிறார் தாத்தா. உடன் தபலா வாசிக்கும் நௌஷத் கானும் போயிருக்கிறார். வானொலி நிலையத்தினர்,

> சற்றுப் பொறுங்கள். முகமது அலி ஜின்னா சாஹேப்பின் ஒலிப்பதிவு இருக்கிறது, அது முடிந்ததும் உங்களுடையதை ஆரம்பிக்கலாம்.

என்று சொன்னார்களாம். நௌஷத் கான் பரபரப்பாகிவிட்டார். கொள்ளுத் தாத்தாவிடம் வேண்டினாராம்.

> ஜீ, அந்த மேதைக்கு நான் பக்கவாத்தியம் வாசித்ததேயில்லை. கொஞ்சம் சிபாரிசு செய்யுங்களேன். அவருடைய நிகழ்ச்சியிலும் நான் தபலா வாசிக்கிறேனே.

இதை எத்தனையோ முறை என் அம்மா சொல்லியிருக்கிறாள். ஒவ்வொரு முறை சொல்லும் போதும், ஜீ என்று ஆரம்பிக்கும் போதே குலுங்கிக் குலுங்கிச் சிரிக்கத் தொடங்கிவிடுவாள்.

தாத்தா சில பிடிவாதமான கொள்கைகள் வைத்திருந்தார். வெளியூர்களில் கச்சேரிக்குச் செல்லும்போது, அவருடன் நாற்பது தாமிரக் குடங்களில் தூத் கங்காவின் தண்ணீரை எடுத்துச் செல்வார். அந்த நீரிலிருந்துதான் என் சங்கீதம் உற்பத்தி ஆகிறது என்பாராம். புகையிலைக் கழிவுகளால் அசுத்தமாகியிருக்கும் இன்றைய நதியை அவர் சொல்லவில்லை என்று நாம் எடுத்துக்கொள்ளலாம்.

சன்மானம் வாங்கிக்கொள்ளும்போது அத்தனையும் தங்க நாணயங்களாக வேண்டும் என்று கேட்டு வாங்கிக்கொள்வாராம். வீட்டுக்கு வந்ததும் குழந்தைகளுக்கு ஆளுக்கொரு தங்கக்காசு கொடுத்துவிட்டு, தன் அறைக்குள் போய்விடுவார். அவரது அறைக்குப் பக்கத்து அறையும் அவருடைய கட்டுப்பாட்டில்தான் இருந்தது. அந்த அறைக்கு மூன்று பூட்டுக்கள் பூட்டியிருந்தார். அதை அவர் திறந்து யாரும் பார்த்ததில்லை.

கொள்ளுத் தாத்தா இறந்தபின், வீட்டைக் கழுவும்போது பூட்டின அறையையும் திறந்து சுத்தம் செய்ய வேண்டும் என்று, அவருடைய கொத்துச் சாவியைக் கொண்டு வரச் செய்து என் அம்மாவின் அப்பா அறைக்கதவைத் திறந்திருக்கிறார். கதவு திறந்ததும் என்ன நடந்தது என்று நினைக்கிறீர்கள்? நிச்சயம் உங்களால் யூகிக்க முடியாது.

அறைக்குள்ளிருந்து பொன் மழை பொழிந்தது. நிலச்சரிவுபோலத் தன் மேல் கவிழ்ந்து கொட்டின நாணய மாரியில் மூச்சுத் திணறிப்

போனாராம் என் அம்மாவைப் பெற்ற தாத்தா. கொள்ளுத் தாத்தா வின் படுக்கையறைச் சுவரில் ஒரு சிறு துவாரம் இருந்ததும், பக்கத்து அறையை உண்டியலாய்த் தாத்தா பயன்படுத்தியதும் பிற்பாடு தெரியவந்ததாம்.

தன் தகப்பனார் இறந்ததுவும், பொன் மழையில் தான் முழுக்க நனைய நேர்ந்ததுவும் என் தாத்தாவின் வாழ்க்கை முறையைப் பெரிதும் மாற்றியமைத்தது. மஹாராஷ்டிரத்திலும் கர்நாடகத்திலும் நிஜாமின் ஹைதராபாத்திலும் என் தாத்தாவுக்குப் பரிச்சயமில்லாத தாசிகளே கிடையாது என்று ஆகியது நிலைமை. பொன் நாணயங்களைச் சூறையிடுவார் தாத்தா.

கடைசி ஐம்பது நாணயங்கள் கையில் மிஞ்சியபோது என் அம்மாவின் திருமண ஏற்பாடுகளில் இறங்கினார். சங்கீதத் துக்கும் தங்க நாணயங்களுக்கும் பெயர்போன குடும்பமாகையால் பலரும் போட்டி போட்டனர், என் அம்மாவின் கைபிடிக்க.

என் அப்பாவுக்கு விழுந்தது சீட்டு. என் அப்பாவின் வம்சம் குத்துச் சண்டை வீரர்களின் வம்சம். ஆஞ்சநேய உபாசகர்கள். அம்மா திருமணமான மறு மாதத்திலிருந்து உதை வாங்க ஆரம்பித்தாள். அப்பாவின் உருண்டு திரண்ட கைகளுக்கான பயிற்சிக் களமாய்த் தன் உடல் மாறிவிட்டது என்பாள் அம்மா. தீர்ந்துபோய்விட்ட பொற்காசுகளை வாங்கி வரச்சொன்னால் அவள்தான் என்ன செய்வாள், பாவம்?

அம்மாவுக்கு நான் ஒரே பிள்ளை. தன் தாத்தாவின் சாயல் எனக்கு அப்படியே இருக்கிறது என்று சொல்வாள். தனியறையில் என்னை உறங்க வைக்க முணுமுணுப்பாய் அவள் பாடும்போது ஹிந்துஸ்தானி சங்கீதத்தின் பிரமிப்பூட்டும் அமைதி அவளுடைய தொண்டையிலிருந்தும் கண்களிலிருந்தும் சொட்டும். நான் ஒரு இசைக் கலைஞனாக வேண்டும் என்று சொல்லிச் சொல்லி வளர்த் தாள் அம்மா. அவளுக்குத் தன் தாத்தாமீது இருந்த அபிமானமா அல்லது இசையின்மீதா, நிஜமாகவே அவளுடைய கனவுகளில் நான் சங்கீதக்காரனாய் வருவதற்கான சமிக்ஞைகள் இருந்தனவா அல்லது தனது அன்றாடத்தை நரகமாக்கிய கணவனின்மீதான கோபத்தைச் சூட்சுமமாகத் தீர்த்துக்கொண்டாளா, யாருக்குத் தெரியும்.

என் சித்தப்பா பெரியப்பா குழந்தைகள் கோதாவில் இறங்கிக் குத்துக்கள் விடப் பழகும்போது நான் இசைப் பயிற்சிக்குத்தான் போவேன் என்று அடம்பிடிப்பேன். பலவீனமான உடல்வாகும், பலவந்தமாக நான் குத்துச் சண்டைப் பயிற்சியில் ஈடுபடுத்தப்படும் போது எனக்குத் தலையிலும் தாடையிலும் புஜங்களிலும் ஏற்பட்ட மரண காயங்களும், என் ரத்தத்தில் ஓடுவது குத்துச் சண்டை வம்சாவிலில்லை, தூத் கங்கா சாக்கடைதான் என்று என் தகப்பன் உள்ளிட்ட மூதாதையர்களுக்குத் தெரியப்படுத்தின.

நான் புல்லாங்குழல் கற்றுக்கொள்ள ஆரம்பித்தேன்.

நான் கற்றுக்கொள்ளவில்லை. அதுவே தன்னை என் மூலம் இசைத்துக்கொள்கிறது என்று வெகு சீக்கிரத்திலேயே தெரிந்துவிட்டது எனக்கு. மால்கௌன்ஸ் ராகத்தை ஆலாபனை செய்கிறேன். சப்த ஒழுங்கின் கரும் புதர்களுக்குள் தீரமாய் நுழைந்து மீளும் மலைப்பாம்பின் சாகசத்தோடு பாய்கிறது என் மனோதர்மம். எதிரில் உட்கார்ந்து மரப்பலகையில் மரக்கோலால் என் அம்மா கொடுத்துக்கொண்டிருந்த தாளக் கட்டின் ஓசை சடாரென்று நின்றது.

என் அம்மா மூர்ச்சையடைந்திருந்தாள். 'நானா… நானா' என்று புலம்பிக்கொண்டிருந்தன அவள் உதடுகள்.

அரங்கேற்றம், கச்சேரிகள் என்று இசைக் கலைஞர்களின் வட்டாரத்திலும் என் வாலிபப் பிராயத்திலும் நான் நுழைந்து முன்னேற ஆரம்பித்தபோது, அப்பாவுடன் எப்போதுமே சீராய் இருந்திராத என் உறவு, மேலும் சீர்குலையலாயிற்று. எப்போதாவது பேசிக் கொள்ள நேரும் ஓரிரு வார்த்தைகளிலும் நாங்கள் ஒருவரையொருவர் குதறிக்கொண்டோம்.

தசராவின்போது மைசூர் அரண்மனையில் நான் வாசித்த கச்சேரிக்கு என்னுடன் வந்து திரும்பிய அன்று பின்னிரவில் காதுத் தோட்டில் இருந்த வைரத்தைப் பொடி செய்து விழுங்கித் தற்கொலை செய்துகொண்டாள் என் அம்மா.

தந்தை வழி உறவு முடிவுக்கு வந்த நாள் அது.

தனியாகவே இந்தியா முழுவதும் கச்சேரிகள் செய்து திரியத் தொடங்கியபோது என் வலதுகரமாய் வந்து சேர்ந்தான் சத்நாம் சிங் நாம்தாரி. இடதுகைப் பழக்கமுடையவன். தபலா வாசிப்பில் சிசுமேதை அவன். பதினோராம் வயதிலேயே ஷெனாய் விற்பன்ன ரான அயானலிகானுக்கு வாசித்தவன். என் நட்பு கிடைத்த பிறகு எனக்கு மட்டுமே வாசிப்பது என்று தீர்மானித்துவிட்டதாகச் சொன்னான். ஒரே தட்டில் சாப்பிடும் நண்பர்களானோம்.

சத்நாம் சிங்கின் வாசிப்பைச் சொல்வதென்றால் ஒரு இரவு போதாது.

தபலாவுக்கு ஓர் அங்குல உயரத்துக்குமேல் உயராது அவன் விரல்கள். வெண்கல நாதமும், இழுத்துக் கட்டாத தோற்கருவியில் ஏற்படும் மந்தமான ஒலியும், அலுமினியப் பாத்திரத்தில் மழைத் தாரைகளின் வீறலும், புளியம்பழங்கள் மரத்திலிருந்து உலுப்பப்பட்டு வீழும் ஓசையும், வன விலங்குகளின் உறுமலும், சமீபத்தில் வயதுக்கு வந்த பெண்ணின் நளினமும், பேய்களின் அலறலும், நதியின் சாந்தமும் தான் நினைத்தபோதெல்லாம் தபலாவில் பேசவைக்கும் கலைஞன் அவன். புல்லாங்குழலில் நான் விட்டுச் செல்லும் இடைவெளிகளை இட்டு நிரப்பியவாறு அவன் தொடர்வதும், நான் நிரப்புவதற்கான இடைவெளிகளை விடுத்து நகர்வதும் புல்லாங்குழலும் தபலாவும் ஒரே மனிதனின் முகமும் முதுகும்போல என்று உணரவைப்பதாக இசை விமர்சகர்கள் புகழ்ந்து தள்ளினார்கள். குவாலியர் அரண்மனையில் ஒரு ஹோலிப் பண்டிகைக்கு வாசித்து முடித்த இரவில் சாத்நாமிடம் கேட்டேன்.

> சத்நாம் அரக்கனே, உனக்கிருப்பது பத்து விரல்களா இல்லை நூறா?
>
> அண்ணா, எனக்கிருப்பவை பத்தே பத்து விரல்களும், உங்கள் அம்மாவின் ஆசியும் மட்டுமே.

நானும் சத்நாம்சிங் நாம்தாரியும் ஸ்ரீநகர் செல்கிறோம் - ஒரு கச்சேரிக்காக. முதல் நாளிரவு டெல்லியில் ரயிலேறிப் படுத்துவிட் டோம். மறுநாள் காலையில் பத்தான்கோட்டில் பொழுது விடிகிறது. நிலப்பரப்பின் தன்மை மாறிவிட்டது. வழுவழுப்பான, சிவந்த

நிறமுடைய, பந்துபோல் உருண்டை வடிவமுள்ள பாறைகள் விதவிதமான அளவுகளில் கிடக்கின்றன. பயிர் செய்ய ஏற்றதல்ல என்று தோன்றுமளவு பாறை விளைந்த பூமி. சத்நாம் சொல்கிறான்.

அண்ணா, உங்களை விடவும் கெட்டிக்காரன் ஒருவன் இருக்கிறான்.

யாரப்பா அது?

அவன் புல்லாங்குழலில் பூத்த ஸ்வர மொட்டுக்கள் எப்படிச் சிதறிக்கிடக்கின்றன பாருங்கள்.

ஜம்முவிலிருந்து ஸ்ரீநகருக்குப் பேருந்துப் பிரயாணம். பேருந்து பெருமூச்சுக்கள் விட்டுக்கொண்டு மலையேறுகிறது. மணிக்குப் பன்னிரண்டு மைல்கள் மட்டும்தான் கடக்க முடியும் என்று எங்கள் பேருந்தின் நடத்துநர் சொன்னார். ராணுவ வண்டிகளின் நடமாட்டத்தினூடே ஜவஹர் குகையைத் தாண்டிச் செல்கிறோம். கீழே பல ஆயிரம் அடி ஆழத்தில் ஜீலம் கள்ளக்காதலனுடன் குலவ நழுவும் பெண்போல ரகசியமாய் நகர்கிறது. அடிவாரத்துக்குக் கொண்டு சேர்ப்பதற்காக நதியில் வெட்டிப் போடப்பட்ட மரங்களின் தண்டுப் பாகங்கள் தலையற்ற உடல்களைப்போல மிதந்துகொண்டும் ஆங்காங்கே கரையில் ஒதுங்கியும் கிடக்கின்றன. இடதுபுறம் கண்பாரா உயரத்திற்கு மலை வளர்கிறது. உறுமி உறுமி ஏறும் பேருந்தின் ஓட்டுநரிடம் எதிர்த் திசையிலிருந்து வரும் ஒரு பேருந்து ஓட்டுநர் சொல்லிச் செல்கிறார்.

கவனமாகப் போங்கள். சற்று முன்னால் மேலே சென்ற வேன் பாதையிலிருந்து சரிந்து கவிழ்ந்துவிட்டது. பத்து நிமிடம்கூட ஆகியிருக்காது.

மேற்கொண்டு இருநூறு அல்லது முந்நூறு கஜங்கள் ஓட்டிச் சென்ற பின், சாலையின் இடதுபுறம் இருந்த அகலப் பகுதியில் வண்டியை நிறுத்தினார் எங்கள் ஓட்டுநர். நடுங்கும் குரலில் பிரயாணிகளைப் பார்த்துச் சொன்னார்.

வேண்டியவர்கள் இறங்கி ஆசுவாசம் செய்துகொள்ளலாம். வண்டி அரைமணி நேரம் கழித்துத்தான் கிளம்பும்.

சத்நாம் தூங்கிக்கொண்டிருந்தான். நான் இறங்கிக் காலார நடந்தேன். ஏற்றமான பாதையில் நடப்பது சிரமமாய்த்தான் இருந்தது.

மலைச்சரிவில் வாகனங்கள் உருண்டுவிடாமல் தடுப்பதற்காகக் கட்டப்பட்ட குட்டையான தடுப்புச் சுவரில் எக்கி அமர்ந்தேன். சரிவில் செருகப்பட்ட ஈட்டிகள்போல நின்றிருந்த மரங்களினூடாய்ப் பார்த்தபடி உட்கார்ந்திருந்தபோது சரிவின் கீழிருந்து அவள் ஏறி வந்து கொண்டிருப்பதைக் கண்டேன். தலை சற்றுக் கலைந்திருந்தாள். தப்படிகள் பிறழ்ந்துவிடாதிருக்க உடலை முன்புறம் சாய்த்து ஏறி வருபவளின் மார்புகள் அவசரமாக ஏறித் தாழ்ந்தன. சீறும் சுவாசத்துடன் என் எதிரில் வந்து நின்றாள்.

சாயலில் என் தாய் போலிருந்தாள். நான் அதிசயிக்கும் விதமாக என் தாய்மொழியில் பேசினாள். எனக்காக இம் மலைச் சரிவில் காலங்காலமாகக் காத்துக்கொண்டிருப்பதாகவும், தன்னை வந்து பார்ப்பதைவிடவும் முக்கியமான வேலை வேறு என்ன இருந்திருக்க முடியும் என்றும், பிரிவின் துயர் கொஞ்சமும் இல்லாத என் கண் களைத் தோண்டிக் காட்டுப் பூனைக்குத் தின்னக் கொடுத்தாலென்ன என்றும் பலவாறாகப் பேசிக்கொண்டே போனாள்.

நான் அவளுக்குச் சமாதானம் சொன்னேன். இத்தனை நாளும் அவள் ஏக்கத்தைப் புரிந்துகொள்ளாமல் எங்கெங்கோ திரிந்தது தவறுதான் என்றும், இனி நான் அவளைத் தனியே விடமாட்டேன் என்றும், உயிரின் அடியாழங்களில் அவளுடைய குரல் கேட்டவாறி ருந்ததை இப்போது எண்ணிப் பார்க்கிறேன் என்றும், இன்றுதான் பூமிக்கு வந்துசேர்ந்தவன் மாதிரி உணர்கிறேன் என்றும் எடுத்துச் சொன்னேன்.

அவள், புதிதாய்ப் பறித்த பழங்களையும் பக்குவமாய் வேகவைக்கப் பட்ட கிழங்குகளையும் எனக்கு ஊட்டிவிட்டாள். நான் பசியாறிய பிறகு தன் உதடுகளைப் பரிமாறினாள். தன் மடியில் என் தலையை வைத்துக்கொண்டு கோதிச் சலித்தபோது, என் மடியில் தன் தலையைப் பதித்துக்கொண்டாள். என் உடலின் ரகசியங்களைத் தெரிந்துகொள்ளும் சாக்கில் தன் உடலின் ரகசியங்களை விண்டு தந்தாள். மலைக்காற்று எங்கள் இருவரின் தனிமையை, உற்சவத்தை, பகிர்தலை, ஆற்றாமையை, பிரவாகத்தைக் கண்டு கிளுகிளுத்தவாறு நகர்ந்தது.

ஆறு பகல்கள், ஆறு இரவுகள் அவளுடன் இருந்தேன். மலையின் பாதத்தில் நெளியும் ஜீலத்திற்கு அழைத்துச் சென்று என்னை

நீராட்டுவாள். என் அக்குளில், நாபியில், முதுகில், காது மடல்களின் பின்புறம், அரையிடுக்குகளில் அவள் விரல்கள் நீவிச் சுத்தம் செய்யும்போது பரிவின் காந்தலில் மறுகுவேன். அவளை நீரில் நனைத்துச் சீராட்டுவேன். இரவும் பகலும் எங்களுக்கு வெவ்வேறு பொழுதுகளாயிருக்கவில்லை. உறக்கமற்று ஒருவரையொருவர் மாந்துவதற்கான களமாகவே இருந்தன. ஏழாவது நாள் காலை,

சற்று இருங்கள். இதோ வந்துவிடுகிறேன்.

என்று சொல்லிச் சரிவில் இறங்கிப் போனவளை வெகுநேரம் காணவில்லை. என் தவிப்பு, கரைகளை மீறிப் பெருகியபோது, பேருந்தின் ஹாரன் ஒலியைக் கேட்டேன்.

பேருந்து புறப்படத் தயாராகியிருந்தது. உறங்கி விழித்திருந்த சத்நாம் கேட்டான்.

அண்ணா, நீங்கள் ஒரு பெண்ணுடன் நடந்துபோனதைப் பார்த்தேனே.

மறுநாள் காலை ஸ்ரீநகரில் விடிந்த பொழுது என்னை நோயாளி யாக்கிவிட்டது. தினத்தாளின் முதல் பக்கத்தில் ஒரு செய்தி வெளியாகியிருந்தது. ஜவஹர் குகைக்கருகில் பிரயாணிகள் வேன் ஒன்று கவிழ்ந்துவிட்டதாகவும், ராணுவம் பெரும் சிரமத்திற்குப் பின் மூன்று உடல்களை மீட்டுவிட்டதாகவும், பயணிகள் பெல் காமைச் சேர்ந்தவர்கள் என்றும், மீட்கப்பட்ட உடல்களில் இரண்டு ஆண்கள், ஒரு பெண் என்றும் செய்தி சொன்னது. உடல்களின் சிதையாத முகங்கள் தெளிவாய்த் தெரிந்த தனித்தனிப் புகைப்படங் கள். அந்தப் பெண்ணின் முகத்தையே பார்த்தவாறிருந்தேன்.

அன்று மதியம் எனக்குக் குளிர் ஜுரம் வந்தது. கைகால்கள் உதறத் தொடங்கின. முடிவற்ற பாதாளத்தில் நான் வீழ்ந்துகொண்டேயிருப் பதாக உணர்ந்தேன். மாலைக் கச்சேரியை ரத்து செய்தோம். சத்நாம் கவலை தோய்ந்த முகத்துடன் என் படுக்கைக்கு அருகிலேயே இருந்தான். அவனிடம் என் நாட்குறிப்புப் புத்தகத்தை எடுத்து வரச்சொன்னேன். முந்தின இரவில் வந்து சேர்ந்து, படுக்கைக்குப் போவதற்கு முன் நான்கு பக்கங்கள் எழுதியிருந்ததை, பதறும்

விரல்களால் சுக்குநூறாய்க் கிழித்தெறிந்துவிட்டு, நேற்றைய தேதியை எழுதி அதன் கீழ் ஒருவரிக் குறிப்பொன்றை எழுதினேன்.

இன்று மரணத்தைச் சந்தித்தேன்.

அதன் பிறகு புல்லாங்குழலைப் பார்க்கவே பிடிக்கவில்லை. சாத்நாம் எவ்வளவோ ஆறுதலும் நம்பிக்கையும் ஊட்டிப் பார்த்தான். நான் பக்கவாதத்தால் பீடிக்கப்பட்டவன் போலிருந்தேன். இசையின் ரகசியப் பொந்துகளாக நான் கண்டுபிடித்து வைத்திருந்த இடுக்குகள் தூர்ந்துவிட்டதாகச் சொன்னேன். இனி மேடையேறுவது, பரிச்சய மற்ற பல்லாயிரம் முகங்களைத் தரிசிப்பது என்பதெல்லாம் நடக்காது என்று விளக்கிச் சொன்னேன். அப்போது சத்நாம் காஞ்சனா தேவியைப் பார்ப்பது எனக்கு நல்லது என்றும், அயானலிகானோடு பலமுறைகள் சென்று அந்த அம்மையாரைச் சந்தித்திருப்பதாகவும் சொல்லி, காஞ்சனாதேவியைப் பற்றியும் சொன்னான். எனக்கு அந்தத் தகவல்கள் விநோதமாகவும், செடியிலிருந்து பறித்த மலரின் புதுமையோடும் இருந்தன. காஞ்சனாதேவியிடம் செல்வது என்று முடிவு செய்தேன். சத்நாம் சிங் ஆக்ராவுக்கு ரயில் ஏற்றிவிட்டான்.

ஆக்ராவிலிருந்து பிருந்தாவனம் செல்லும் வழியில் ஒரு பிரும் மாண்டமான மாளிகையில் தனியாக வசித்து வந்தார் காஞ்சனாதேவி. அற்புதமாக ஸரோட் வாசிக்கக்கூடியவர். இல்லஸ்ட்டிரேட்டட் வீக்லி பத்திரிகையில் தான் அளித்த ஒரு பேட்டியில் அலி அக்பர் கான் இவ்வாறு சொல்லியிருக்கிறார்.

> காஞ்சனாதேவியைப்போல ஒரு - ஒரே ஒரு - தும்ரியை என்னால் வாசிக்க முடிந்தாலும் போதும். அன்றே என் பிறவியின் நோக்கம் பூர்த்தியாகிவிடும். அதன் பிறகு ஸரோட் வாசிப்பதை நிறுத்தவும் தயங்க மாட்டேன்.

இந்த இடத்தில் வேறொன்றும் நினைவுக்கு வருகிறது. அலி அக்பர் கானின் பேட்டி வெளிவந்த அதே இதழில் என் பெரியப்பா பையன் - எங்கள் தலைமுறையில் முதல் மகன் அவன் - ஜோ ஃப்ரேஸியருடன் எடுத்துக்கொண்ட புகைப்படமும் குறிப்புடன் பிரசுரமாகியிருந்தது. ஜோ ஃப்ரேஸியர், காஸியஸ் க்ளேயைக் குத்துச்

சண்டையில் தோற்கடித்தவர். காஸியஸ் க்ளே என்று சொன்னால் உங்கள் தலைமுறைக்குப் புரியாது. முகமது அலி என்று பின்னால் பெயர் மாற்றிக்கொண்டார் அவர்.

காஞ்சனாதேவி மேடைக் கச்சேரிகள் செய்வதில்லை.

> சங்கீதம் என்பது கேளிக்கைப் பொருள் அல்ல. தவம். அதை விலைக்கு விற்கவோ, பொழுதுபோக்காக ஆக்கி வழங்கவோ ஒருபோதும் சம்மதிக்க மாட்டேன். இனாமாக என்னிடம் கற்றுக்கொண்டு வெளியேறுகிறவர்கள் அதை விற்பனைக்கு வைக்கும்போது மனம் கூசத்தான் செய்கிறது. அதற்காகக் கற்றுக்கொடுக்காமல் இருக்க முடியுமா? என் ஜீவத் தனிமையைப் பகிர்ந்துகொள்ள வருபவர்களாகவே என் மாணவர்களைப் பார்க்கிறேன். என்னுடன் பேசுவதற்கான பொது மொழியை அவன் வைத்திருக்கிறான் என்பதே எனக்குப் போதுமானது.

என்று முதல் சந்திப்பிலேயே என்னிடம் சொன்னார். என் அம்மா பளிங்கு நிறம் என்று சொன்னேனில்லையா? காஞ்சனாதேவி அட்டைக்கறுப்பு. கருவறையிலிருந்து இறங்கி வந்த சிலைபோல இருப்பார். தேர்ந்த சிற்பி பார்த்துப் பார்த்துச் செதுக்கிய சிற்பம் போல இருக்கும் அங்கங்களுடன் அவர் நடப்பதே கம்பீரமாக இருக்கும். ராஜ வம்சம் ஒன்றைச் சேர்ந்தவர். மடியில் ஸரோடைக் கிடத்தி தன் மார்பில் சாய்த்துக்கொண்டு வாசிக்கும்போது, தாய்ப்பால் புகட்டும் பாவனை அவர் முகத்தில் கூத்தாடும்.

என்னை வாசித்துக் காட்டச் சொன்னார். வாசித்தேன். ஒரு ஆலாப், விளம்பிதத்திலும் துரித காலத்திலும் வாசிக்கச் சொல்லிக் கேட்டார். நான் பூப் ராகத்தை வாசித்தேன். உங்கள் கர்நாடக சங்கீதத்தில் அதை மோகனம் என்று சொல்வார்கள். கண்ணை மூடிக்கொண்டு, சம்மணமிட்ட தொடையில் தாளம் தட்டியவாறு கேட்டார்கள். இந்த இடத்தில் இன்னொன்றும் சொல்லிவிட வேண்டும். கர்நாடக சங்கீதம் குளத்தில் கல்லை எறிந்ததும் விரியும் சக்கர வளையங்கள் போல அகலவாட்டில் படர்வது. ஹிந்துஸ்தானி வேறுமாதிரி. ஊற்றிலிருந்து பீறிடும் நீர்போலவும் குன்றிலிருந்து பாயும் அருவிபோலவும் ஆழங்களிலும் உயரங்களிலும் பாயும் தன்மை கொண்டது. நான் உச்சஸ்தாயிகளில் சஞ்சரிக்கும்போது

காஞ்சனா தேவி தன் மூச்சை அடக்கிக்கொண்டார். ஆதார ஸ்தாயிகளில் அலையும்போது ஆழ்ந்த பெருமூச்சுகள் விட்டார். நான் வாசித்து முடித்ததும் சொன்னார்.

> குழலை நீ இத்தனை நாளும் முகத்துக்கு வலதுபுறம் பிடித்துக்கொண்டு வாசித்தாயல்லவா? இனி இடதுபுறம் பிடித்துக்கொண்டு வாசி.

நான் அதிர்ந்து போனேன். பால பாடத்திலிருந்து ஆரம்பிப்பது மாதிரி. ஆனாலும் அவர்கள் கட்டளையை மீற முடியுமா? பயிற்சியைத் தொடங்கினேன்.

அற்புதம் நிகழ ஆரம்பித்தது. என்னிடமிருந்து சங்கீதம் பாய்வதான கற்பனையில் இருந்து வந்தவன் நான். புல்லாங்குழலைக் கைமாற்றிப் பிடித்து வாசிக்கும்போது சங்கீதம் சகல திசைகளிலுமிருந்து எனக்குள் பாய்வதை உணர்ந்தேன். சப்தம் எனக்குள் திமிறுகிறது. பாயத் துடிக்கிறது. என் மூச்சுக்காற்று தன் உயிர்த்தன்மையின் இம்மி கூடக் குறையாமல் குழல் பாதையில் தவழ்கிறது. வாசிக்கும்போதே மயிர்க்கூச்செரிந்தது.

சத்நாம் அடிக்கடி என்னைப் பார்க்க வருவான். ஸரோடும் புல்லாங்குழலும் தபலாவும் இழைந்து உருவாக்கிய அமைதியின் கணங்களை ருசிப்பதற்கு ஒருவன் எத்தனை ஜென்மங்களும் எடுக்கலாம். அந்த மாளிகையின் சுவர்களிலும் தேக்கு உத்தரங்களிலும் வழவழத்த தூண்களிலும் ரகசியமாய் வந்து நின்று ஒட்டுக் கேட்ட காற்றிலும் அக் கணங்கள் பதிவு பெற்றிருப்பதை நீங்கள் இப்போது போனாலும் கேட்க முடியும்.

முடியக்கூடிய பயிற்சியில்லை அது. கற்றுக்கொள்வதற்கும், செரித்து உதடுகளின் வழியே வெளியேற்றுவதற்கும் எவ்வளவோ இருந்தது. சத்நாம் கேட்டான்.

> தமிழ்நாட்டில் கச்சேரிக்கு அழைப்பு வந்திருக்கிறது. போவோமா அண்ணா?

காஞ்சனாதேவியிடம் அனுமதி கேட்டேன்.

> வேண்டாமென்றால் கேட்கவா போகிறாய்? போய் வா.

என் ஆசி உனக்கு எப்போதும் உண்டு. நீயும் அதிக நாள் மேடையில் வாசிக்க மாட்டாய். போய் வா.

என் தலையைப் பரிவுடன் வருடி அனுப்பினார்.

மதுரையில் கச்சேரி முடித்து மீனாட்சியம்மனைத் தரிசித்துவிட்டு, ராமேஸ்வரம் போனோம். சத்நாம் உற்சாகமாக இருந்தான்.

அண்ணா, எத்தனை நாட்கள் ஆகிவிட்டது, நாம் இப்படிப் பிரயாணமும் கச்சேரியும் செய்து.

நேற்று உங்கள் வாசிப்பு அற்புதம் அண்ணா. கிருஷ்ண பகவானுக்குப் பக்க வாத்தியம் வாசித்தது மாதிரி இருந்தது. தேவி உங்களைத் தன் மகன் என்று சொன்னார் அண்ணா என்னிடம்.

நான் சிரித்தேன். அலைகளற்ற கடலில் குளித்துவிட்டு, கோயிலைப் பார்க்கப் போனோம். முற்பகல் பொழுதில் கடற்கரையின் ஊமை வெயிலில் கடும் புழுக்கம் இருந்தது. சத்நாம் சற்றும் பாதிக்கப்படாத வன்போலப் பேசிக்கொண்டே வந்தான். நான் காஞ்சனா தேவியுடன் இருந்த நாட்களில் தான் வாசித்த கச்சேரிகள், கூஜாவில் சாராயத்தை ஊற்றி எடுத்துக்கொண்டு கச்சேரி செய்ய வந்த ஸித்தார் வித்வான், வானொலியில் வாசிக்கச் சென்றபோது அஜீரணத்துடன் வந்து சேர்ந்த பாடகர், முதல் வரிசையில் உட்கார்ந்து தப்புத்தாளம் போட்ட ரசிகன்மேல் வில்லை விட்டெறிந்த ஸாரங்கி வித்வான் என்று சுவாரசியமாகச் சொல்லிக்கொண்டு வந்தான்.

எங்களை அழைத்துச் சென்ற வழிகாட்டியின் வீட்டில் மதிய உணவு ஏற்பாடாகியிருந்தது. அவருடைய தெருவுக்குள் நுழையும் போது ஒரு வீட்டின் திண்ணையில் காலை நீட்டி உட்கார்ந்திருந்த ஒருவன் விரலசைத்துக் கூப்பிட்டான். பைத்தியக்காரன்போலிருந் தான் அவன். கலைந்த தலையும், அசட்டுச் சிரிப்பும், மஞ்சள் போர்த்த பற்களுமாக இருந்தவன்மேல் கௌரவமான அபிப்ராயம் ஏற்படவில்லை எனக்கு. நான் தடுப்பதற்குள் விரைந்து அவனருகில் போய்விட்டான் சத்நாம்.

பைத்தியக்காரன் சத்நாம் கையில் ஒரு வெண்சங்கைக் கொடுத்தான். காதில் வைத்துக் கேட்கும்படி சொன்னான். சத்நாம் தன் வலது காதில் சங்கின் திருகிய பிளவை வைத்துக் கேட்டான். சத்நாம்சிங் நாம்தாரியின் முகம் மலர்கிறது. கண்கள் விரிகின்றன. உதடுகள் புன்சிரிப்பைச் சிந்துகின்றன. போதையேறியவன்போலக் கிறங்கு கிறான். சட்டென்று ஊமைவெயிலின் காந்தல் குறைந்துவிட்டது. மெல்ல வருடிக் கடக்கிறது காற்று.

சத்நாமின் கையிலிருந்து சங்கை வாங்கி நானும் கேட்டேன். கடலின் பேரிரைச்சல் காதுக்குள் பாய்ந்தது.

மதிய உணவின்போது மௌனமாய்ச் சாப்பிட்டான் சத்நாம் சிங். மறுநாள் சென்னை சென்று சேரும்வரை ஒற்றை வார்த்தைகளி லேயே பதில் சொல்லிக்கொண்டிருந்தான். நான் காரணம் கேட்ட போது கேள்வியே காதில் விழாதவன்போல நடந்துகொண்டான். சென்னையில் அன்று மாலை கச்சேரி. சத்நாமிடம் காலையில் கேட்டேன்.

சத்நாம், கொஞ்ச நேரம் வாசிப்போமா?

அவன் வினயமாகச் சொன்னான்.

> அண்ணா மன்னியுங்கள். இனி பக்கவாத்தியம் வாசிக்க மாட்டேன். நேற்று வெண்சங்கில் கேட்டேனே, அந்த சங்கீதத்தின் ஞாபகத்திலேயே என் வாழ்நாளின் எஞ்சிய நாட்களைக் கழித்துவிட விரும்புகிறேன். இனி யாருக்கும் வாசிப்பதாயில்லை. மனிதப் பிரக்ஞை இதுநாள்வரை உருவாக்கியிருக்கும் அத்தனை இசை வடிவங்களும் சங்கின் ஒரு கணப் பாடலுக்கு ஈடாகாது. என்னை மன்னித்துவிடுங்கள்.

சத்நாம்சிங் நாம்தாரி என்னை நமஸ்கரித்துவிட்டு அறையைவிட்டு வெளியேறினான். அதுதான் அவனைக் கடைசியாக நான் பார்த்தது.

பெரும் மனச் சஞ்சலத்துடனும், உள்ளூர்த் தபலாக்காரன் ஒருவனுடனும் மேடையேறினேன். சத்நாமின் இடத்தில் வேறொரு வன் உட்கார்ந்திருப்பது கண்ணாடியில் என்னைப் பார்த்துக்கொள் ளும்போது நான் குரங்காய்த் தெரிவதுபோலிருந்தது. திறந்தவெளிக் கச்சேரி அது. கூட்டத்துக்கு என் மனநிலையைப் பற்றி என்ன

தெரியும்? தாம் உணர்ந்த இடைவெளிகளில் ஏதோ ஒன்றை நிரப்பிக் கொள்ளும் ஒற்றை நோக்கத்தோடு ஆயிரக்கணக்கானவர்கள் கூடி யிருந்தனர். புறம் தெரியாத என் கீறலை வெளிப்படுத்தும் சந்தர்ப்பம் அது என முடிவு செய்தேன்.

மார்வா என்ற ராகத்தை எடுத்தேன். பிரிவாற்றாமையைத் தன் ஆதார உணர்வாகக் கொண்ட ராகம் அது. என் குழல் வழியே வெளியேறும் என் மூச்சுக்காற்று துயரத்தின் செய்தியைக் கொண்டு சென்றது. என் வாழ்நாள் முழுவதும் நான் விரும்பியவை அனைத் துமே சொற்ப காலம் மட்டுமே என்னுடன் இருந்திருப்பதாகவும், தற்செயலாகக் கிடைத்தவை அவற்றின் பெறுமானத்தை நான் உணர்ந்த மாத்திரத்திலேயே விலகிவிடுவதாகவும் நான் அர்த்தப் படுத்திக்கொண்டவுடன் கண்களிலிருந்து தாரைகள் வழிந்திறங்கின.

மார்வாவின் ஆழ்தளங்களில் நான் புதைந்து மரித்த கணத்தைக் கச்சேரி முடிந்துவிட்டதாகக் கூட்டம் நினைத்துக்கொண்டது போலும். எழுந்து நின்று கரகோஷம் செய்தனர். வெண்சங்கின் பேரிரைச்சலைப் பிரதிபலித்தது அவ்வோசை.

எழுந்து நின்று கூட்டத்தை வணங்கிக் கைகூப்பியபோது எனக்குள் ஒரு கேள்வி உண்டானது. நான், சத்நாம், காஞ்சனாதேவி ஆகிய மூவரில் யாருடைய நிலைப்பாடு சரி என்று கண்டுபிடிக்காதவரை நிம்மதி கிடையாது எனக்கு என்று தோன்றியது.

இதோ அலைந்துகொண்டிருக்கிறேன்.

பந்தலுக்குள் கஞ்சா நாற்றம் நிறைந்திருந்தது. போதாது என்பது போல இன்னொன்றைப் பற்ற வைத்தார் அவர். நான் இயல்பாகக் கேட்டேன்.

உங்கள் பெயர் என்னவென்று சொல்லவில்லையே.

என்னை உறுத்துப் பார்த்தார்.

எனக்குப் பெயர் எதுவும் கிடையாது நண்பரே.

கேலி செய்கிறார் என்று தோன்றியது. சாமர்த்தியமாகக் கேட்பதாக

நினைத்துக்கொண்டு கேட்டேன்.

> சரி, உங்களுக்குப் பெயர் கிடையாதென்றே வைத்துக் கொள்வோம். இவ்வளவு நேரம் நீங்கள் சொன்ன உங்கள் பூர்வ கதையில் உங்களுக்கு இருந்த பெயர் என்ன?

அவர் நிதானமாகச் சொன்னார்.

> நண்பரே, அந்தக் கதையில் ஒரு வார்த்தை கூட உண்மையில்லை. நடுவழியில் கார் நின்று நீங்கள் தள்ளிக்கொண்டு வந்ததைப் பார்த்தேன். அந்நிய மாநிலத்தவர்போலத் தெரிகிறீர்கள். முன்பின் தெரியாத இடத்தில் இருக்கிறீர்கள். பொழுது உற்சாகமாகப் போகட்டுமே என்று கதை சொன்னேன். அடடா, நீங்கள் நிஜமென்றே நம்பிவிட்டீர்களோ? வரட்டுமா.

பதிலுக்காகக் காத்திராமல் வெளியேறி இருளில் கரைந்தார். முதுகில் மாட்டியிருந்த பையில் உருளையாகக் கோல்கள் இரண்டு மூன்று இருந்தன. அவர் நடக்கும்போது அவை அவருடைய முதுகில் உறுத்தித் துரத்துவதுபோல விரைந்து நடந்தவர், டாபாவுக்கு வெளியிலிருந்த சாலையோர மரத்தின் பின்னுள்ள புதரில் மறைந்ததாகத் தோன்றியது. நேகி வந்து, வண்டி தயார் என்று அறிவித்தான். நாங்கள் மூவரும் முகத்தை அழுந்தத் துடைத்தவாறே காருக்குள் நகர்ந்தோம்.

கார் கிளம்பியபோது, புதருக்குப் பின்னாலிருந்து புல்லாங்குழலோசை வீறிட்டுக் கிளம்பியது.

கண்ணில் தெரியுது வானம் தொகுப்பு - *2001*

ஸாதுவன் கதை
- ஒரு முன் விவாதம்

இஸ்மாயில் இன்று வருவதாகச் சொல்லியிருந்தான். நான் எழுதவிருக்கும் சிறுகதை ஒன்றைப் பற்றி அவனுடன் பேச உத்தேசித்திருந்தேன். இதுவரை நான் எழுதிப் பிரசுரம் ஆன, ஆகாத கதைகள் கவிதைகள் எல்லாமே இஸ்மாயிலின் அங்கீகாரத்துக்குப் பிறகே அவற்றின் இறுதி வடிவத்தை அடைந்தவை. வரிகளுக்குப் பதிலாக, வரிகளின் இடைவெளிகளைப் படிப்பவன் அவன் என்பது என் அபிப்பிராயம். பரந்துபட்ட வாசிப்பறிவும், நிகழ்வு எதையும் அது நிகழும் கால - வெளிப் புலத்துக்கு முன்னும் பின்னும் அசைத்துப் பார்க்கும் திண்மையும் கைகூடியவன் என்று நான் கருதுகிறேன். தான் எழுதுவதில்லையே தவிர, எழுத்தின் அனுபவத்தளத்தை, அதன் நாடித் துடிப்பைப் பற்றுவதில் கெட்டிக்காரன். பாழ்வெளியிலிருந்து ஒவ்வொரு அம்சமாகத் திரண்டு என் எழுத்து ஒரு கலைப்பொருளாகப் பரிணமிப்பதை இஸ்மாயிலின் பிரயாசைக்குப் பலன் என்றே சொல்வேன்.

இஸ்மாயில் உற்சாகமாக இருந்தான். மொட்டை மாடியில் எங்கள் தனிமைக்காகப் போடப்பட்ட தென்னங்கீற்றுக் கொட்டகையில் சாகச வடிவங்களில் மிதக்கும் சிகரெட் புகையின் பின்னணியில் அந்தக் கதை பற்றிச் சொன்னேன்.

இஸ்மாயில், ஸாதுவனைப் பற்றி எழுதப்போறேன்.

ஸாதுதானே. அட்டகாசமா எழுதலாமே.

முதல் பத்தி எழுதிட்டேன். வாசிக்கட்டுமா?

அதை முதல்ல எடுத்துட்டு வா. வரும்போது பத்மினியைக் காஃபி கொண்டுவரச் சொல்லு.

கதையின் முதல் பகுதியை எடுத்து வரக் கீழே சென்றேன். நானும் இஸ்மாயிலும் 1980களின் கடைசியில் ராமநாதபுரத்தில் ஒன்றாகப் பணிபுரிந்தபோது எங்களுக்கு நண்பராக வாய்த்தவர் திரு. ஸாதுவன். பஞ்சாப் நேஷனல் வங்கியில் அதிகாரியாக மாற்றலாகி வந்தார். ராமநாதபுரத்துக்கு வருவதற்கு முன் சென்னையிலும் வட மாநிலங்களில் பல்வேறு இடங்களிலும் பணியாற்றியவர். அவருடன் எங்கள் மாலை நேரங்கள் பேசிப் பேசிக் கழியும். சின்னக்கனி காம்ப்ளக்ஸ் மூன்றாவது மாடி அறையில் நாங்கள் இருவரும் குடியிருந்தோம். அவர் வண்டிக்காரத் தெருக்கோடியில் ஒரு வீட்டின் மாடியை வாடகைக்கு எடுத்திருந்தார்.

வாசிக்கட்டுமா?

ம்.

ஸாதுவன் எனக்கு நண்பராகக் கிடைத்தது பெரும் பேறு என்றே சொல்லவேண்டும். தகவல்கள் மற்றும் அனுபவங்களின் களஞ்சியம் அவர். எங்கோ ஆரம்பிக்கும் பேச்சு அவருக்கு மட்டுமே தெரிந்த ரகசியக் கண்ணிகளின்வழி நகர்ந்து எங்கெங்கோ அலையும். சில நாட்களில் பேச்சு ஆரம்பித்த இடத்தை நினைவுகூர முயன்று பரிதாபமாகத் தோற்றிருக்கிறேன். அதை அவரிடம் ஒருமுறை சொன்னபோது, ஜப்பானியக் கவிதை ஒன்றைச் சொன்னார் அவர். முந்தின இரவில் பார்த்த எரிகல் வீழ்ந்த இடத்தை மறுநாள் காலையில் தேடிப் போனவனைப் பற்றிய கவிதை அது.

ஆனால் எனக்கொரு மனக்குறை இருந்தது. ஸாதுவன் எப்போது எங்கள் அறைக்கு வந்தாலும்,

இஸ்மாயில் இருக்காரா.

என்றபடியேதான் நுழைவார். எனக்கு வருத்தமாக இருக்கும். என்னைப் பார்ப்பது அவருக்கு முக்கியமான விஷயமாயில்லை என்பது ஏற்கனவே என்னைப் பற்றி எனக்கிருக்கும் தாழ்வுணர்வை அதிகமாக்கும். நானாகச் சமாதானம் கொள்வேன். பரவாயில்லை, இஸ்மாயில் இல்லாதபோது உடனே திரும்பிவிடுவதில்லையே அவர். என்னோடு பேசிக்கொண்டுதானே இருக்கிறார். நான் என்னை இன்னும் தகுதிப்படுத்திக்கொள்வதுதான் முக்கியம். ஒரு மாலை நேரத்தில் ஸாது வந்தார்.

இஸ்மாயில் இருக்காரா.

இல்லையே ஸார். மதுரையிலிருந்தே நாளைக்கித்தான் வரான்.

அப்படியா. அட என்கிட்டேயே சொல்லியிருந்தாரே. நான்தான் மறந்துட்டேன். பரவாயில்லெ. நாம பேசிக்கிட்டு இருக்கலாம். டீ சாப்பிடுவோமா.

மூன்றாவது மாடியிலிருந்து இறங்கி வந்தோம். டீ குடித்துவிட்டு பக்கத்திலிருந்த மைதானத்தில் சென்று அமர்ந்தோம்.

கிருஷ்ணன், மகேந்திரனைப் பத்திச் சொல்லியிருக்கேனா?

இல்லையே ஸார்.

அவனும் நானும் பள்ளிக்கூட நாளிலேர்ந்தே சினேகிதர்கள். அப்பவே அவனுக்கு சினிமாவில் ஆர்வம் ஜாஸ்தி. எம்ஜீயார் படம் ஒண்ணு விடமாட்டான். அப்பிடி இருந்தவன் உலக சினிமாவில் அக்கறை உள்ளவனாய் எப்ப மாறினான் ங்கிறது எனக்கே ஆச்சரியம்தான். காரைக்குடி அழகப்பா யுனிவர்சிட்டியில் படிக்கும்போது சினிமா வெறியனாகவே மாறிட்டான். சினிமாவின் தொழில் நுட்பங்கள், நுணுக்கங்கள் எல்லாம் அத்துப்படி. வருஷா வருஷம் உலகப் படவிழா எந்த ஊரில் நடந்தாலும் நண்பர்கள்கிட்டப் பணம் வாங்கிச் சேர்த்துப் புறப்பட்டுப் போயிடுவான். அந்தச் சமயத்திலேதான் உமா சந்திரனின் **முள்ளும் மலரும்** கல்கி பத்திரிகையில் தொடர்கதையாய் வருது. மூணாவது அத்தியாயத்திலேயே

> சொன்னான்: இது சினிமா ஆக வேண்டிய கதை. அந்தந்த வாரம் கல்கி வந்ததும் அதைப் படிச்சு விவாதிச்சு திரைக்கதையாக எழுதுவான்.

எனக்கு தமிழ்த் திரைப்பட இயக்குநர்களில் இரண்டுபேர் மீது அளவற்ற மரியாதை உண்டு . ருத்ரய்யா, மகேந்திரன். ருத்ரய்யாவின் இரண்டாவது படம் ஒரு கிராமத்து அத்தியாயம் படு மோசமாக அமைந்திருந்தது என்று பலர் சொன்னாலும், வியாபாரிகளால் கட்டிப்போடப்பட்ட கரங்களுடன் ஒரு கலைஞன் எப்படிச் சுதந்திர மாகச் செயல்பட முடியும் என்று அவர்களிடம் சொல்வேன். மகேந்திரன் அப்படியில்லை. மேடைப் பேச்சு என்ற ஆறுமாதப் பயிற்சி வகுப்பில் (எங்கள் கல்லூரியில் இதுபோன்ற பல வகுப்புகள் இருந்தன. புகைப்படம் என்றால் என்ன, உன் உடம்பைத் தெரிந்து கொள், இதழியல் அறியவேண்டுமா, படைப்பிலக்கியம் அறிவோமா, வானவியல் - சிறு அறிமுகம் என்று பலவிதமான வகுப்புக்கள் ஒரு செமஸ்டர் மட்டுமே நீடிக்கக்கூடியவை.) மகேந்திரனின் **நண்டு** படத்தைப் பற்றி நான் அரைமணி நேரம் பேசியதும், வேத. சுவாமிநாதன் அய்யா என் பேச்சைப் பாராட்டி ஒரு பால் பாயிண்ட் பேனா பரிசளித்ததும் அதை அன்று மாலையே நான் வேதவல்லிக்குப் பரிசளித்துவிட்டதும் வரிசையாக ஞாபகம் வந்தன. ஸாது தொடர்ந்தார்.

> படிப்பு முடிஞ்சு அவன் ஒரு பக்கமும் நான் ஒரு பக்கமும் போய்விட்டோம். முள்ளும் மலரும் படம் வந்த மறுமாதம் மெற்றாஸில் நாங்கள் சந்தித்தபோது என்னை வற்புறுத்தி அந்தப் படத்துக்குக் கூட்டிக்கிட்டுப் போனான். இந்தக் காட்சியை இப்படி வச்சிருக்கலாம், இந்த இடத்தில் இந்தப் பாட்டை வச்சிருக்கக்கூடாது, இந்த இடத்தில் பார் காட்சியின் மூடுக்கு இந்த லைட்டிங் எப்படி அற்புதமா மிக்ஸிங் ஆகுதுன்னு பேசிக்கிட்டே போனான். எனக்கானால் ஆச்சரியம். பூர்த்தியாகிவிட்ட ஒரு படைப்பை எவ்வளவு அப்ஜெக்டிவ்வா விமர்சிக்கிறான் இவன்.

எனக்கு ஸாதுவின்மேல் இருந்த மரியாதையும் வியப்பும் பன்மடங்கு கூடியது. அவ்வளவு பெரிய இயக்குநரின் நண்பராயிருந்திருக்கிறார். இந்த நாலு மாதப் பழக்கத்தில் ஒருமுறைகூட அதைக்

குறிப்பிட்டதில்லை. எவ்வளவு தன்னடக்கமான மனிதர். இவரிடம் கற்றுக்கொள்ள வேண்டிய விஷயம் இது. சுந்தர ராமசாமியிடம் இருந்து வந்த ஒரு கடிதத்தை எத்தனை பேரிடம் காட்டிப் பெருமையடித்துக் கொண்டிருக்கிறேன் நான்.

ஒரு தடவை அவரைச் சந்தித்துவிட்டு வந்த பிறகு 'என் நண்பர் சுந்தர ராமசாமி' என்று எத்தனை தடவை சொல்லியிருக்கிறேன்.. (இஸ்மாயில்: நீயும் ராமசாமியும் ஒண்ணாங் கிளாசிலேர்ந்து கூடப் படிச்சவர்கள்னுதான் யாருக்கும் தோணும்டா நீ சொல்ற விதத்திலே)

ஸாதுவன் மூலமாக நான் மகேந்திரனைச் சந்திப்பதற்குக்கூட வாய்ப்பு இருக்கிறது. அப்போது மைதானத்தின் குறுக்காக ஒருவர் நடந்து வந்தார். கையில் ஒரு மஞ்சள் நிறப் பை வைத்திருந்தார். அதை அவர் கையில் வைத்திருந்த விதத்திலிருந்து அதனுள் ஒரு வட்ட வடிவ டப்பா இருப்பது தெரிந்தது. அவர் எங்களை நோக்கித்தான் வந்தார். ஸாதுவனைப் பார்த்துப் புன்னகைத்தபடியே வந்தார். அருகில் வந்தவுடன் ஸாது என்னிடம் சொன்னார்.

> கிருஷ்ணன், ஆங்கிலத்தில் ஒரு பழமொழி இருக்கிறது. Think of the devil, and there he is ன்னு. நான் இவ்வளவு நேரம் சொல்லிக்கிட்டிருந்தேனே மகேந்திரன், அது இவன்தான். எல்.ஐ.சியில் வேலை பார்க்கிறான். ப்ரொமோஷன்லே வந்திருக்கான் இங்கே. மகேந்திரா, இவர் கிருஷ்ணன், என் நெருங்கிய நண்பர்.

வந்தவர் ஸாதுவின் இடது பக்கம் உட்கார்ந்தார். எனக்கும் மகேந்திர னுக்கும் நடுவில் உட்கார்ந்திருந்த ஸாதுவன் ஒரு கட்டெறும்பைப் போலத் தென்பட்டார் எனக்கு.

இஸ்மாயில் குலுங்கிக் குலுங்கிச் சிரித்தான் கொஞ்ச நேரம். கண்ணில் திரண்ட ஓரிரு துளிகளைக் கைக்குட்டையால் ஒற்றியவாறே சொன்னான்.

> சொன்னதேயில்லையேடா எங்கிட்டே. நல்லா வந்திருக்குடா. மகேந்திரனைச் சந்திக்கிற வாய்ப்பைப் பத்தி நீ யோசித்த அடுத்த நிமிஷமே மகேந்திரனைச் சந்திச்சுர்றது பிரமாதமான இடம். தொடர்ந்து எழுதிரு.

இந்தப் பத்தியை எழுதினதுக்கு அப்புறம் இந்தக் கதை சம்பந்தமா ஒரு யோசனை வந்திருக்கு இஸ்மாயில். ஸாது பொய்யே சொல்லலே பாத்தியா. ஒரே ஒரு வார்த்தை அவருடைய மனசில் உண்டாக்கின சித்திரமும் என் மனசிலே உண்டாக்கின சித்திரமும் வேற வேறே என்கிறதுனாலே அவர் சொன்னது எனக்குப் பொய்யாய் ஆகுது. ஒரே சித்திரம் உண்டாகியிருந்தா அது உண்மை ஆகியிருக்கும் இல்லையா. கதை முழுக்கவே இது நடந்தா நல்லாயிருக்கும்னு தோணுது.

அது ஒண்ணும் சிரமமில்லேடா. நீ எழுத நினைக்கிற சம்பவங்களைச் சொன்னா அதை இதே போக்குலே வளர்த்தெடுத்திடலாம். இந்தப் பத்தியில் ஒரு குறை இருக்கு. ஆனா அது ஒண்ணும் பெரிய விஷயமில்லை.

என்ன அது?

ஸாது உன்னோட பேசிக்கிட்டிருக்கும்போதே, தமிழ்த் திரைப்பட இயக்குநர்கள், நீ படிச்ச கல்லூரியில் இருந்த வகுப்புகள், வேதவல்லின்னு பல வரிகள் போகுதில்லையா. அந்த யோசனையின் இடைவெளியில் ஸாது என்ன செஞ் சிக்கிட்டிருந்தார்ன்னு ஒரு கேள்வி வருதில்லையா. ஆனா, எழுத்து தான் எழுத்தாய் இருக்கிறதுனாலேயே இந்தச் சலுகையை எடுத்துக்கலாம். மனோவேகத்தை எழுத்தில் பதிவு பண்ண முடியாத சிக்கல் எப்பவுமே தீராதது. மூணாவது பரிமாணமே இல்லாத தளத்திலே நாலாவது பரிமாணத்தை எப்படி உருவாக்குறது?

புரியலையே இஸ்மாயில்.

இதெல்லாம் எதுக்குப் புரியணும். நீ இயல்பா எழுது.

அடுத்த பத்தியைச் சொன்னேன்.

ஒரு வேலை நாளில் காலை ஏழு ஏழுரை இருக்கும். சின்னக்கனி காம்ப்ளக்ஸில் இருந்த எங்கள் அறை முன்னுள்ள வராந்தாவின் கைப்பிடிச் சுவரில் கவிழ்ந்து தெருவை வேடிக்கை பார்த்துக்

கொண்டிருந்தேன். மத்தள ஓசையுடன் ஒரு மூவர் குழு வந்தது. பம்பையாய்த் தலை வளர்த்த ஒருவன் மத்தளம் வாசிக்கவே தெரியாதவன்போல ஓசையெழுப்பி வர, இரண்டாமவன் கயிறை முறுக்கிச் செய்யப்பட்ட சவுக்கை இடது தோளில் அணிந்து வலது கையில் பளபளத்த பித்தளைத் தட்டுடன் ஒவ்வொரு வாசலிலும் நின்று பாட்டுப் பாடி யாசகம் கேட்டான். அவனுடைய மொழி புரியாததாகவும், கீச்சுக்குரல் பெண் குரலை ஒத்ததாகவும் இருந்தன. மூன்றாமவன்தான் என் கவனத்தை மிகவும் ஈர்த்தான். அவனுடைய உடையின் விநோதம் என்னைக் குழப்பத்திலாழ்த்தியது. உச்சித் தலையில் கொண்டையிட்டு அதில் எதையோ செருகியிருந்தான்.

விறுவிறுவென்று படிகளிலிறங்கிக் கீழே போனேன். மூன்றாமவனின் உடையில் வலது பாதி ஆண் உடை. இடது பாதி பெண்கள் உடுத்துவது. முகத்தின் வலது பாதி, வலத் தொண்டை, வலதுகை, வலது பாதம் ஆகிய இடங்களில் நீல நிறச் சாயத்தையும் உடலின் இடது பகுதிகளில் வெளிர் செந்நிறச் சாயத்தையும் பூசியிருந்தான். கொண்டையின் வலதுபுறம் ஒரு சின்னஞ்சிறு வெண்குடுவையைச் செருகியிருந்தான். எங்கள் வாசலில் நின்றபோது வயிற்றில் எதையோ அமுக்கினான். தலைக் குடுவையிலிருந்து சிசுவின் மூத்திரம் போன்ற சன்னத் தாரையொன்று பீய்ச்சியது. அப்போதுதான் புரிந்தது, அவன் அர்த்தநாரீஸ்வர வேடம் தரித்திருக்கிறான் என்பதும், அவன் தலையில் இருந்த குடுவை கங்கை என்னும் ஜீவநதி என்றும்.

அலுவல் நிமித்தம் எங்கள் வங்கிக்கு ஸாதுவன் வந்தார் அன்றைக்கு. தேநீரும் சிகரெட்டும் அருந்தப் போனோம். நான் காலையில் பார்த்த காட்சியை அவரிடம் சொன்னேன். அவருக்குத் தெரியாதது ஒன்று உண்டா?

> அவங்களைக் காலைல நானும் பார்த்தேன் கிருஷ்ணன். கொஞ்சநேரம் பேசிக்கிட்டிருந்தேன். ஆந்திராக்காரங்க. பலவேசக்காரங்கன்னு நம்ம பக்கம் சொல்வோம் அவங்கள. ரொம்ப ஆசாரமானவங்க. தெலுங்குல ரொம்பப் பாண்டித்தியம் உள்ளவங்க. ஒவ்வொரு நாள் ஒவ்வொரு வேஷம் போடுவாங்க. மூணுபேர் வந்தாங்க இல்லியா. மத்த ரெண்டு பேரும்கூட வேஷம் போடக் கூடியவங்கதான். மத்தளக்காரன் அனுமார் வேஷத்திலே கில்லாடியாம்.

ஒப்பனையில்லாத வெறும் முகத்தையே ஒரு செகண்டிலே குரங்கு முகமாக்கிக் காமிச்சான்.

அன்று மாலை, எங்கள் கட்டிடத்தின் தரைத் தளத்திலிருந்த தேநீர்க் கடையில் அவர்கள் மூன்று பேரையும் பார்த்தேன். தங்களுக்குள் தெலுங்கிலும் கடைக்கார நாயரிடம் நல்ல தமிழிலும் பேசினர். ஒருவன் கையில் இருந்த பையில் ஜாங்கிரிபோலப் பிழியப்பட்ட எழுத்துக்கள் அச்சடித்திருந்தன. சொந்த ஊர் எது என்று நாயர் கேட்டதற்கு அவர்களில் ஒருவன் 'சின்னத்தாராபுரம்' என்றான்.

எனக்கு ஸாதுவின்மேல் கோபம் வந்தது. அன்றிரவு பாட்டி மெஸ்ஸில் சந்தித்தபோது கேட்டேன்.

என்ன சார் இது, அவங்க ஊர் சின்னத்தாராபுரமாமே.

இருக்கட்டுமே.

நீங்க ஆந்திரான்னு சொன்னீங்க. சின்னத்தாராபுரம் ஆந்திராவிலேயா இருக்குது?

ஸாதுவன் சிரித்தார்.

அட, அவசரக்காரராயிருக்கீங்களே கிருஷ்ணன். காலைல நான் சொன்னதைத் தப்பாப் புரிஞ்சுக்கிட்டீங்க போலிருக்கு. நான் இவங்க வகையறாவோட பூர்வீகம் ஆந்திரான்னு சொன்னேன். இந்த மூணு பேரோட ஊரு சின்னத்தாராபுரமாகவும் இருக்கலாம், செம்பட்டியாகவும் இருக்கலாம். அதப் பத்தி நமக்கென்ன.

இஸ்மாயில் பொறுமையாகக் கேட்டுக்கொண்டிருந்தவன் சொன்னான்.

இதை என்னிடமும் சொல்லியிருக்கார்டா

என்னன்னு?

கிருஷ்ணன் என்னைச் சந்தேகப்படுறாரு. நான் பொதுவாகச் சொல்றதையெல்லாம் குறிப்பாகவும் குறிப்பாச் சொல்றதையெல்லாம் பொதுவாகவும் புரிஞ்சுக்கிட்டு தானும்

அவஸ்தைப்பட்டு, என்னையும் சந்தேகப்படறாரு ன்னார். அது முக்கியமில்லே, அதுக்கப்புறம் என்கிட்டே அவர் சொன்னதையும் நீ கதையிலே சேத்திடணும்னு நினைக்கிறேன்.

சொல்லு.

இஸ்மாயில், எங்கேர்ந்து வரேன்னு ஒருத்தனைக் கேட்டா அவன் எத்தனை விதமான பதிலைச் சொல்ல முடியும். அம்பாத்துரை பஸ் ஸ்டாண்டிலேயிருந்து, பஸ் படிக்கட்டிலே யிருந்து, அம்மா வயிற்றிலேயிருந்து, அப்பாவின் குறியிலேயி ருந்து, போன ஜென்மத்தின் முடிவிலேயிருந்து, குரங்கிலே யிருந்து, பெருவெடிப்பிலேயிருந்து... சொல்லிக்கொண்டே போகலாம்.

கிருஷ்ணனுக்கு இப்படிச் சொன்னாப் புரியாது ஸார்.

அப்பன்னா, இப்படிச் சொல்லுங்க அவர்கிட்டே. திருச்சியிலே இருக்கிறவனுக்கு அது காவேரி, கொள்ளிடம். வட இந்தியா விலேர்ந்து வரும் யாத்திரைப் பேருந்தில் பாலத்தைக் கடக்கிற வனுக்கு நதி. கரையில் தர்ப்பணம் பண்ணி வைக்கிற சாஸ்திரிக்கு ஜலம். ரங்கநாதர் அபிஷேகத்துக்குப் போகும்போது தீர்த்தம். கரையில் ஒதுங்கிவிட்டு கால்கழுவ வருகிறவனுக்குத் தண்ணீர். வேதியியலைத் தன் பார்வையின் அடிப்படையாய் வச்சிருக்கிறவனுக்கு ஹெச் டூ ஓ. ஃப்ரிட்ஜாஃப் காப்ராவுக்கு அணுக்களின் கும்மாளம். பார்வையையும் பயன்பாட்டையும் பொறுத்துத்தான் ஒண்ணோட வடிவமும் நம்பகத்தன்மையும் நிர்ணயமாகுது.

ரொம்பப் படபடப்பாய் இருக்கீங்க ஸாது ஸார்.

பின்னே என்னங்க, நான் சொல்றதைச் சொல்ற மாதிரி வாங்கிக்க முயற்சி பண்ணவாவது வேண்டாமா?

பத்மினி மாடியேறி வந்து சாப்பிட அழைத்தாள். சமையலைத் தவம்போலச் செய்யக்கூடியவள். இடியாப்பமும், தேங்காயை அரைத்துவிட்ட குழம்பும், கூழ் வடகமும், இலை வடகமும் அமிர்தமாய் இருந்தன.

பத்மினி சமைப்பதைப் பார்ப்பதே ஒரு அனுபவம்தான். திட்டமாய் எடுத்துக்கொண்ட உப்பை உடனடியாகப் பதார்த்தத்தில் போட்டுவிட மாட்டாள். உள்ளங்கையில் ஏந்தின உப்பை ஒரு முறை பார்த்துவிட்டு, கண்களை மூடிக்கொள்வாள். தியானத்தின் அமைதி இருக்கும் முகத்தில். ஒரு கணம் சென்று மறுபடி உப்பைக் கண்திறந்து பார்ப்பாள். பிறகு சம்மதத்துக்கு அடையாளமாய்த் தலையாட்டிவிட்டு உப்பை மெதுவாகப் பதார்த்தத்தில் சரிப்பாள். சமையல் ஆன்மிகமான பரிமாணத்தைக் கொள்ளும். இஸ்மாயில் சொல்வான்.

> சைவம் சாப்பிடணும்னா பத்மினி கையால சாப்பிடணும்டா. சமைக்கிற கைக்குக் கங்கணம் வாங்கிப்போடு.

மோடம் போட்டிருந்தது. கீற்றுக் கொட்டகை குளிர்பதனம் செய்யப்பட்ட அறைபோல இதமாய் இருந்தது. நான் சொன்னேன்.

> இஸ்மாயில், ஸாது உனக்கு அறிமுகமானதை என்னிடம் சொல்லியிருக்கிறார். அதையும் கதையில் சேர்த்துவிடட்டுமா?
>
> என்னன்னு சொன்னார்?
>
> வாஹித் ட்ரான்ஸ்போர்ட்டில் உன்னோடு பரமக்குடிவரை அருகில் உட்கார்ந்து பயணம் செய்தாராம். பரமக்குடிவரை நல்ல தூக்கம். டீ குடிக்கிறதுக்காக வண்டியைப் போட்டபோது திரும்பி உன்னைக் கவனித்திருக்கிறார். உன் கையில் Richard Bach கோட Jonathan Livingston Seagull இருந்ததாம். தீவிரமான முகத்தோட நீ படிச்சுக்கிட்டிருந்தயாம். உடனே அட, நம்மாளுன்னு தோணிச்சுன்னார். அப்பவே உன்னைப் பத்தி விசாரிச்சு, தன்னையும் அறிமுகப்படுத்திக்கிட்டாராம். அன்னிக்கி சாயங்காலமே சந்திச்சு மணிக்கணக்காப் பேசிக்கிட்டிருந்தோம்ன்னார்.
>
> கிருஷ்ணா, லோகாயதமான விஷயங்கள்ல ஸாதுவோட ஞாபகசக்தி ரொம்ப பலவீனமானது. அவரும் நானும் ஒண்ணாப் பிரயாணம் பண்ணினது உண்மைதான். நான் Bach புஸ்தகம் கைல வச்சிருந்ததும் உண்மைதான். ஆனா,

அது Seagull இல்ல Illusions. தவிர, என்னோட கண்ணைப் பத்தித்தான் உனக்குத் தெரியுமே. வலது கண் மைனஸ் 7, இடது கண் மைனஸ் 7.5. என்னால ஓடுற பஸ்ல படிக்க முடியுமா. இன்னொரு முக்கியமான விஷயம், நாங்க அப்போ அறிமுகமாகவேயில்ல. உண்மையிலே நான்தான் அவரைத் தேடிப் போனேன்.

அதைச் சொல்லு.

நம்ம குண்டு மோகன் இருந்தான் இல்லையா.

ஆமா, பி.என்.பி. மோகன்.

அவன் சொன்னான். அவனுடைய கிளையில் புதுசாய் ஒரு அதிகாரி வந்திருக்கார். பல விஷயங்கள் பேசுறார். குறிப்பா தியானம் பத்தி என்னென்னமோ சொல்றார். தியானத்திலே பறக்க முடியுங்கிறார். உனக்கு அறிமுகமாக வேண்டிய ஆளுன்னான்.

சாயங்காலம் டீக்கடையிலே அறிமுகம் செஞ்சு வச்சான்.

அறிமுகமான ஐந்தாவது நிமிஷத்திலேயே ஸாது சரளமாகப் பேச ஆரம்பித்துவிட்டாராம். ராமநாதபுரத்தின் தெருக்களுக்கு இரண்டு சிறப்பம்சங்கள் உண்டு. ஒன்று அடர்ந்த புழுதி. நான் வந்த புதிதில் சைக்கிளில் சென்று பிறழ்ந்து வீழ்ந்து முட்டியில் பலத்த அடிபட்டு, சைக்கிளை மறுபடியும் மதுரையில் கொண்டு போட்டுவிட்டேன். இரண்டாவது அம்சம், பன்றிகள். தெருவின் கரைகளாய் இருபுறமும் ஓடும் சாக்கடையில் முங்கிக் கிடந்து விட்டு, நினைத்த மாத்திரத்தில் சொட்டச் சொட்டத் தெருவில் பாயும் ஆசாரமான பன்றிகள். ஸாது சொன்னாராம்:

பன்றிகளின் முகத்தில் உணர்ச்சியின் சுவடேயில்லை பார்த்தீர்களா. துக்கமோ சந்தோஷமோ இல்லாத ஞானியின் முகம் அது. இந்த தேசத்தை உண்மையிலேயே உணர்ந்திருக்கிற இரண்டே ஜீவராசிகள் எருமையும் பன்றியும்தான். சதா சேற்றிலேயும் சாக்கடையிலேயும் ஊறும் அவைதான் இது ஒரு வெப்ப தேசம் என்பதை உணர்ந்தவையே தவிர, நாலு மணி வெய்யிலில் ஷூவும் டையும் கட்டிக்கொண்டு சைக்கிள்

மிதிக்கும் அதோ அந்த மெடிக்கல் ரெப்ரஸன்டேட்டிவ் அல்ல.

இஸ்மாயில் விழுந்து விழுந்து சிரித்தானாம். சற்று நேரம் கழித்து குண்டு மோகன் சொன்னானாம்.

ஸார், அந்த தியானம் பற்றி இஸ்மாயில்கிட்டச் சொல்லுங்க.

அதெல்லாம் எதுக்கு இப்ப. பிறகு ஒரு சமயம் சொல்லலாம்.

அன்று மாலை இஸ்மாயிலும் ஸாதுவும் மட்டும் இருந்து வெகுநேரம் பேசிக்கொண்டிருந்திருக்கிறார்கள். அப்போது ஸாது சொன்ன விவரம் இது.

ஸாது தியானம் பழகியது செங்கோட்டையில். அங்கேதான் சாமி தனக்குப் பழக்கமானதாய்ச் சொல்லியிருக்கிறார் ஸாது. சாமியின் பெயர் நாகலிங்க சாமி. சிவப்பு நிறமான, தடித்த நூலில் கோர்த்த, ஒற்றை உருத்திராட்சத்தைக் கழுத்தில் மாட்டியிருக்குமாம் சாமி. கறுத்து அடர்ந்த தாடி. காலம் உறைந்த கண்கள். லேசான மாறுகண். எப்போதும் அவை ரத்தச் சிவப்பாய் இருக்குமாம். குற்றால மலையில் உள்ள சித்தர்கள் சிலரோடு சாமிக்குப் பழக்கம் உண்டு. கஞ்சாப் பழக்கமும் உண்டு. நாகலிங்க சாமியைப் பற்றிச் சொல்லும்போது கனவின் வெறிபடர்ந்து முகம் வெளிறிவிட்டது ஸாதுவுக்கு என்றான் இஸ்மாயில். மை தீட்டின மாதிரி இருக்கும் கீழ் இமையின் முடி வரிசையில் பளபளப்பு ஏறிவிட்டதாம்.

சாமி, ஸாதுவுக்கு தியானமும் கஞ்சாவும் பழக்கிவிட்டது. கஞ்சாவைவிடத் தியானம் பெரிய போதையாகிவிட்டது. தினமும் காலையிலும் மாலையிலும் தியானத்தில் அமர்ந்துவிடலானார். தியானத்தின் அடுத்த கட்டம் பற்றி சாமி சொல்லியிருந்தது. சிறுகச் சிறுகத் தரையை விட்டு எழும்புவது. பத்மாசனத்தில் அமர்ந்தவாறு உத்தரம்வரை பறந்து இறங்க வேண்டும்.

மணிக்கணக்கில் நிஷ்டை. பீஜ மந்திரத்தின் மௌன உச்சாடனம். திரும்பத் திரும்ப. லட்சக்கணக்கில். வாடகைக்கு எடுக்கப்பட்ட ஒரு வீட்டில் நாலைந்து நண்பர்களோடு வசித்து வந்தார் ஸாது அப்போது. நண்பர்கள் இவருடைய தியானம் பற்றிக் கவலை, பயம், கேலி என்று விதவிதமாக எதிரொலிப்பார்கள். தூங்குகிறான்

என்பார்கள். பிசாசு என்பார்கள். கிட்டத்தட்ட மூன்றரை வருஷம். பத்மாசனத் தொடைகள் உயர ஆரம்பித்துவிட்டனவா, ஒரு அங்குல மாவது உயர்ந்திருக்கின்றனவா என்று தெரிந்துகொள்ள இயல வில்லையாம். நண்பர்களிடமும் கேட்க முடியாது. பறப்பது மாதிரி யான உணர்வுகள் ஏற்பட்டது வாஸ்தவம்தான். பறந்தது மனசா உடம்பா என்பதில்தான் குழப்பம் என்று சொன்னாராம் ஸாது.

> ஒரு ஞாயித்துக்கிழமை காலைலே தோணுச்சு. காலையில் எழுந்ததும் காஃபிக்கும் ஹிந்துப் பேப்பருக்கும் பறக்கிற மாதிரியே நான் தியானத்துக்கும் பறக்கிறேன் என்று. அன்று அறையில் யாருமில்லை. தீவிர நிஷ்டை. அசாத்தியமான கதியில் பீஜ மந்திரம் ஓடிக்கொண்டிருக்கிறது. அடிவயிற்றில் வாயுத் தொந்தரவுபோல உணர்ந்தேன். ஒரு பேரலை கிளம்பி வருகிறது. தீக் குழம்புபோல. மூச்சடைத்தது. அலை பெருகி வெடித்து அறையைச் சிதறடித்துக் கருக்கப்போகிறது. எவ்வளவு நேரம் அந்த நிலை நீடித்தது என்று தெரியாது.
>
> திடீர்னு சிரிப்பு வெடித்தது. தீயின் நாக்குகள்போல விசிறி விசிறிப் பொங்கும் சிரிப்பு. தியானம் என்னிடமிருந்து வருஷக்கணக்காய்ப் பறித்து வைத்திருந்த சிரிப்பு முழுவதும் கொட்டி அறை நிரம் பியது. விடுதலை பெற்றவன்போல உணர்ந்தேன். பிறகு ஒருநாளும் தியானத்தில் அமரவில்லை. கஞ்சாவும் நின்றுவிட்டது.

இஸ்மாயில் சொல்லி முடித்தான். இவன் சொன்னதை அப்படியே எழுதிவிட்டால் போதும் என்று நினைத்துக்கொண்டேன். சற்று நேரம் மௌனமாயிருந்த இஸ்மாயில் ஞாபகம் வந்தவன்போலச் சொன்னான்:

இன்னொரு சம்பவம் ஞாபகம் வருதுடா. அதையும் சேர்த்துக்கோ. ஸாது மெற்றாஸிலே மூணு வருஷம் இருந்தார் இல்லையா. அப்போ நடந்ததாய்ச் சொன்னார்.

ஸாதுவின் வீடு இருந்தது தாம்பரத்தில். அலுவலகம் அண்ணா சாலையில், தினசரி காலையில் மின்சார ரயிலில் எழும்பூர்வரை சென்று, நகரப் பேருந்துக்கு மாறி அலுவலகம் செல்ல வேண்டும்.

தாம்பரம் ஸானடோரியம் நிலையத்தில் ரயிலேறுவார் ஸாது. காலை ஏழேமுக்கால் மணி சுமாருக்கு நிலையம் வந்து சேருவார்.

அந்த நிலையத்தில் ஒரு பைத்தியக்காரன் திரிவானாம். ஈரானியன் போன்ற முகம். முகவாய்க் கட்டையில் மட்டும் முளைத்த தாடி. பித்தான்கள் அத்தனையும் உதிர்ந்த சட்டை. அரையில் இனம் காண முடியாத நிறமடைந்துவிட்ட லுங்கி. அதை மரமேறுபவன் போலத் தார்ப்பாய்ச்சிக் கட்டியிருப்பான். அவனுடைய நடவடிக்கைகளில் ஒரு ஒத்திசைவைக் கண்டுபிடித்திருக்கிறார் ஸாதுவன்.

நடைமேடையின் தாம்பரம் முனையிலிருந்து குரோம்பேட்டை முனைவரை படுவேகமாக நடப்பான். செல்லும் வழியில் ஆங்காங்கே சிதறிக் கிடக்கும் சிகரெட் துண்டுகளைப் பொறுக்கிக்கொள்வான். இடதுகையில் கொத்தாகப் பிடித்திருக்கும் சிகரெட் துண்டுகளுடன் புதிதாய்ப் பொறுக்கிய துண்டையும் திணிக்கும்போது ஏற்கனவே உள்ள துண்டுகள் ஓரிரண்டு சிந்திவிடும். அதைப் பொருட்படுத்தாது நடப்பான். நடைமேடையின் மறுமுனையில் கீழிறங்கிவிடுவான். தண்டவாளத்தைக் கடந்து கருங்கற் சரளையில் கட்டாந்தரையில் நடக்கும் விசையுடன் நடப்பான். நேரே ரயில்நிலையக் காண்டீனுக்கு எதிரில் மேலேறுவான். விளக்குக் கம்பத்தில் சாய்ந்து அமருவான். ஒரு சிகரெட் துண்டைப் புகைப்பான். அது ஓரிரு இழுப்புக்களுக்குத் தான் வரும். பிறகு ஒரு முனையிலிருந்து மறுமுனைக்கு நடை. கொஞ்சமும் மாறாத நடைமுறையில் தன் காலைப் பொழுதைக் கழிப்பவனாகத் தென்பட்டிருக்கிறான் அவன். அவ்வப்போது அவன் பேசும் ஓரிரு சொற்களில் மெல்லின ஓசை மிகுந்த, அடையாளம் தெரியாத மொழியின் சப்தம் இருந்ததாம். இவனை முதல் நாள் பார்த்த சுவாரசியத்தில் மறுநாள் அலுவலகத்துக்குத் தாமதமாக வரத் தொலைபேசியில் அனுமதி பெற்று இவனைப் பார்த்துக் கொண்டேயிருந்திருக்கிறார்.

ரயிலுக்கு நிற்கும் பயணிகளிடம் யாசகம் கேட்பானாம். ஸாது அதிலும் ஒரு உண்மை கண்டுபிடித்திருக்கிறார். அவன் கண்களைக் கண்களால் சந்திப்பவர்களிடம் மட்டுமே கையேந்துவானாம். பிறரிடம் நிற்பதுகூட இல்லை.

சம்பவ தினத்தன்று ஸாது அவனைப் பார்த்துக் கொண்டேயிருந்திருக்கிறார், வழக்கம்போல. விளக்குக் கம்பத்தில்

சாய்ந்து அமர்ந்தவன் சிகரெட் பற்ற வைத்துக்கொண்டு, ஸாதுவை உறுத்துப் பார்த்திருக்கிறான். வழக்கமான அளவைவிடச் சற்று அதிக நேரம் அவன் பார்க்கிறான் என்று தோன்றியிருக்கிறது இவருக்கு.

திடீரென்று விநோதமான எண்ணம் ஒன்று உதயமாகியிருக்கிறது. தன்னுடைய பார்வையில் பதிந்த அவனைப்போல, அவனுடைய பார்வையில் பதிந்த தான் எவ்வவாயிருப்போம்? இப்போது பைத்தியக்காரன் ஸாதுவைப் பார்க்கிறான்.

தவறாமல் ஏழரை மணிக்கு இந்த மனிதன் தோன்றுகிறான். வண்டிகளைப் பாதுகாக்கும் இடத்தில் வழக்கமாய் தான் நிறுத்தும் இடத்தில் ஸ்கூட்டரை உருட்டிச் சென்று நிறுத்துகிறான். வெளியில் வந்து இரண்டு சிகரெட்டுகள் வாங்கி ஒன்றைப் பற்றவைத்துக் கொள்கிறான். மற்றதைச் சட்டைப் பையில் போட்டுக்கொள்கிறான். இருபுறமும் கவனமாகப் பார்த்துவிட்டு தண்டவாளத்தைத் தாண்டி நடைமேடையில் ஏறுகிறான். மெல்ல நடந்து வந்து காண்ட்டீன் சுவரில் சாய்ந்து நிற்கிறான். வரும் ரயிலில் கூட்டம் அதிகமிருந்தால் அதை விட்டுவிடுகிறான். அடுத்த ரயிலில் கூட்டம் அதிகமிருந்தாலும் பிரயாசைப்பட்டு ஏறிவிடுகிறான். எந்நாளும் பெண்கள் பெட்டிக்குப் பிந்தின பெட்டிதான். ரயிலோடு இவனும் காணாமல் போய்விடுகிறான். பிறகு மாலையில் வந்திறங்கும் காட்சி ஸாதுவின் மனதில் விரிந்தபோது பயங்கரமாய் உணர்ந்திருக்கிறார் ஸாது.

உத்தேசம் தவிர அவனுக்கும் தனக்கும் எந்த வித்தியாசமும் இல்லை என்பதும், அந்த உத்தேசமும் தான் வடிவமைத்துக் கொண் டதுதான் என்பதும், இயற்கையில் உத்தேசம் என்பது கறுப்புக் காற்சட்டைக்கு பழுப்பு நிற ஷூவும், பழுப்புநிறக் காற்சட்டைக்கு கறுப்பு நிற ஷூவும் என்பதாகவும், அமாவாசையன்று வெங்காயம் சாப்பிடக்கூடாது என்பதாகவும் பெண்கள் பெட்டியில் மறந்து போய்க்கூட ஏறிவிடக் கூடாது என்பதாகவும் இருக்கும் விதிகள் அல்லது அவிதிகள் அல்ல என்பதும் புரியவந்த கணத்தில் ஸாதுவன் அந்தப் பைத்தியக்காரனைத் தன் அத்யந்த சிநேகிதனாய் உணர்ந் திருக்கிறார்.

அவனிருந்த விளக்குக் கம்பத்தினருகில் சென்று, தன் சட்டைப் பையிலிருந்த முழு சிகரெட்டைப் பற்ற வைத்து ஒரு முறை இழுத்து

விட்டு அவனிடம் கொடுத்திருக்கிறார். அவன் முகம் மலர்ந்து வாங்கிக்கொண்டானாம். அவன் முகம் அப்போது பேரழகுடன் பொலிந்தது என்று ஸாது சொல்லியிருக்கிறார் இஸ்மாயிலிடம்.

பிரமாதமாயிருக்கே. இதையும் அப்படியே சேர்த்துட வேண்டியதுதான்.

கதையை விட்டுத் தள்ளுடா. எல்லாமே கதைதான். எதுவுமே கதையில்லையும்தான். எனக்கொரு சந்தேகம் இருக்கு. அதையும் கேளு.

சொல்லு. சொல்லு.

ஸாதுவன் இந்தச் சம்பவத்தை என்கிட்டச் சொல்வதற்கு முந்தின வாரம் நான் அவருக்கு ஒரு புத்தகம் கொடுத்திருந்தேன். ஸால்வடார் டாலியுடைய Diary of a Genius. அதிலே அவருடைய புகழ் பெற்ற பிரகடனம் ஒன்று தலைப்பிலேயே இருக்கும். The difference between me and a madman is that I am not mad. ஸாது இந்த வரியின் செல்வாக்கால் உண்டான சிந்தனையைத்தான் விலாவாரியான சம்பவமாய் நீட்டுகிறாரோ என்ற சந்தேகம் இதைச் சொல்லும் இப்போதுவரை எனக்கு உண்டு. இதை எப்படிப் பரிசோதிப்பது சொல்லு.

அப்படி இருப்பது நம்ம கதைக்கு அனுகூலம்தானே. இந்த டாலி விஷயத்தையும் சொல்லிட்டோம்னாப் போச்சு.

நீ ரொம்ப வேகமாத் தேறிக்கிட்டு வர்றே கிருஷ்ணா. இது வரைக்கும் எழுதினாலே போதுமே.

இல்லே இஸ்மாயில். இன்னும் ஏதோ ஒண்ணு வேண்டியிருக்கு. அதையும் கோத்தால்தான் கதை பூரணமாகும்னு தோணுது.

இஸ்மாயில் கொஞ்சநேரம் அமைதியாய் இருந்தான். ‘மணி நாலு இருக்குமாடா’ என்றான். சிகரெட் பற்ற வைத்துக்கொண்டான். தரையில் போட்டு நசுக்கிவிட்டு, ‘இரு ஒண்ணுக்குப் போயிட்டு வந்துடுறேன்’ என்று இறங்கிப்போனவன் திரும்பும்போது உற்சாகமாக வந்தான்.

> கிருஷ்ணா, இன்னோண்ணு ஞாபகம் வந்துருச்சு. ஆனந்தராஜ் கிட்ட ஸாது சொன்ன ஒரு சமாச்சாரம்.

நானும் உற்சாகமானேன். இஸ்மாயில் சொன்னான்.

> ஸாது விபத்திலே மாட்டிக்கிட்ட கதையை ஆனந்தராஜ் கிட்டே சொன்னாராம். நம்ம ரெண்டு பேரும் மெற்றாஸுக்கு மாற்றலாயி வந்ததுக்கு அப்புறம் நடந்தது இது. அங்கயற்கண்ணி - அதாண்டா, நம்ம பூனைக்கண்ணி - கல்யாணத்துக்கு போயிருந்தேன்ல, அப்போ ஆனந்து சொன்னான். அதையும் சேர்த்துட்டாக் கதை நல்லா ஆயிரும்.

ஆனந்தராஜின் அறைக்கு ஸாதுவன் சென்றிருக்கிறார். முகம் பேயறைந்த மாதிரி இருந்ததாம். லேசாகக் குடித்திருந்தாராம். சொற்கள் ஒருவிதமாய்க் குழறி வெளிவந்ததாம். ஆனந்தராஜ் எதையுமே சற்று ஊதிப் பெரிதுபடுத்தக் கூடியவன் என்பதால் அவன் சொன்னதில் இருபத்தைந்து சதவிகிதம் தள்ளுபடி செய்துவிடலாம் என்று ஆலோசனை சொன்னான் இஸ்மாயில்.

ஸாது தன் முன்னாள் காதலியை அவளுடைய மாமனார் வீட்டில் சென்று பார்க்கப் போய்க்கொண்டிருக்கிறார். என்ன சிந்தனையோ பாவம், கண்ணெதிரில் லாரி வருவது தெரிந்தும், மோட்டார் பைக்கை தான் நினைத்த அளவு ஒதுக்க முடியாமல் போயிருக்கிறது அவருக்கு. பைக்கோடு சரிந்து விழுந்துவிட்டார். பலத்த அடி. ரத்தம் ஓடிக்கொண்டிருக்கிறது. அரை மயக்க நிலை. கூட்டம் கூடிவிட்டது. மல்லாந்து கிடக்கும் நிலையில் ஒவ்வொரு முகமாய்ப் பார்க்கிறார் ஸாது. தெரிந்த முகம் ஒன்றைத் தேடிக் கண்கள் சலிக்கின்றன. கீதாவைப் பார்த்துவிட்டார். ஸாது தேடிக்கொண்டு போனது அவளைத்தான். பக்கத்தில் அவள் புருஷன். மீசையில்லாத முகத்துடன். ஸாது கஷ்டப்பட்டுக் கையை எடுத்து தன் அடர்ந்த மீசையைத் தடவினாராம்.

> இந்த இடத்தில் ஆனந்தராஜ் விழுந்து விழுந்து சிரிக்க ஆரமிச்சுட்டாண்டா. நானும் பொறுத்துப் பொறுத்துப் பார்த்துவிட்டு, ‘எலே சிரிச்சது போதும். பாக்கியைச் சொல்றா’ ன்னு சத்தம் போட்டா, அவன் என்ன சொன்னான் தெரியுமா?

என்னவாம்?

அந்த ஆள் சொல்லும்போது எவ்வளவு கஷ்டப்பட்டு சிரிப்பை அடக்கிக்கிட்டேன் தெரியுமாடா? அப்ப அடக்கின சிரிப்புத்தான் இப்ப வெடிக்குது. இருந்தாலும் ஒண்ணு சொல்லணும்டா. இஸ்மாயிலு. அந்த ஆள் அளகாச் சினிமா எடுக்கலாம்டா. சீனை எப்படிச் சொன்னாருங்கிறே? ன்னான்.

ஸாது 'கீதா... கீதா' என்று கூப்பிட்டாராம். முதலில் மெல்லத்தான் கூப்பிட்டாராம். பிறகு உரக்கக் கூப்பிட்டிருக்கிறார். கீதாவின் பார்வையும் ஸாதுவன் பார்வையும் சந்தித்தனவாம். அடுத்த விநாடி அவள் விருட்டென்று புருஷனோடு நகர்ந்து போயேவிட்டாள்.

அவள் மட்டும் ஓடி வந்து 'ஸாதுவா' என்று என் தலையை ஏந்தியிருந்தால் நான் அப்போதே செத்திருப்பேன். அவள் போய்ட்டாள் பாத்தீங்களா. பழிவாங்கறதுக்காகவாவது உயிரோட இருக்கணும்னு முடிவு பண்ணினேன்

என்று சொன்னாராம் ஸாது ஆனந்தராஜிடம். ஆனந்தராஜ் எவ் வளவோ முயன்றும் அவன் கண்களில் திரண்ட அவநம்பிக்கை ஓரிரண்டு சொட்டுகள் வெளியில் சிந்திவிட்டதாம். ஸாது மிகவும் கோபமாகத் திட்டினாராம்.

அப்பன்னா, நான் சொல்றதை நீங்க நம்பலையா மிஸ்டர் ஆனந்தராஜ். உங்கள்ட்டப் பொய் சொல்ல வேண்டிய அவசியம் எதுவும் எனக்கு இல்லை. நான் சொன்னது நம்ப முடியாம இருக்கலாம். ஆனா ஒண்ணு தெரிஞ்சுக்கங்க. Truth is stranger than fiction.

இஸ்மாயில் சொல்லி முடித்ததும் நான் உற்சாகமாகச் சொன்னேன்.

இதைச் சொல்லியே கதையை முடிச்சுறலாம் இஸ்மாயில். ஸாது இப்படிச் சொல்லிட்டுப் போயிடுறாரு. கதையின் கடைசி வாக்கியம் இப்படி வரும்:

அவர் சொல்லிவிட்டுப் போய்விட்டார். எனக்குத்தான் தீராத

குழப்பம், எது. மெய்ம்மை, எது புனைவு என்று. எப்படி, சரியா வருதா?

வேகமாகத் தேறிட்டு வரே என்று சொன்னேனில்லையா, என்னை மன்னிச்சுரு. தெரியாமச் சொல்லிட்டேன். ஏண்டா மடையா, வியாஸமா எழுதறோம். இதையெல்லாம் வாசகன் கண்டுபிடிக்க விட்டுற வேண்டாமா.

இஸ்மாயில் தானே எழுந்து மாடிப்படியில் நின்று கீழே பார்த்து உரக்கச் சொன்னான்.

பத்மினி, ரெண்டு பேருக்கும் காஃபி வேணுமே.

அவன் வந்து நார்க் கட்டிலில் சாய்வாக உட்கார்ந்ததும் கேட்டேன்.

இஸ்மாயில், நான் பாட்டுக்கு ஸாதுவைப் பற்றி எழுதினா, அவருக்குத் தெரிஞ்சா ஃபீல் பண்ண மாட்டாரா?

அதானே கேட்டேன். இப்படி நீ கேக்காம இருந்திருந்தா நான் ஆச்சரியப்பட்டிருப்பேன். தைரியமா எழுதலாம். அதுக்கு மூணு காரணம் இருக்கு. ஒண்ணு, தியானக் கதை சொன்னேனே. அது சுந்தரமூர்த்தியோட அனுபவம். ஸாதுவோடது இல்லே. ரெண்டாவது, ஆனந்தராஜ் சொன்னதாய்ச் சொன்னேனே, அது நான் போனவாரம் பார்த்த **காதல் வேலியில் இரும்புப் பூக்கள்** என்கிற தெலுங்கு டப்பிங் படத்தோட க்ளைமாக்ஸ். பைத்தியக்காரன் சம்பவம், டாலி புஸ்தகம் படிச்சப்போ எனக்குத் தோணின விஷயம்தான் அது. ஸாது கோவிச்சிக்கிட்டார்ன்னா, மகேந்திரன் விஷயத்துக்கும் பலவேச விஷயத்துக்கும்தான் கோவிச்சுக்கணும். அந்தப் பத்திகள் ரெண்டுலேயும் அவரைப் பத்தி அவதூறா ஒண்ணுமே இல்லை. அதனாலே வீண் யோசனைகளை ஒதுக்கிட்டு ராத்திரி எழுத ஆரம்பிச்சுடு.

தெருவிளக்குகள் ஒரே சமயத்தில் ஏற்றிக்கொண்டன. காஃபியுடன் பத்மினி மாடியேறும் மணம் எழுந்தது.

குமுதம்.காம்

இருபத்து மூன்று காதல் கதைகள்

சஞ்சாரி

*1980*ம் வருடம் வீட்டிலுள்ள அனைவரிடமும் சொல்லி விட்டு, வீட்டைவிட்டு ஓடிப்போனேன். செகந்திராபாதுக்கு. நான் போவதற்கான காரணம் விவாதிக்கப்படாத ஒன்றாக இருந்தபோதிலும் எல்லாருக்குமே தெரிந்திருந்தது என்பது யாருமே அதைப்பற்றிப் பேசாததிலிருந்து புரிந்தது. வேதவல்லி. தகப்பனார் இறந்ததால் மத்திய அரசு வேலையில் சேர்ந்து, மறுநாளிலிருந்து தினத்திற்கு ஒன்றாக நாற்பத்தெட்டுக் கடிதங்கள் தலா ஆறு பக்கங்களுக்குக் குறையாமல் கல்லூரி முகவரிக்கு எழுதியவள். தபால் இலாகா ஞாயிற்றுக்கிழமைகளில் பணிபுரியாததுக்கான கண்டனமும் விசனமும் செவ்வாயன்று எனக்குக் கிடைக்கும் கடிதத்தின் முதல் பத்தியில் இருக்கும்.

நண்பர்களிடம் காரணம் சொல்லாமல் முடிந்த அளவு பணம் வசூலித்துக்கொண்டு ரயில் மாறி ரயில் மாறி செகந்திராபாத் போய்ச் சேர்ந்தேன். எனக்குத் தமிழ் தாய்மொழியளவு வரும். ஆங்கிலம் தடுமாறிப் பேசலாம், அதைவிடச் சற்றுக் கூடுதலாகவே புரிந்துகொள்ளலாம் என்ற நிலை. இந்தியைப் பற்றிச் சொல்ல வேண்டுமானால் கலைச்செல்வனைப் பற்றிச் சொல்லவேண்டும்.

அறிஞர் அண்ணா இறந்ததற்காக மொட்டை போட்டுக்கொண்ட தமிழர்களில் ஒருவன். இத்தனைக்கும் அப்போது அவன் படித்துக் கொண்டிருந்தது ஐந்தாம் வகுப்பில். இன்றுவரை இந்தி பற்றிய என் அபிப்பிராயங்களுக்கு அடிப்படை அவன்தான்.

அன்ரிஸர்வ்ட் பெட்டியில் - மிலிட்டரி ஜவான்களின் பெட்டி அது - நெருக்கியடித்துக்கொண்டு பேரவஸ்தையான பிரயாணத்தின் முடிவில் செகந்திராபாத் ரயில்நிலையத்தில் வந்து இறங்கியபோது விநோதமான சந்தேகம் எழுந்தது. வேதவல்லியின் அலுவலக முகவரி மட்டுமே தெரியும் எனக்கு. அவள் ஒருவேளை இன்று விடுமுறையில் சென்றிருந்தால்?

எல்லா ரயில் நிலையங்களையும் போலவே முதல் பார்வைக்குத் தென்பட்ட செகந்திராபாத் நிலையம் உடனடியாக பாதாளலோகம் போல உருக்கொண்டது. நீள நீளமான மலைப்பாம்புகள், குகைகளின் சாயல் கொண்ட அலுவலக வாயில்கள், தெலுங்கும் உருதும் பேசித் திரியும் அரக்கர் கூட்டம். என் பையில் இருந்தது வெறும் இரண்டு ரூபாய் மட்டுமே. புதிய ஊரின் சுதந்திரமும், திடீரென்று உண்டான பயமும் சேர்ந்து ஒரு சிகரெட் பிடிக்கலாம் என்று முடிவு செய்தேன் - ஒரு வில்ஸ் சிகரெட்டின் விலை இருபத்தைந்து பைசா. இருப்பதையும் கரைப்பதா என்ற தயக்கமும் ஏற்பட்டது.

சிகரெட் ஒருவிதமான சிந்தனை ஊக்கி என்ற என் நம்பிக்கை வலுப்பட்ட இன்னொரு சந்தர்ப்பமாக அமைந்தது அது. அவள் விடுமுறையில் இருந்தால் கவலையில்லை - பாட்டுப் பாடிப் பிச்சை யெடுக்கலாம். கல்லூரி இசைக்குழுவின் முதன்மைப் பாடகன் நான் - வேதவல்லி என்னிடம் நெருங்கிய காரணங்களில் ஒன்று அது.

> ஆகா நம் ஆசை நிறை
> வேறுமா - கடல் அலையைப் போலே
> மறைந்து போக
> நேருமா

என்று நான் பாடும்போது வேதவல்லியின் கண்கள் நான் பாடிய வரிகளின் உயிர் வடிவமாய்ப் பளபளக்கும். வேறு யாருக்குமே தெரியாத வகையில் என் உடலுக்குள் நுட்பமான மாற்றங்கள்

உருவாகி என் நரம்புகள் முறுக்கிக்கொள்ள, மொத்த உடலுமே ஒருவிதமான விறைப்புக்குள்ளாகி காது ஓரங்களில் வெம்மை ஊறிய பரபரப்பின் மிச்சங்களை நாங்கள் தனியாக இருக்கக் கிடைத்த சந்தர்ப்பங்களில் அவள் அனுபவிக்கக் கொடுத்திருக்கிறேன்.

அவள் அலுவலகத்தின் விலாசத்தைக் கண்டுபிடித்துப் போய்ச் சேர்ந்தபோது வேதவல்லியின் இருக்கை நான் வழி கேட்ட அத்தனை பேருக்குமே தெரிந்திருந்தது எனக்கு ஆச்சரியமாக இல்லை. பேரழகி அவள் என்பதால்தானே இவ்வளவு தூரம் வந்திருக்கிறேன்.

வேதவல்லி அவள் இருக்கையில் இல்லை. மரத்தடியில் இருப்பாள் சென்று பாருங்கள் என்று சொல்லியனுப்பிய அலுவலகப் பணியாள னின் பார்வை அத்தனை கண்ணியமானதாக எனக்குப் படவில்லை. அவள் விடுமுறையில் செல்லவில்லை என்பது தந்த ஆறுதல்தான் முக்கியம்.

தன் சக ஊழியர் - நான் அங்கே தங்கியிருந்த பத்து நாட்களின் கடைசி நாளில் நான் கேட்டபோது அப்படித்தான் சொன்னாள் - ஒருவருடன் அந்தரங்கமாகப் பேசிக்கொண்டிருந்தவளின் பின்புறம்தான் கண்ணில் முதலில் பட்டது. இவளுடைய கைகள் இரண்டையும் தன் கைகளுக்குள் புதைத்துக்கொண்டிருந்தவன் கண்களில் நான் என்னையே பார்த்தேன்.

அவள் பேரைச் சொல்லிக் கூப்பிட்டவுடன் அவள் திரும்பி என்னைப் பார்ப்பதற்கு முன்னாலேயே அவள் முகத்தில் ஏற்பட்டுவிட்ட அதிர்ச்சியையும் தன் கைகளை விரைவாகப் பின்னிழுத்துக் கொண்டதையும் திரும்பிப் பார்த்த அவள் முகத்தின் கன்னக் கதுப்புகளில் - அவைதாம் எத்தனை அழகு. முத்தமிடத் தூண்டு பவை - பொய்யும் கற்பனையும் நிஜமும் கலந்து நான் எழுதிய நூற்றுக்கணக்கான கடிதங்களின் வரிகள் பொசுங்கித் தீய்ந்து கொண்டிருப்பதையும் கண்டேன்.

குரலில் லேசான நடுக்கத்துடன் கேட்டாள்:

எங்கே வந்தே நீ?

நான் சிரித்துக்கொண்டே சொன்னேன்.

உன்னைப் பார்க்கத்தான்.

வரப்போறேன்னு எழுதிட்டு வந்திருக்கலாமே.

***

இணை

இன்னும் இருட்டவேயில்லை. அதற்குள் தெருவின் பெரும்பாலான வீடுகளின் வாசல்களிலும் ஜன்னல்களிலும் மாடங்களிலும் பிறைகளிலும் அகல் விளக்குகள் பூக்கத் தொடங்கிவிட்டன. மாலை வெளிச்சத்தின் அழுத்தத்தையும் மீறி ஒவ்வொரு சுடரும் தனித்தனியாகவும் தன்னிச்சையான அசைவுகளோடும் கிறங்கியது. ஒரு சில வாசல்களில் கோலங்கள் போட்டுக்கொண்டும் விளக்குகளின் திரிகளைத் தூண்டியவாறும் தூண்டிய விரல்களைத் தலையில் நீவியவாறும் நின்ற பெண்களை அவர்களறியாக் கோணத்தில் வெறித்தபடி மொட்டைமாடியில் நின்றிருந்தேன். அவர்களில் பலரும் சிறுவயதில் என்னுடன் விளையாடித் திரிந்தவர்கள். கார்த்திகை மாதத்தின் விளக்குகளுக்கு ஒளி கூட்டும் விதமாக இருள் மெல்ல அடர்கிறது. ஆஞ்சநேயர் கோவில் தெரு சிறுகச் சிறுக மாயாலோகமாகிறது.

தெருவின் வலதுமுனையில் பின்னால் திரும்பித் திரும்பிப் பார்த்தபடி நுழைகிறது ஒரு நாய். ஐந்தாறு தப்படிகள் நகரும், நின்று திரும்பிப் பார்க்கும், மீண்டும் நகரும், பின் நிற்கும். தெருவில் தென்படும் மனித நடமாட்டம் பற்றிய சிந்தையே இல்லாததுபோல, பின்னால் தொடரும் எதன்மேலோ முழுக்கவனத்துடன் வந்தது அது. பெண் நாய். அடிவயிற்றில் நீண்டிருக்கும் மடிக்காம்புகள் பக்கவாட்டில் அசைய தன் கழுத்தையும் சில சமயம் முழு உடலையும் திருப்பிப் பின்னால் பார்த்தபடி நடந்த அதன் உல்லாசம் என்னையும் தொற்றிக்கொண்டது.

பெண் நாய்க்கு சுமார் ஐம்பதடி தொலைவில் தெருவுக்குள் நுழைந்தது மற்றொரு நாய். விறைத்த வாலை உயர்த்திய வண்ணம் வெகு நிதானமாக நடந்து வந்தது. முதலில் மெல்ல வருவதுபோல் தானிருந்தது. ஆனால், பெண் நாயைவிட இதன் நடையில் வேகம் சற்று அதிகம். இரண்டுக்கும் இடையில் இடைவெளி குறுகிக்

கொண்டே வந்தது. கிட்டத்தட்ட இரண்டும் நெருங்கிவிட்டன. பெண் நாய் தன் நடையை லேசான பாய்ச்சலாக்கிக் கொண்டது. ஆண் நாயும் தன் அமர்த்தலான நடையை சிறு ஓட்டமாக மாற்றிக் கொண்டது.

ஸ்ரீராம் டெய்லர் கடைக்கு அருகில் இருந்த குப்பைத் தொட்டியில் ஏதோ ஆராய்ந்துகொண்டிருந்த மற்றொரு நாய் - இதுவும் ஆண்தான் - இவர்களின் போக்கில் தானும் கலந்துகொண்டது. மூன்றும் இணை சேர்வதும் பிரிவதுமாக விளையாட ஆரம்பித்தன. பெண் நாய் தன் இணக்கத்தை அவ்வப்போது மாற்றிக்கொள்வது வெளிப்படையாய்த் தெரிந்தது.

திடீரென்று டெய்லர் கடை நாயும் பெண் நாயும் வேகமெடுத்தன. ஓடும் இரண்டையும் பலமாகக் குரைத்தவாறு துரத்தியது மூன்றாவது நாய். தெருவின் இடது முனைக்கு அப்பாலிருந்த விளையாட்டு மைதானத்தின் திசையில் சென்று மறைந்தவற்றில் பதிந்த பார்வையைப் பெருமூச்சுடன் மீட்டுக்கொண்டு மாடியிலிருந்து இறங்கினேன்.

***

தாஸ்தாயெவ்ஸ்கியின் காதலி

கடலலைகள் துள்ளித் துள்ளி மறிந்துகொண்டிருந்தன. கண் ணுக்குப் புலப்படாத ஆவேசத்தின் உந்தலில் நுரை பொங்கி மிதந்த நீர்ப்பரப்பின் மீதாகக் கழிவுகள் நகர்ந்து வந்து கரையொதுங்கின. சாந்தி என் கையை இறுகப் பற்றிக்கொண்டாள்.

> சமீபத்துல கவிதை ஏதாவது எழுதினயா.

நான் பதில் கூறாமலிருந்தேன்.

> கோவமா இருக்கியா. நான் விஸ்வநாதன்கிட்ட முதல்ல உன்னைப் பத்தித்தான் சொல்வேன் கிஷ்ணா.

- சொன்னால் என்ன, சொல்லாவிட்டால் என்ன -

> நான் உன்னை இப்பவும் காதலிக்கிறேன் கிஷ்ணா. யாரைவிடவும் நீ எனக்கு முக்கியம். ஆனால் உன்னைக் கல்யாணம் செய்துக்க மாட்டேன். அதுக்கு எனக்கு தைரியம் கிடையாது. நான் பாத்துப் பாத்து ஆச்சரியப்படற, என் கஷ்டங்கள் எதையும் உடனே புரிஞ்சுக்கிற, அதைத் தீர்த்து வைக்க உயிரையும் குடுக்கத் தயாரா இருக்கற ஒர்த்தனோட குடுத்தனம் நடத்த என்னால முடியாது கிஷ்ணா. கடவுளைப் போய் யாராவது கல்யாணம் செய்துக்க முடியுமா.

'பொய் சொல்லாதடீ' என்று மனத்துக்குள் உரக்கக் கூவினேன். மனத்துக்குள் மட்டும்தான் என்னால் கூவ முடிகிறது.

> விஸ்வநாதன் உன்னை மாதிரிக் கிடையாது கிஷ்ணா. பெண் பார்க்க வந்த அன்னிக்கு தனியாப் பேசினப்போ அவரைப் பத்தி நிறையத் தெரிஞ்சுக்க முடிஞ்சது. எல்லாம் உன் உபயம்தான். பாடி லாங்வேஜ் பத்தியும் பேசற பாஷையின் நுட்பங்கள் பத்தியும் எவ்வளவு சொல்லியிருக்கே. இப்போ யாரை வேணா ஊடுருவிப் பார்க்க முடியும் என்னால. எல்லாருமே ட்ரான்ஸ்பரன்ட்டாத் தெரியறா.

சற்று நிறுத்தினாள். பெருமூச்சு ஒன்று சீறி வெளியேறியது. ஏறித் தாழ்ந்த பருத்த முலைகளின்மீது இனி எனக்கு எந்த சுவாதீனமும் கிடையாது என்ற தகவல் என் உடலின் ஒவ்வொரு செல்லிலும் அளவற்ற தாபத்தைக் கிளறியது. கடற்கரைக் கூட்டத்தின் மத்தியில் அவளை வன்முத்தம் இடத் துடித்தேன்.

> விஸ்வநாதன் பயந்தவன் கிஷ்ணா. பயந்தவன் கூடத்தான் என்னால் பத்திரமா இருக்க முடியும்னு தோணறது. உன்னைக் கல்யாணம் செய்துண்டா வாழ்க்கை முழுக்க என்னோட இருப்பேங்கறதுக்கு எந்த உத்தரவாதமும் இல்லையே கிஷ்ணா. உன் சுதந்திரம் பயங்கர மானதாய் இருக்கு கிஷ்ணா. நான் இவ்வளவு மன்னாடறேனே ஒரு வார்த்தையும் பேச மாட்டியா கிஷ்ணா.

என் கையை இன்னும் இறுக்கிக்கொண்டாள். இறுக்கிய கைகளில் இருந்த வியர்வையும் நடுக்கமும் அவள் சொற்களைவிடவும் அவளுடைய பதட்டத்தை மிக நேர்த்தியாகத் தெரிவித்தன. நான்

பதில் சொல்லியெல்லாம் அவளைச் சமனப்படுத்தி விடமுடியாது.

> இன்னும் ஒண்ணே மட்டும் சொல்லிடறேன் கிஷ்ணா. பொறுமையாய்க் கேட்டுக்கோ. நான் உன்னைக் கல்யாணம் பண்ணிக்க மாட்டேன்தான். எந்த ஜென்மத்திலேயும் பண்ணிக்க மாட்டேன். ஆனா, நீ எனக்கு வேணும் கிஷ்ணா. சூரியனுக்குக் கீழே இருக்கிற எல்லாத்தையும் உன்கிட்டப் பகிர்ந்துக்க முடியும். உன்கிட்ட மட்டும்தான் பகிர்ந்துக்க முடியும். அதுக்காகவாவது நீ வேணும் கிஷ்ணா எனக்கு.

சொல்லி முடித்தவள் அழ ஆரம்பித்தாள். கண்ணீரில் தன் உடலை ஒட்டுமொத்தமாகக் கரைத்துவிடும் வெறி தென்பட்டது அவளது கேவல்களில். விடாமல் பற்றியிருந்த என் கை வேகமாக நடுங்கியது.

எனக்கு தாஸ்தாயெவ்ஸ்கியின் ஞாபகம் வந்தது. **இடியட்** நாவலில் இளவரசன் மிஷ்கினிடம் ஒரு பெண் - அவள் பெயர் மறந்துவிட்டது - இதே வார்த்தைகளைத்தான் கூறுவாள். எனக்கு தாஸ்தாயெவ்ஸ்கி மேல் அளப்பரிய காதல் ஏற்பட்ட தருணம் அது. நான், சாந்தி, தாஸ்தாயெவ்ஸ்கி மூவரும் சேர்ந்து உருவாக்கிய பெர்முடா முக்கோணத்தில் நான் காணாமல் போனேன்.

***

பக்தி மார்க்கம்

சிவசாமி பெரிய பக்தன். அவன் எங்களிடம் விடும் வழக்கமான சவால்களில் ஒன்று, பிரபலமான கோவில்களில் எந்த ஒன்றில் அவனைக் கண்ணைக் கட்டிக் கொண்டுபோய் நிறுத்தினாலும் அது எந்தக் கோயில் என்று தன்னால் சொல்ல முடியும் என்பான். நான் அவனுடைய அந்தரங்க நண்பன். என்னிடம் மட்டும் சூட்சுமத்தைச் சொன்னான். பழனி என்றால் விபூதி மணம். மதுரை என்றால் மல்லிகையும் எண்ணெய்யும் கலந்த மணம். திருப்பதி என்றால் நெய் மணம். திருவேற்காடு என்றால் உள்ளே நுழைந்தவுடன் குங்கும மணம் முகத்தில் அறையும். குருவாயூரில் அதிகாலையின் மணமே பால் வாசனைதான். சில கோயில்களை அறியக் காதும் உபயோகப்படுமாம்.

இத்தனை பெரிய பக்தன், தங்கமணியிடம் சிக்கிக்கொள்ள நேர்ந்ததை தெய்வ சங்கல்பம் என்றோ தெய்வ லீலை என்றோதான் சொல்ல வேண்டும். அவனும் அப்படித்தான் சொல்லி உருகினான். தங்கமணி டீக்கடை நாயரின் இரண்டாவது மனைவி. மூத்த சம் சாரத்துடன் ஒரே வீட்டில் வாழ நேர்ந்த துர்பாக்கியவதி. புட்டம் வரை நீளும் கூந்தல், வெற்றிலைச் சாறு இறங்கினால் பளீரென்று தொண்டையில் தெரியும் பளிங்கு நிறம். பல்வரிசையும் குரலும் சற்று ஏறுமாறாக இருக்கும் - அவளுடைய அன்பு அதை ஈடுகட்டி விடுவதாக சிவசாமி சொன்னான்.

நாயருக்கும் டீக்கடைக்கு வரும் எங்கள் பிற நண்பர்களுக்கும் தெரியாத ஒரு அன்புக் குவியல் பற்றி எனக்குத் தெரிந்திருந்தது ஒருவிதமான கிளுகிளுப்பைத் தந்து வந்தது எனக்கு. எச்சில் க்ளாஸ் கழுவிக்கொண்டிருக்கும் தங்கமணியிடம் சிவசாமியின் சார்பாக ஓரிரு வார்த்தைகள் தூது சொல்ல வேண்டி வந்த சந்தர்ப்பங்களில் அணுகுண்டு தயாரிப்பில் ஈடுபட்டிருக்கும் விஞ்ஞானியின் பெருமித மும், பொறுப்புணர்வும், ரகசியம் பற்றிய பத்திர உணர்வும் எனக்கு ஏற்படும்.

செவ்வாய்க்கிழமை மாலையில் முல்லையாற்றின் வறண்ட மணற் பரப்பின் மத்தியில் வெகு தொலைவில் சிவசாமியைப் பார்த்தபோது அது சிவசாமிதானா என்ற வலுவான சந்தேகம் தோன்றியது எனக்கு. செவ்வாய்க்கிழமை சாயங்காலம் அவன் இருக்க வேண்டிய இடம் வேண்டவராசியம்மன் கோயில். திருநீறும் குங்குமமும் பரவசமும் ஒளிரும் நெற்றியுடன் எட்டு மணிக்கு நாயர்கடைக்கு வந்து சேருவான். செவ்வாய்க்கிழமை வாடிப்பட்டிச் சந்தை. நாயர் ஒரு வாரத்துக்கான சரக்குக் கொள்முதலுக்குப் போகும் நாள்.

வேண்டவராசி அம்மன், தங்கமணி இருவரையும் புறமொதுக்கி முல்லையாற்றுப் பாழ்மணலின் காதலனாய் உட்கார்ந்திருந்த சிவசாமி என்னைப் பார்த்ததும் 'வாடா' என்றான், நட்போ சுரத்தோ இல்லாத குரலில்.

அவனே சொல்லட்டும் என்று மௌனமாய் அருகில் உட்கார்ந்தேன். அடிவானத்தில் தகதகத்த சூரியன் கொஞ்சங் கொஞ்சமாய்த் தன் வட்டத்தின் கணிசமான பகுதியை இழந்து வந்தது. தொலைவில் முனியாண்டி கோவில் இரட்டை ஆலமரத்தில் வந்தடையும்

பறவைகள் அன்றைய பகலின் கதைகளைப் பரிமாறிக்கொள்ளும் கலவையான ஓசை சன்னமாய்க் கேட்டது. சிவசாமி ஒருமுறை உடலைச் சிலிர்த்துக்கொண்டான். தொண்டையைச் செருமிக்கொண்டான். நான் மடங்குவதாயில்லை. அவனே ஆரம்பிக்கட்டும்.

கைக்கடிகாரத்தின் அசைவு பேரோசையாய்க் கேட்டது. திடீரென்று சிவசாமி ஆவேசமாய்க் கேட்டான்.

கிஷ்ணா, நான் சாமி கும்புடுறதைப்பத்தி நீ என்ன நினைக்கிறே.

நான் எதிர்பார்த்திராத கேள்வி அது. சாமியைப் பற்றிய என் அபிப்பிராயங்களே எனக்குப் பல விரோதிகளைச் சம்பாதித்துக் கொடுத்திருந்தது. இதில் இவன் சாமி கும்பிடுவதைப் பற்றி என்ன சொல்ல? என்றாலும் நான் சொல்ல வேண்டிய பதில் எனக்குத் தெரிந்திருந்தது.

நீ பெரீய்ய பக்தன் சிவா. சிறுத்தொண்டர், அருணகிரிநாதர் வரிசையிலே இந்த நூற்றாண்டுக்கு நீதான் பிரதிநிதி. இதுல என்ன சந்தேகம்?

என்னை முறைத்தான்.

ஒழுங்காப் பேசுடா. அநாவசியமா என்னை ரெண்டு கொலை பண்ண வய்க்காதே.

எனக்குத் தூக்கிவாரிப் போட்டது. யாரந்த மற்றவர்? சமாதானமாகச் சொன்னேன்.

ஸாரிடா. வழக்கம் போல விளையாடிட்டேன்.

அவன் நெற்றியில் விபூதியும் குங்குமமும் வழக்கத்தைவிடவும் அடர்த்தியாகவும் புதிதாகவும் இருந்ததை அப்போதுதான் கவனித்தேன். குமுறிக் குமுறி விஷயத்தைச் சொன்னான்.

சாயங்காலம் நாயர் சந்தைக்குப் புறப்பட்டுப் போவதைச் சிவசாமி பார்த்திருக்கிறான். அவருடைய மூத்த மனைவியும் உடன் சென்றது, இவன் பல நாட்களாய் எதிர்பார்த்திருந்த நாள் கைகூடிவிட்ட ஆனந்தத்தை அளித்திருக்கிறது. ஒருவிதமாய்த் தனிமையில்

சந்தித்துவிட்டான் தங்கமணியை. இருவரும் மலையாளம், தமிழ் எல்லாம் தேவைப்படாத, ரத்தத்தின் துடிப்பு பேசும் மொழியில் உரையாட ஆரம்பித்து அங்கங்களின் சொற்களைப் பரிமாறிக் கொள்ளத் தொடங்கியிருக்கிறார்கள். சிவசாமி தங்கமணிக்குள் தான் இருப்பதை உணர்ந்துகொண்டதும் அவள் இவனது இருப்பை அங்கீகரித்ததுமான நெகிழ்வின் தருணத்தில் தங்கமணியின் தறிகெட்ட ஆனந்தத்தில் அவள் அரற்ற ஆரம்பித்திருக்கிறாள். உச்சமாக 'எண்டெ குருவாயூரப்பா' என்று புலம்பினாளாம்.

> உடனடியா வெளியேறி வந்துட்டேண்டா. எந்த இடத்துல என்ன பேசறதுன்னு கணக்கு இல்லையாடா? அவ மனுஷியே இல்லடா. மரியாதை கெட்ட பொம்பள. ஏமாந்துட்டேண்டா. கடவுள்தான் காப்பாத்தினார்.

என்று முடித்துவிட்டுத் தலைகுனிந்து உட்கார்ந்திருந்தான்.

எனக்குத்தான் தீராத சந்தேகம். கடவுள் காப்பாற்றியது யாரை என்று.

***

சக பிரயாணி

லெவல் க்ராஸிங்கின் கதவு பூட்டப்பட்டிருந்தது. வரிசையாய் நின்றிருந்த வாகனங்களைத் தாண்டி அவ்வப்போது வலது காலையூன்றியும் எடுத்தும் முன்னேறி, கதவுக்கு அருகில் நின்றிருந்த பேருந்தின் பக்கவாட்டில் சென்று ஸ்கூட்டரை நிறுத்திக் காலூன்றினேன். தன்னிச்சையாகப் பேருந்தை வெறித்தேன். பின்புற வாசலிலிருந்து ஆறாவது ஜன்னலில் சாய்ந்தவாறு அமர்ந்திருந்தாள். இறுக்கிப் பிடித்த சூடிதாரில் பிதுங்கிய மார்பின் வழியே இறங்கிய வாக்மேன் ஒயர்கள். அந்த ஜன்னலை ஒட்டித் தரையில் நின்றிருந்த கொய்யாப்பழ வியாபாரி தன் அருகில் இருந்த மல்லிகைப் பூ விற்கும் பெண்ணிடம் தன் முகம் அசைத்து ஜன்னல் பெண்ணைக் குறிப்புணர்த்தி ஏதோ சொன்னான். அவள் பொய்க் கோபத்துடன் கல்லெடுக்கும் பாவனையில் குனிந்தாள்.

சுள்ளென்று அடிக்கும் வெயிலுக்குச் சுருங்கிய கண்களுடன் வெளியே பார்த்திருந்த ஜன்னல் பெண்ணின் பார்வையும் என்

கண்களும் ஒரு மாயத் தருணத்தில் கலந்தன. என் முதுகுத்தண்டில் விநோதமான குறுகுறுப்பை உணர்ந்தேன். அவள் தன் பார்வையை விலக்கிக்கொண்டாள். என்னால் முடியவில்லை. பூர்வீகமான ஏதோ ஒரு உறவு எங்களுக்குள் ஏற்கனவே இருந்ததுபோலவும், அதன் பகுதியாகவே நான் செலுத்தப்பட்டு வந்து இங்கே நிற்க நேர்ந்தது போலவும் ஒரு சித்திரம் உண்டானது.

இன்னொரு தடவை பார்வைகள் மோதின. ஜன்னலில் அவள் இடுப்புக்கு மேற்பட்ட உடற்பகுதியும், ரோமானிய மூக்கு பிரதானமாய்த் தென்பட்ட முகமும், காற்றில் கலைந்திருந்த முன்முடியும் சூரிய வெளிச்சத்தின் காத்திரமும் நேர்த்தியாக எடுக்கப்பட்ட புகைப்படத்தின் துல்லியம் கொண்டிருந்தன. சற்றே சீரான இடைவெளிகளில் நாங்கள் ஒருவரையொருவர் பார்த்துக்கொண்டிருந்தோம். ஆகர்ஷணத்தின் வெம்மை என் உடல் முழுவதும் பரவியது. மதகின் இருபுறங்களிலும் தேங்க நேர்ந்த நீர்நிலையின் அலைத் துடிப்பை அவளும் உணர்ந்தாளா என்று கேட்டறிய ஆவலுற்றேன்.

பிரபஞ்சம் இரண்டாகப் பிளவுற்றுவிட்டது - மாந்திரீகனின் கைக்கோலின் ஒரு வீச்சில் கலந்துவிடும் ஆவேசத்துடன். வெளிமாநில மிருகக்காட்சிசாலையில், இரும்பு அழியால் இரண்டாகப் பகுக்கப் பட்ட நீர்நிலையில் மறுபுறம் சிறைப்பட்டிருந்த தன் இணையைப் பார்த்தவாறு நின்றிருந்த நீர்யானையைப் பார்த்த ஞாபகம் வந்தது.

எனக்கிருந்த ஆசை ஒன்றே ஒன்றுதான் - அவள் பேருந்தைவிட்டு இறங்கி வந்து நான் இதுவரை உணர்ந்த அத்தனையும் தானும் உணர்ந்ததுதான் என்று என்னிடம் சொல்ல வேண்டும். வேறு ஒரு வார்த்தையும் பேசவேண்டியதில்லை.

சடாரென்று ஹாரன்கள் அலறத் தொடங்கின. கதவு திறந்த நனவுலகத்தில் இருந்தேன். அவளுடைய பேருந்து நகர்ந்தது. நான் எதிர்பார்த்தது போலவே அவள் என்னைக் கடைசி முறையாகவும் ஒரு தடவை பார்த்தாள். தீர்க்கமாக என்னுள் இறங்கி நிரந்தரமாய்த் தங்குவதற்கான இடம் தேடி அமர்ந்தது அந்தப் பார்வை. பேருந்து மறைந்துவிட்டது.

அவளும் சொல்லிவிட்டாள் என்றே தோன்றுகிறது.

***

ஒரு கடிதம்

முற்பகல் பொழுதின் வெய்யில் சுட்டெரித்தது. வெறுமை மூடிய தெருவில் என்னைத் தவிர ஒரு நாய் மட்டுமே தென்பட்டது. மாடிப்படியின் கடைசிப்படியில் உட்கார்ந்து தபால்காரரின் வரவை எதிர்நோக்கியிருந்தேன். எதிர்ச்சாரி வீட்டின் துணிக் கொடியில் அமர்ந்து கரைந்தது ஒற்றைக் காகம். தெருவின் வலது கோடியில் கானல் மிதந்தது. இன்றுகூட வேலைக்கான நியமனக் கடிதம் ஏதேனும் வரலாம். அடுத்த கணமே வாழ்க்கையின் கதி வேறு ஆகிவிடும். எத்தனை கனவுகள் நிறைவேற்றத்துக்கான தவத்தில் ஆழ்ந்திருக்கின்றன.

சைக்கிள் மணிச் சத்தத்துடன் வந்த தபால்காரர் என்னிடம் ஒரு உறையைக் கொடுத்தார். வேலைக்கான உத்தரவு இல்லை. சுகந்தா எழுதியது. முதிர்ச்சி சிறிதும் அற்ற கோணல் கையெழுத்தில் இந்த வாரத்தின் மற்ற நாட்களை உற்சாகமாகக் கழிப்பதற்கான சூத்திரம் ஒளிந்திருக்கும். உடல் முழுவதும் ரத்தம் கொப்பளிப்பதை வெதுவெதுப்பாக உணர்ந்தேன்.

மத்திய அரசு அலுவலகத்தின் சாணிக் காகிதத்தில் கிறுக்கி ஓடின எழுத்துக்கள், தமிழ் மொழியின் நூதனமான வரிவடிவத்தில்.

அன்புக் கிருஷ்ண மடையா,

நேற்று உன் லெட்டரைப் படித்தேன். அழுகையை அடக்க முடியாமல் முகம் கோண, மகேஷ், அழறியா சித்தி என்று கேட்டதுக்கு ஒழுங்கா respond பண்ண முடியாமல் அக்கா என்ன சுகந்தி ரொம்ப tired ஆ இருக்கியான்னு கேக்க ஆமாம்னு முகத்தைத் திருப்பிண்டேன்.

இனிமே அடிக்கடி எழுத மாட்டேன்னு எழுதியிருக்கியே பாவி, நீ எழுதலேன்னா என்னால என்னதான் பண்ண முடியும்? உன் லெட்டரைப் படித்துவிட்டு சத்தம் போட்டு அழ முடியலியேன்னு இருந்தப்போ, நீ செத்தொழிஞ்சாத்தான் என்னன்னு தோணித்து. சத்தம் போட்டானும் அழலாமே? அப்பவானும் என் கிருஷ்ணனுக் காக அழறதையோ, சிரிக்கறதையோ தப்பா எடுத்துக்காது பாரு இந்த நாசமாப் போன உலகம். அப்பறம் நினைச்சுண்டேன், நீ

செத்தா உன்னோட எழுத்து பாட்டு எல்லாம் போயிடும். உன்னை எப்பவாவது பாப்பேன், உன்னோட உட்கார்ந்துண்டிருப்பேன், உன் மடியில் படுத்திண்டிருப்பேன், உன்கிட்ட வசவு வாங்குவேன், மாசம் ஒருதடவையானும் வரும் உன் லெட்டரை அடுத்த 30 நாளும் பஸ்ஸில் ஓர ஸீட்டில் உட்காந்துண்டு படிப்பேன், படித்துவிட்டு பஸ்ஸில் யாரையும் பார்க்கப் பிடிக்காமல் தூங்குவதுபோல் முகத்தை மூடிக்கொண்டிருப்பேன் ங்கிற எல்லாம் போயிடுமே. அதுக்குப் பதிலா நான் போயிடணும். நான் போனால் யாருக்கும் எந்த நஷ்டமும் இல்லை. எனக்குன்னு எங்கயாவது ஒருத்தன் பிறந்திருந்தான்னா, அவனுக்கு நிச்சயம் வேற யாராவது ஒருத்தி கிடைச்சுடுவா. ஆனால் நீ ஒருத்தன் மட்டும்தான் என்னுடைய இழப்பை உணர்வாய். ஒரு மகளாகவோ, தங்கையாகவோ, சித்தி யாகவோ, அத்தையாகவோ, சாதாரணத் தோழியாகவோ இல்லாமல் ஒரு நட்பின், உன் பிரிய சகியின் இழப்பை உணர்வாய். அதனால் நானும் சாக மாட்டேன்.

அடுத்தவர்களுக்கு எழுதுகிறாயோ இல்லையோ I care a damn for that. என்னுடன் பேசுவதை மட்டும் நிறுத்திவிடாதே. என்னால் தாங்க முடியாது. ஆனால் உன்னுடன் பழகிய எல்லோருமே நான் சொல்வது போல் என்னுடன் மட்டுமாவது பேசு கிருஷ்ணா என் பார்களே. அப்போது என்ன செய்வாய்? நீயாக நிறுத்தினாலும் உன்னைத் தேடிக்கொண்டு வருவார்கள். பேசுவார்கள். அது நிச்சயம்.

உன்னைக் கெஞ்சுகிறேன். குடிக்காதே. நான் நிச்சயம் சிவசங்கரியைப் போல் advise பண்ணப்போவதில்லை. ஆனா, உன்னை அப்படியே அடிச்சுக் கொன்னுடுவேன், அந்த மாதிரி ஏதாவது பண்ணினா. எனக்குத் தோணும், எவன் குடியிலும் புகையிலும் தன்னை மறக்க, அழிக்க நினைக்கிறானோ, அவன் உண்மையை, உண்மை நிலையைக் காண மறுக்கிறான், பயப்படுகிறான், அவன் ஒரு கோழை. அதுக்குப் பதிலா உண்மையைச் சந்திக்கப் பயந்து தற்கொலை பண்ணிக்கறான் பார், அவனைக்கூட தைரியசாலி என்று சொல்வேன். ஏன்னா, சாவையாவது சந்திக்கத் துணிகிறான் பார். ஆனால் உன்னால் நிச்சயம் புகைப்பவனாக ஆகும் அளவுக்குக் கோழையாக முடியாது. அதைப் போலக் கேவலம் வேறு எதுவும் இருக்க முடியாது, உன்னைப் பொறுத்தவரையில். பத்மாவிடமிருந்து எனக்கும் மைதிலிக்கும் பொதுவாக Hyd'badலிருந்து லெட்டர் வந்திருந்தது. அதில் கூடப்

பிரத்யேகமாக 2 வரிகள் உனக்காக எழுதியிருந்தாள். கவிஞர் கிருஷ்ணன் எப்படியிருக்கிறார். கவிஞர் கிருஷ்ணனை நான் கேட்டதாகச் சொல் என்று.

எனக்கென்று விதியைக் கேள். 43 வராததால் 39ல் ஏறிவிட்டேன். அதில் ஏற்கனவே என்னிடம் வாலாட்டின ஒருவன் இன்றும் ஏறினான். He saw me and stood near me. He got an erection and he was trying to make me feel it. I got the shock of my life. I got really afraid. ரொம்பக் கஷ்டப்பட்டு, அவனைப் பார்த்து bastard னு கத்தறதுக்குப் பதிலா கொஞ்சம் தள்ளி நிக்கறீங்களான்னு கேட்டேன். நல்லவேளை தள்ளி நின்றுகொண்டுவிட்டான். இனி ஆஃபீஸுக்கு லேட்டானாலும் 39ல் ஏறுவதில்லை என்று சங்கல்பம் செய்துகொண்டேன். இப்பொழுதும் உடம்பு எரிகிறது அதை நினைத்தாலே.

நான் இந்த லெட்டரில் உளறியதையெல்லாம் மறந்துவிடு. ஆனால் அதன் சாரம் என் அன்பில் ஒரு மாற்றும் குறையவில்லை என்பதை மட்டும் ஞாபகம் வைத்துக்கொள். என் மடையனுக்கு, என் அசடனுக்கு, என் முட்டாளுக்கு, என் கிறுக்கனுக்கு, with lots and lots and lots of love and sweet kisses, உன் சுகந்தா.

***

இருட்டின் நிழலில்

திண்டுக்கல் பேருந்து நிலையத்தில் நான் இறங்கி நின்றபோது இரவு பதினொன்றரை. சங்கரண்ணா கொடுத்தனுப்பின பத்தாயிரம் ரூபாயை ஜட்டிக்குள் செருகி ஒளித்து வைத்திருந்ததில், உடனடியாகச் சிறுநீர் கழிக்க உந்தியது. பயமாகவும் இருந்தது. பேருந்துகளின் உறுமலோசை நிலையத்தின் தள்ளுவண்டி வியாபாரிகளின் விற்பனைக் கூவல் டீக்கடை ஒலிபெருக்கிகளின் இரைச்சல் இவற்றுக்கு மத்தியில் ஆளற்ற வெளியில் அநாதரவாக நிற்பவனாக உணர வைத்தது ரூபாய்க்கட்டு. இன்னும் நாலு கிலோமீட்டர் நடந்துதான் பெரியண்ணா வீட்டை அடைய வேண்டும். ஆட்டோவில் போகத் தைரியமில்லை.

சிகரெட் வாங்கிப் பற்ற வைத்துப் பாதி குடிக்கும்போதே பரபரப்படைந்து நடக்க ஆரம்பித்தேன். இந்தப் பணத்தை நாளைக்

காலை கொடுத்தனுப்பலாம். ஆனால் தகப்பனற்ற பையனை வளர்க்கும் அண்ணன்களுக்கு யோசனை சொல்ல முடியாது. ஏறாது. பேருந்து நிலையத்திற்கு வெளியில் படர்ந்திருந்த இருள் தன் உள்ளங்கைக்குள் என்னை வாங்கிக்கொண்டது. இதயத்தின் படபடப்பும் அதைரியமும் கோபமும் என் நடையில் வேகம் கூட்டி, மிதப்பவன்போல உணர்ந்தேன்.

நடைபாதைகளில் மனித உருவங்கள் படுத்திருப்பதைச் சற்றைக் கொருமுறை தாண்டிப் போன வாகனங்களின் தலைவிளக்குகள் புலப்படுத்தின. அவர்களில் யாரோ ஒருவருக்கு என்னிடம் பணம் இருப்பது தெரிந்திருக்கும் என்று பயமாயிருந்தது. நடையில் விசையைக் கூட்டினேன். நாலைந்து மாடுகளையும் இடித்துவிடாமல் கடக்கவேண்டியிருந்தது. இருளில் உறுத்துப் பார்த்த நாய் குரைத்துவிடுமோ என்று அஞ்சினேன். ஒரு நாய் குரைத்தால் போதும், ஒரு படையே சேர்ந்துவிடும்.

குற்றுயிராய் மினுக்கின தெருவிளக்குகள் இருளின் அடர்த்தியைக் கூட்டின. உள்ளாடைக்குள் ஒளித்த பணம் தவிர வேறு எதைப் பற்றியேனும் நினைக்கப் பெரிதும் ஆசையாய் இருந்தது. காற்றில் மிதமான சில்லிப்பு ஏறியிருந்தது. குளிர்காலங்களில் அப்பாவின் கம்பளிக்குள் புகுந்துகொண்டு அவருடைய பெருத்த வயிற்றின் மேல் காலைப் போட்டுக்கொண்டு கதை கேட்ட நாட்கள். அவர் சாகாமலிருந்தால் இந்த இருட்டில் பயந்து பயந்து ஓட்டமாய் நடக்க வேண்டாம்.

சட்டென்று இனம் புரியாத ஜாக்கிரதை உணர்ச்சி உண்டானது. நாலைந்து விளக்குக் கம்பங்கள் தாண்டி மூடிக்கிடக்கும் பெட்டிக் கடையருகில் யாரோ நிற்கிற மாதிரித் தெரிந்தது. உடல் விடைத்துக் கொண்டது. ஓட்டமெடுக்கத் தயாரானேன். அதற்குள் வேறு உத்தி தோன்றியது. வேகத்தைக் கூட்டாமலும் குறைக்காமலும் எதையுமே கவனிக்காதமாதிரி நடக்கலாம். பணம் இருப்பதை நாமே காட்டிக்கொள்ள வேண்டாம்.

பெட்டிக்கடை மறைப்பில் பாதி இருளிலும் பாதி வெளிச்சத்திலு மாக நின்றிருந்தது ஒரு பெண்ணுருவம். நான் நெருங்கினபோது தானும் ஆயத்தமாவது போன்று அசைவுகொண்டது அது.

அவளுக்கு நேராக நான் வந்த போது ‘ஸ்.... ஸ்...’ என்று சீறினாள்.

நான் கவனிக்காததுபோல் நடந்தேன்.

‘ஏய்.’

நான் திரும்பியே பார்க்கவில்லை.

‘ஏய்... கண்ணாடி... டேய் ஒம்போது...’

நான் படுவேகமாக நடந்து மூச்சிரைக்க அண்ணன் வீட்டுப் படியேறி கதவைத் தட்டிப் பணம் கொடுத்து இதுக்கு இந்த ராத்திரியில் வரணுமா என்ற கேள்வியைப் பதிலளிக்காமல் புறக்கணித்து ஒரு போர்வையும் தலையணையும் கொண்டு மொட்டைமாடிக்கு வந்து சேர்ந்தபோது ஆகாயத்தில் நட்சத்திரங்களின் எண்ணிக்கை கூடியிருப்பதாகத் தோன்றியது. குளிர் கனத்திருந்தது. அவள் இன்னும் அங்கேயே நின்றிருப்பாளோ.

இன்றல்லாத இன்னொரு நாளில் அவளால் சீண்டப்பட்டிருந்தால் என்ன செய்திருப்பேன். இருளில் புதைந்த ஊரின் இரு வேறு பகுதிகளில் பெரிய வித்தியாசம் எதுவுமின்றித் தனித்திருக்கிற இரண்டு பேராய் எங்களை உணர்ந்தேன். அவள்மீது அளவற்ற தாபம் ஊறியது. அடக்க முடியாமல் குமுறத் தொடங்கினேன்.

***

விகித சமம்

சுலோச்சனாவின் வீட்டுக்கு இரண்டே அறைகள். ஒன்றில் சமையல், சாப்பாடு இவை போக ஒரு மர அலமாரியும், நானும் சுலோச்சனாவும் அந்தரங்கமாகப் பழகுவதற்கான வெற்றிடமும். மற்றொன்றில் பாக்கியம் மாமியின் தையல் யந்திரம் ஓயாமல் சடசடத்துக் கொண்டிருக்கும். சுலோச்சனா என்னைவிட ஒன்றரை வயது பெரியவள். அவள் அப்பாவின் மரணத்தினால் ஒரு வருடப் படிப்பு வீணாய்ப் போக என் வகுப்புத் தோழியானாள். பாடம் படிக்க சொல்லித்தர கற்றுக்கொள்ள என்று தினந்தோறும் அங்கு வந்துவிடுவேன். ஒன்பதாம் வகுப்புப் பாடங்களில் சதா படித்துக்கொண்டேயிருப்பதற்கான நிர்ப்பந்தங்கள் நிறையவே இருந்தன. அவளது ஒல்லியான, ஆனால் பேரழகான உடலுக்கு

வெகு அருகாமையில் சில நேரம் அவள் உடம்பிலிருந்து கிளம்பும் மனித வாசனையை நுகர்ந்தவாறு பாடம் படிப்பது மிக மிகக் கடினமான வேலை. எனக்குச் சமமான நெருக்கடியை அவளும் அனுபவிக்கிறாள் என்பது என் பாடங்களைவிடவும் சுலபமாக எனக்குப் புரிந்தது. நெருக்கடி முற்றிச் சிலநேரம் கையையோ வேறேதாவதையோ தீண்டுகிற சமயங்களில் என் செவிப்புலன் அசாத்தியமான கூர்மையடைந்து தையல் யந்திரத்தின் சீரான ஓசையில் குவியும்.

பாக்கியம்மாள், பாக்கியமம்மாள், பாக்கியத்தம்மாள் என்று விதவிதமாகக் கையெழுத்துப் போடுமளவு கல்வியறிவு வாய்க்கப்பெற்ற மாமி, குழந்தைகளைக் காப்பாற்றுவது தன் ஒருத்தியின் பொறுப்பு மட்டுமே என்றானபோது ஒரு வீராங்கனையின் உத்வேகத்துடன் தையல் யந்திரத்தின் பகுதியாய்த் தன்னை மாற்றிக்கொண்டவள். சுந்தரவல்லி ஸ்டோர்ஸின் பையன்கள் விஷயத்தில் கண்கொத்திப் பாம்பாய் இருந்தவள் என் சம்பந்தமாகப் பெரும் சலுகை காட்டி வந்தது பற்றி எப்போதுமே எனக்கொரு சந்தேகமுண்டு.

நான் அவர்கள் குடும்பத்துக்கு அறிமுகமாகி ஆறேழு மாதங்களில் மாமி முகப்பவுடர் பூசிக்கொள்ள ஆரம்பித்தாள். வறண்டு கிடக்கும் கூந்தலில் எண்ணெய் பட ஆரம்பித்ததும் கரி உமிக்குப் பதில் டூத் பேஸ்ட் குடும்பத்துக்குள் எட்டிப் பார்த்ததும் மாமியின் வயதில் ஓரிரண்டையாவது குறைக்கத்தான் செய்தது. ஆனாலும் என்னையும் சுலோச்சனாவையும் முழுக்கவே கட்டவிழ்த்துவிட்டது வேறேதோ விலையை ஒளித்து வைத்திருக்கக்கூடும் என்று நம்பினேன்.

மாமி, கூட்டுறவு சொஸைட்டியில் தைப்பதற்கான துணிகளை வாங்கிவரப் போயிருந்த ஒரு மத்தியானத்தில் - அன்று ஆடி அமாவாசை போன்ற ஏதோ ஒரு முக்கிய காரணத்துக்காகப் பள்ளி விடுமுறை. சுலோச்சனாவின் தம்பிகள் இருவரும் கிட்டிப்புள் விளையாடப் போய்விட்டிருந்தனர் - நானும் சுலோச்சனாவும் இன்றுதான் அந்த நாள் என்ற முடிவுக்கு வந்தவர்கள்போல ஆவேசமாகச் செயல்பட்டோம். என் புலன்கள் அத்தனையும் சுலோச்சனாவின் ரகசியங்களில் குவிந்திருக்க வாசலில் வந்து நின்ற நிழல் தொண்டையைச் செருமியபோது, பாதி முத்தத்தில் பிரிய நேர்ந்தது.

சுலோச்சனா மிரண்டுபோயிருந்தாள். நான் என் பதற்றத்தை வெளிக்காட்டிக் கொள்ளக்கூடாது என்று தீர்மானித்தேன். பாக்கியம் மாமி சுலோச்சனாவிடம், “ஏண்டி, சுலோ, கொடியில் துணியெல்லாம் காஞ்சுடுத்தே. எடுத்து மடிச்சு வைக்கக்கூடாது?” என்றாள். சுலோச்சனா கூண்டைவிட்டு வெளியில் பாயும் பறவைபோல விரைந்து வெளியேறினாள். மாமி என்னிடம், “கிருஷ்ணா , காபி சாப்பிடறயா. நான் கலந்து குடிக்கப்போறேன்” என்றாள். நான், “குடுங்கோ மாமி” என்றேன்.

வெகு சீக்கிரத்திலேயே நான் கொடுக்க வேண்டிய விலை தெரிந்து விட்டது. நானே அதை எதிர்பார்த்திருப்பேன் போல.

ஏற்படுத்தப்பட்ட தனிமை அடர்ந்த ஒரு நாளில் அடைமழை உறுதுணையாய் இருக்க, வறண்டிருந்த தன் சுனைகள் புனலாய்ப் பெருகுவதன் ஆர்ப்பரிப்பைக் கள்ளக் குரலிலும் சில சமயங்களில் அருவருப்பாயிருந்த முகபாவனைகளாலும் - அவள் தான் கன்னியா யிருந்த நாட்களை நினைவுகூர்ந்திருக்கலாம் - வெளிப்படுத்திக் கொண்டிருந்தாள் பாக்கியம் மாமி. அது ஆரம்பித்த விதமோ, எந்த சமிக்ஞைகளின் வழி அடுத்தடுத்த நிலைகளுக்கு நகர்ந்தோம் என்பதோ எந்தவிதமான குற்றவுணர்ச்சியும் எப்படி இல்லாமல் போனது எனக்கு என்பதோ தயக்கத்தின் சாயல்கூட மாமியிடம் இல்லாமல் போனது எப்படி என்பதோ எதுவுமே துல்லியமாக இல்லை. என் இன்றைய ஞாபகத்தில், உச்சமான ஒரு தருணத்தில் நான் அவளை ‘பாக்கியம் பாக்கியம்’ என்று அழைத்து உருகியது மட்டும் மறக்கவில்லை.

***

கணிதவியல்

“நீங்க காமர்ஸ் ஸ்டூடன்ட்டாமே” என்று கேட்டாள். முதலில் எனக்கு அவள் என்ன கேட்கிறாள் என்று புரியவில்லை. செல்வகுமார் இல்லத்தின் ஆறு ஆறாய்ப் பிரிந்த வீடுகளின் மத்தியிலான நடை பாதையில் தன் தங்கையுடன் அவள் நடந்து வரும் லயத்தை அவளறியாவண்ணம் பார்த்துக்கொண்டிருந்துவிட்டு அவள் நெருங்கி வந்ததும் பார்வையை வேறெங்கோ திருப்பிக்கொண்டதைக் கவனித்துவிட்டுத்தான் ஏதோ சொல்கிறாள் என்று தோன்றிற்று.

கணநேரம்தான். சுதாரித்துக்கொண்டு "என்ன கேட்டீங்க" என்றேன். அருகில் பார்க்கும்போது இன்னும் வசீகரமாயிருந்தாள். பூச்சுக்களற்ற முகத்தில் நிரந்தரமான ஒரு புன்னகையிருந்தது. வலது கையில் தாவணியின் தொங்கும் நுனியைச் சேர்த்தெடுத்து இடது காதின் தோட்டைத் துடைத்தவாறு அவள் கேட்டபோது கண்களில் குறும்பு இருந்த மாதிரியிருந்தது.

"நீங்க காமர்ஸ் ஸ்டூடன்ட்டாமே. அக்கவுண்ட்டன்ஸி நல்லா வருமான்னு கேக்க வந்தேன்."

"எனக்கா? அக்கவுண்ட்டன்ஸி சுத்தமா வராது. நான் காமர்ஸ் ஸ்டூடன்ட்டில்லையா..." என்று சிரித்தேன். அவளும் சிரித்தாள். அவள் தங்கை தெருவைப் பார்த்துக்கொண்டிருந்தாள். அவளுக்கு இவள் என்னுடன் பேசுவது உவப்பாக இல்லை என்று நினைத்துக் கொண்டேன்.

"நான் காமர்ஸ் டிப்ளமோ பண்றேன். ஏதாவது சந்தேகம்னாக் கேக்கலாமாங்கறதுக்காகத்தான்..."

"தாராளமா. எனக்குத் தெரிஞ்சதுன்னா கட்டாயம் சொல்லித் தரேன்."

இருவரும் வெளியில் போனார்கள். தெரு அழகானதாக மாறி விட்டிருந்தது. புதுசாய்க் கட்டப்பட்ட கட்டிடத்தின் டிஸ்டெம்பர் மணம் ரம்மியமாய் எழும்பியது. காலையில் குடிவந்த குடும்பத்தில் யாரோ அழைப்பு மணியைப் பரிசோதிக்க அழுத்துகிறார்கள். மணியோசை இதமான இசைத் துணுக்காக மாறுகிறது. புது வீடு மாறி வந்ததன் காரணமாக உண்டான இழப்புகள் எல்லாமே ஈடுசெய்யப்படக் கூடியவைதான்.

அவள் பெயர் நாச்சியார். தங்கையின் பெயர் மதுரம். வைஷ்ணவக் குடும்பம். சற்றுச் சிரமமான ஜீவனம்தான். அப்பா கோர்ட்டில் எழுத்தர். நாச்சியாரின் திருமணமாகாத அக்கா, ஒரு அண்ணன், மூன்று தங்கைகள் என்று போர்ஷன் கொள்ளாத குடும்பம். ஆனால் எப்போதும் சிரிப்புச் சப்தமும் விதவிதமான பதார்த்தங்களின் சமையல் மணமும் வெளிவந்தவாறிருக்கும்.

நான் கணிதவியல் கற்றுக்கொடுக்க ஆரம்பித்தேன். நாச்சியாருக்குக்

கணிதவியலைவிடவும் நான் படிக்கும் வேறு புத்தகங்களின்மேல் ஆர்வம் ஏற்பட்டது. தி.ஜானகிராமனைப் படித்துவிட்டு, என் மனசு பற்றி எனக்கே தெரியாததையெல்லாம் என்னமாய் எழுதுகிறார் என்பாள். லா.ச.ராவின் கதைகள் தன் பாட்டி தன்னுடன் பேசுவது போலவே இருப்பதாய்ச் சொல்வாள். மௌனி, புதுமைப்பித்தன் இவர்களெல்லாம் கிருஷ்ணன் மாதிரி விநோத ஜந்துக்களுக்காக எழுதியவர்களாம். ஒரு புளியமரத்தின் கதையில் ஏன் ஒரு நல்ல மனிதர்கூட இல்லை. எல்லாருமே தந்திரக்காரர்களாக இருக்கிறார்கள். சரி, இவர்களெல்லாம் எழுதிப்போன பிரதேசத்தில் நீயும் எழுதப் போகிறேன் என்கிறாயே க்ருஷ்ணா. உன் கதைகளைப் படித்தால் உன்னை நினைத்து ஒரு சமயம் பாவமாய் இருக்கு. ஒரு சமயம் பயமாயிருக்கு. நீ நினைப்பது நடக்காமல் போனால் நீ உடைஞ்சு போயிடுவியே.

நான் அசட்டுத்தனமாய்ச் சிரிப்பேன். அவள் என்னை க்ருஷ்ணா என்று கூப்பிடுவது ரொம்பப் பிடித்திருந்தது. கிருஷ்ணன் என்ற என் பெயர் கிட்டத்தட்ட இருபத்தோரு வருஷங்களாக எதிர்கொண்டு வந்த சித்ரவதைகள்தாம் எத்தனை. கிஷ்ணா, கிட்டா, கிச்சா, கிட்டு, கிட்ணா. வெகு சீக்கிரமே நாங்கள் ஒருமையில் அழைத்துக் கொள்ளத் துவங்கியதும் அவளுக்கு என்மேல் இருந்த கரிசனமும் இப்போது நினைக்கும்போதும் தழுதழுப்பாய் உணர வைக்கின்றன.

உண்மையில், உடல் பற்றிய பிரக்ஞையேயில்லாமல் என்னால் ஒரு பெண்ணுடன் பழகிவிடமுடியும் என்று நான் நம்பியேயிருக்க மாட்டேன், நாச்சியாரைப் பார்க்காமல் இருந்திருந்தால். மதுரமும் என்னுடன் அன்பாய்த்தானிருந்தாள். ஆனால் ஏதோவொரு திரை எங்கள் இருவருக்கும் இடையில் கிழிபடாமல் இருந்துகொண்டு என்னைத் தொந்தரவு செய்தது. தான் தொட்டுப் பேசுவாள். நான் தொட்டால் சுளித்துக்கொள்வாள். நெருக்கமான ஒரு சொல் உதிர்ப்பாள். நான் பதில் சொன்னால் உடனே அங்கிருந்து நகர்வாள். நாச்சியாரைவிட இரண்டு வயதுதான் சிறியவள். மனத்தின் சுதந்திரத்தைப் பொறுத்தவரை ஒரு தலைமுறையின் வித்தியாசம் இருப்பதாய்த் தோன்றியது.

சுங்க இலாகாவில் வேலை கிடைத்து ராமநாதபுரத்துக்கு மறுநாள் புறப்படவிருந்தேன். நாச்சியார் தன் வகுப்பு முடியும் நேரத்துக்கு

மேலமாசி வீதிக்கு வா. நாம் மீனாட்சி அம்மன் கோயில் போய்விட்டு வரலாம் என்றாள். நான் மதுரம் வருவாளா என்று கேட்டேன். நாச்சியார் கிண்டலாகச் சிரித்துவிட்டு "வண்ணானுக்கு வண்ணாத்திமேல ஆசை; வண்ணாத்திக்குக் கழுதைமேல ஆசை. நான் கூப்பிட்டேன். அவள் வரலேன்னுட்டாள்" என்றாள்.

மீனாட்சியம்மன் கோவிலில் என் பேருக்கு அர்ச்சனை செய்து பிரசாதத்தை அவளே நெற்றியில் இட்டபோது நான் மிக மிக நெகிழ்ந்துபோனேன். பொற்றாமரைக் குளப்படியில் சென்று உட்கார்ந்தோம்.

"நாளைக்கு வேலையில் சேர்ந்து முதல் கையெழுத்துப் போடும் போது என்னை நினைச்சுக்குவியா க்ருஷ்ணா."

"ஏன் திடீர்னு ரொம்ப சென்ட்டிமென்ட்டலாயிட்டே இன்னிக்கு."

"நினைச்சுக்குவியா சொல்லு."

"கட்டாயம் நினைச்சுக்குவேன்."

"எனக்காகச் சொல்லாதே க்ருஷ்ணா. உனக்கு நினைச்சுக்க எவ்வளவோ பேர் இருப்பா. உங்க அப்பாவோட ஞாபகம்தான் உனக்கு முதல்ல வரும். வரணும்னு தோணறது. நாளைக்குத்தான் அவரோட ஆத்மா சாந்தியடையும்னுகூடத் தோணறது. ஆனா எனக்கு நாளைக்குப் பூரா உன்னோட ஞாபகமாகத்தான் இருக்கும் க்ருஷ்ணா. இந்தப் பதினோரு மாசத்திலே என் க்ருஷ்ணனை நான் பாக்காமலிருக்கப் போற முதல் நாள்."

அவள் குரல் உடைந்து கீறியது. என் வலது தோளில் தன் தலையைச் சாய்த்துக்கொண்டாள். மிருதுவான ரோமக்கற்றை என் தாடையில் உரசும்போது ரொம்பப் பெருமையாய் உணர்ந்தேன். அவளது தோளை மெல்ல வருடினேன். ஒருமுறை அவள் தோள் அதிர்ந்து அடங்கியது.

பாதியில் விட்டது ஞாபகம் வந்தவள்போலப் பேசினாள் மீண்டும்.

"ஆனா உன் வாழ்க்கையிலே முக்கியமான ஒண்ணு நடக்கப் போறது. இந்த நேரத்திலே என்னோட சுயநலத்தை யோசிக்கலாமா. இனிமே

நீ சுதந்திரமா இருக்கலாம். தோணும்போது உன் காசிலே சிகரெட் பிடிக்கலாம். அப்படிப் பார்க்காதே க்ருஷ்ணா. நீ சிகரெட் குடிக்கறது எனக்குப் பிடிக்காதுதான். ஆனாலும் உனக்குத் தோணும்போது தோணினதைப் பண்றதுக்கு சுதந்திரமும் வசதியும் இருக்கணும். அதுதான் எனக்கு முக்கியம்."

எனக்குக் கண் சுரந்தது. இவள் என்னிடம் வைத்திருக்கும் அன்புக்கு நான் அருகதையுள்ளவன்தானா. இன்னொன்றும் தோன்றியது. இதுவரை என் தோளில் சாய்ந்த எந்தப் பெண்ணையும் அடுத்தடுத்த கட்டங்களுக்கு நகர்த்திப் போகாமல் விட்டதில்லை நான். இதோ இவள் என் தோள்மேல் சாய்ந்து தன் உடலின் சுமையில் பாதியை நான் உணர வைக்கிறாள். யார் யாரோ தாண்டிப் போகும் இடத்தில் தன்னையும் என்னையும் தவிர யாரும் இல்லாதது போன்ற அந்தரங்கத்தை தான் உணர்பவளாயிருக்கிறாள். தன் சிறு சிறு அசைவுகள் மூலமும், குமுறியவாறே குமுறலை மறைத்துக் கொள்ளும் வாக்கியங்கள் மூலமும் என்னை உணர வைக்கும் வெற்று வெளியில் உடலற்றுத் திரியும் நான்இலியாய் அனுபவம் கொண்டேன்.

கோவிலின் உள் தொலைவிலிருந்து உரத்து ஒலித்த கண்டாமணி யோசை ரீங்கரித்து ஓய்கிறது. ஒற்றைத் தாளத்தில் நகராவும், மேளமும், ராட்சச ஜால்ராவும் பின்னிசைக்க, தொடர்பற்ற ஊதல்களில் முன்னகர்கிறது நாதசுரம். உள்ளிருந்து வெளியேறும் காற்றில் பூக்களின் சுகந்தம் மிதந்து வந்து என்னை நிறைக்கிறது. படிக்கட்டில் அமர்ந்தவாறே கோயில் முழுவதும், ஏன் மதுரை முழுவதும் நான் நிரம்பலானேன்.

அவள் தொடர்ந்தாள்.

"உன்னை எனக்கு ரொம்பப் பிடிக்கும் க்ருஷ்ணா. வேற யாரையும் விட உன்னைப் பிடிக்கும் க்ருஷ்ணா. அதுக்காக உன்னை என் கூடப்பிறந்தவனா நினைக்கிறேன்னெல்லாம் சொல்ல மாட்டேன். நீ அற்புதமான சிநேகிதன் க்ருஷ்ணா. அற்புதமான சிநேகிதன். இப்படி ஒருத்தன் எல்லாப் பொம்பளைக்கும் கிடைச்சுர மாட்டான்."

"நீ ரொம்பச் சொல்றே. நான் அவ்வளவு ஒண்ணும் சுத்தமானவன் இல்லை நாச்சி."

"நானும் கூடத்தான். எனக்கு இதுவரை எந்த ஆம்பளைகிட்டயும் கிடைக்காத ரிலேஷன்ஷிப் உங்கிட்டத்தானே கிடைச்சிருக்கு? எங்கிட்ட நீ எப்படி நடந்துக்கறேன்னுதானே நான் பார்ப்பேன். நீ ஒர்த்தன்தான் என் நெஞ்சைப் பார்த்துண்டே பேசாதவன் க்ருஷ்ணா. பொம்பளையா இருக்கறதுலே ரொம்பப் பெரிய அசௌகரியமும் அவமானமும் ரெண்டு மார் இருக்கறதுதான் க்ருஷ்ணா. பெரியவளானதிலேர்ந்து இந்த அவமானம் நான் படாத சமயங்களெல்லாம் உன்னோட இருந்தப்பதான்."

"சரி இவ்வளவு பேசறே இன்னிக்கி. இன்னொண்ணும் கேட்டுடறேன். உன்கிட்டப் பழகற மாதிரித்தானே மதுரம் கூடவும் பழகறேன். அவள் மட்டும் ஒரு டிஸ்டன்ஸ்லயே இருக்கா."

"கிறுக்கா, கிறுக்கா. அட செல்லக் கிறுக்கே. எவ்வளவு புஸ்தகம் படிக்கறே. எழுத்தாளனாகப் போறேங்கறே. இது புரியலையே உனக்கு. நீ எங்கேருந்து எனக்குக் கிடச்சே. ஒரு அத்துவான வெளி யிலிருந்து திடீர்னு ஒருநாள் என் முன்னால் தோணின. உனக்கு நான் கிடைச்சதும் அதே அத்துவானத்துலேர்ந்துதான். நாம் என்ன பண்ணினோம். சதா பேசிப்பேசி சந்தர்ப்பம் கிடைக்கும்போதெல்லாம் ஒருத்தரையொருத்தர் தொட்டுண்டு அந்த அத்துவானம்னு ஒண்ணு இருந்ததேயில்லைங்கிற மாதிரி நடந்துக்கறோம். மதுரம் தன் அத்துவானத்திலேர்ந்து அவ்வளவு சீக்கிரம் வெளில வர்றவ கிடையாது. உனக்கும் அதை அடிக்கடி ஞாபகப்படுத்தறா. உன்னைப் பார்த்து அவ பயப்படறாளோ என்னமோ. ஒரேயடியா அவளோட அத்துவானத்தைத் தொலைக்க வெச்சிடுவியோன்னு. எவ்வளவு நெருங்கினதுக்கப்புறமும் கொஞ்சூண்டு ரகசியம் வைச்சிக்கறது சுவாரஸ்யமான விஷயமில்லையா க்ருஷ்ணா" என்று என்னைப் பார்த்துக் கண் சிமிட்டினாள். மூச்சிரைத்தது.

பொற்றாமரைக் குளம் பெருகுகிறது. சமுத்திரமாகிறது. அலைகள் துள்ளி மறிகின்றன. நுரையின் பளபளப்புக்கூடாக நீர்ப்பரப்பின்மேல் அரைவட்டங்களாகப் பாய்ந்து மறைகின்றன மீன்கள். தனித்தனி அலைகளில் தனித்தனித் தொலைவுகளில் தத்தம் தனிமையில் மிதக்கும் பாய்மரப் படகுகள் சில நேரம் நெருங்குகின்றன. பின் விலகுகின்றன. நான், நாச்சியார், மதுரம் மற்றும் இருபத்து மூன்று காதல் பெண்கள் மூழ்கியெழும் சமுத்திரத் தண்ணீர் கொஞ்சம்

கூடக் கரிக்கவில்லை. புறப்படும் முன் பலர் பார்க்க கோயில் பிராகாரத்தில் கண் கலங்கும் என் மோவாயில் நாச்சியார் கொடுத்த முத்தம்போலத் தித்திக்கிறது.

***

பேய்க் கனவு

நின்றுபோன மின்சாரம் தூக்கத்தைக் கலைத்துவிட்டது. சோமநாதன் பெருங் குறட்டையில் ஆழ்ந்திருந்தான். அவிழ்ந்திருந்த லுங்கியை இறுக்கிக் கட்டிக்கொண்டு வாசலுக்கு வந்தேன். தெருவில் கனத்து அமர்ந்திருந்த நிசப்தத்தைக் கீறியது தொலைதூர நாய்க் குரைப்பு. படியில் அமர்ந்தேன். மனதின் அடியாழத்திலிருந்து கிளம்பியது அழைப்பின் சன்னக் குரல். மெல்ல மெல்லக் கார்வை சேர்ந்து உரத்து ரீங்காரமாக, பின் மேலும் வலுத்து அழுத்தும் வற்புறுத்தலாக உருமாறியது.

மாலையில் பார்த்த மலையாளப் படத்தில் ரிஷ்யசிருங்கன் பட்ட அவஸ்தையின் சலனக் காட்சி மீண்டும் திரையேறியது. அவனுக்கு வைஷாலி ஒரு மானாக, புலியாக, நடமாடும் விருட்சமாக ஏன் தென்படவில்லை? தனது இணையாக அவளை அனுபவம் கொள்ளும் ரசவாதத்தை அவனது தகப்பனால் ஏன் தடுக்க முடியா மல் போனது? அவன் காலடி பட்டதால் மழைத்தாரைகளின் அசுரத் தழுவலுக்கு ஆளான வறண்ட நிலம்போல வேட்கை வர்ஷித்த மனதின் புலம்பலை எதிர்கொள்ளும் திராணியற்று மூச்சுத் திணறலை உணர்ந்தேன்.

இதுவரை நான் தீண்டவும், தீண்டாதிருக்கவும் நேர்ந்த பெண் உடல்களின் தேக நெடி இருளின் ஆட்சிக்குப் பணிந்திருந்த தெருவி லிருந்து என் உள் ஆழங்களில் பரவியது. முகமற்ற பெண்ணின் உடலற்ற ஆலிங்கனத்தில் பரபரப்பு கொண்ட என் அங்கங்களை மெல்ல வருடலானேன்.

வரிசையாய்ப் பெயர்கள் உருளும் பட்டியலில் ஒவ்வொன்றாய் நிராகரிக்கிறேன். ஒவ்வொரு பெண்ணின் ஒவ்வொரு அம்சத்தைத் தேர்ந்து திரட்டிய பாவனைப் பெண்ணின் நிர்ணயமுறாத வடிவம் என்னைச் சுற்றிச் சுழல்கிறது. அவளது உடைநுனிகள் பட்டு விலகும்

என் சருமப் பகுதியில் தீக்காயங்கள் உண்டாகி நிணம் ஒழுகுகிறது. வட்டச் சுழற்சியில் தலைசுற்றி அவள் வீழ்ந்தாக வேண்டிய இடம் என் மடியைத் தவிர வேறில்லை என்று உறுதி கொள்கிறேன்.

பூர்த்தியாகாத அரைவட்டமென நான் காத்திருக்கும் அசுர வேளையில் மறுபாதி வட்டம் காணக்கூடும் கனவின் வெளியில் நான் யாராக இருப்பேன். நான் பிறக்கும் முன்பே ஆரம்பித்துவிட்ட தாகத் தோன்றும் இக் காத்திருப்பு நிறைவுற்றபின்னும் நீடிக்கு மோவெனக் கேட்டுக்கொண்டேன். இருளில் தென்னை மரங்களின் பேய்த்தலைகள் காற்றின் ஆணைக்கு அசைகின்றன. ஆந்தையின் அலறலில் அபூர்வமான குழைவும் கனிவும். பகலில் தொலைந்திருந்த ரகசியங்களை மீட்டெடுத்த பெருமிதம் இரவின் நாடித்துடிப்பில் துல்லியமாகக் கேட்கிறது. எழுதப்படாத வரிகளில் தொடரும் வம்ச சரித்திரமாக எனக்குள் விட்டுவிட்டு ஒலிக்கிறது தாபத்தின் போர்க்குரல்.

பிரமிளின் வரிகள் உச்சாடனமென சீறிக் கிளம்புகின்றன.

> பரிதி புணர்ந்து
> படரும் விந்து

உச்சரிக்கும்போதே கிளர்ச்சியின் ஊற்றெடுக்கும் வரிகள் மெல்லத் தேய்ந்து சமனமுறும் மனவெளியில் எழும்புகிறது முழுமை பெறத் தவிக்கும் ஒரு சித்திரம். சலிக்காது விரையும் நதியின் கரையோர மரத்தின் இலைகளின் இடைவெளியில் நுழைந்து நீர்ப் பரப்பில் பொன்வில்லைகளாகப் படர்கிறது சூரிய வெளிச்சம். மேற்பரப்பையொட்டியும் ஆழத்துக்குள் பாய்ந்து மீண்டும் உற்சாகம் கொள்ளும் மீன்களிலொன்று திறந்த வாயால் விழுங்குகிறது ஒரு வில்லையை. விழுங்கி விலகிய மீனின் வாலருகே மறுபடியும் படர்கிறது வில்லை.

***

அப்பாவின் காதலி

பத்தாவது வகுப்புப் படித்துக்கொண்டிருந்தேன். பொதுவாகவே, பாடப் புத்தகங்களின் மீது ஒருவிதமான வெறுப்பும் வேறுமாதிரியான புத்தகங்கள்மீது ஆர்வமும் கூடிக்கொண்டிருந்த சமயம். வழக்கம்

போல, ஒரு சாயங்காலம், வாசலில் இருந்த பெரிய திண்ணையில் அம்மா, மன்னி, அக்கம்பக்கத்தில் குடியிருந்துகொண்டு தினசரியும் எங்கள் வீட்டுத் திண்ணையில் வந்து கூடிவிடும் நாலைந்து மாமிகள் ஆகியோரோடு அமைதியாய் அமர்ந்து வம்பு கேட்டுக்கொண்டிருந்தேன் - அம்மா அவ்வப்போது முறைப்பதைக் கவனிக்காதவன் போல.

நன்றாக இருட்டியிருந்தது. ரேடியோ மாமி (காரணப்பெயர்)யும் மற்றொரு மாமியும் புறப்படத் தயாரான தருணம். வாசலில் ஒரு உருவம் வந்து நின்றது. தோற்றத்தைப் பற்றி ஒன்றும் சொல்ல முடியாத அளவு இருள் கனத்துவிட்டது.

அம்மா என்னை விரட்டினாள்.

“யார்னு கேளேண்டா?”

நான் கேட்கும் முன்பே அந்த உருவம் தானே பேசியது.

“இங்கே சங்கரன்னு...”

கேட்டவாறே வெளிச்சத்துக்குள் நுழைந்து வந்த உருவம், மடிசார் உடுத்திய, அறுபது வயது மதிக்கக்கூடிய, வயதான பெண்ணுருவமாய் மாறியது.

“சங்கரன் வீடு இதுதானே, மேல்மங்கலத்துக்காரர் பிள்ளை ...”

முதல்முறை காதில் விழுந்தபோதே உண்டான எண்ணம் இப்போது உறுதிப்பட்டது. அந்தக் குரலில் அளவிடமுடியாத துக்கம் இருந்தது. அது என்னை ஏன் சங்கடப்படுத்துகிறது என்று யோசித்துக்கொண்டிருந்தபோதே அம்மா பதிலளித்துவிட்டாள்.

“ஆமா. இதுதான். எம் பிள்ளைதான் அவன். நீங்க யாரு?”

“அடீ, நீ பர்வதமா? என்னத் தெரியலையா உனக்கு? நான் சுப்புடீ. சாணார்பட்டிச் சுப்பு.”

அம்மாவின் முகம் சடாரென்று தீவிரமடைந்தது. இனம் காண முடியாத பரபரப்பு அவளிடம் உண்டாகிவிட்டது தெரிந்தது. சற்று பத்திரமான ஏற்ற இறக்கத்துடன் இழுத்து இழுத்துச் சொன்னாள்.

“தெரியாம என்ன, அதான் சொன்ன ஒடனே தெரிஞ்சுடுத்தே. அப்போ நாம் நாளைக்குப் பாக்கலாமே மாமி” என்று ரேடியோ மாமியைப் பார்த்துச் சொல்லி முடித்தாள். புறப்படத் தயாராகி, புதுவரவால் ஈர்க்கப்பட்டு தயங்கி நின்றுவிட்டிருந்த மாமிகள் இருவரும் அசட்டு முகத்துடன் நகர்ந்தனர். மற்றவர்களும் உடனே எழுந்துவிட்டனர். மன்னி என்ன குறிப்பை உணர்ந்தாளோ தானும் வீட்டுக்குள் சென்றாள். நான், அம்மா, புதிதாக வந்த பெண்மணி மூவர் மட்டுமே மிஞ்சினோம். நான் இருப்பது, வந்தவளைத் தன் இஷ்டம்போல அம்மா கையாள்வதற்குத் தடையாக இருக்கும் என்பது எனக்குத் தெரிந்தது. நான் அந்த இடத்தைவிட்டு நகராதிருப்பதற்கு அதுவே எனக்குப் போதுமான காரணமாயிருந்தது. தவிர, இதில் ஏதோ சுவாரசியம் ஒளிந்திருக்கிறது. என் பதினைந்து வயதில் நான் பார்த்தேயிராத பெண்மணி, தான் எதிரில் வந்த மாத்திரத்தி லேயே என் அம்மாவை, யாரையுமே சுடுசொல் சொல்லாதவளான அம்மாவை நிம்மதியற்றவளாக்குகிறாள்!

“சரி, இப்போ என்ன விஷயமா வந்தேள் இங்க?”

“என்னடீ பர்வதம் இது, முப்பது வருஷம் கழிச்சு வீடு தேடி வந்திருக்கேன். என்னை உட்காருன்னுகூடச் சொல்ல மாட்டியா?”

அந்த அம்மாள் பேசும்போது என்னைப் பார்வையால் எரித்துப் பொசுக்க முயன்றுகொண்டிருந்த அம்மா வெறுப்புடன் நகர்ந்து திண்ணையைத் தட்டிக் காட்டினாள். வந்தவள், தன் கையில் இருந்த மஞ்சள்நிறப் பையை அருகில் வைத்தபடி அமர்ந்தாள். முன்னங்கைத் தசைகள் தொய்ந்து ஆடின. நெற்றியில் தாறுமாறாகச் சுருக்கங்கள். முன்வரிசைப் பற்கள் மட்டுமே இருப்பதுபோல ஒட்டிப் பள்ளமாயிருந்த கன்னங்கள். வாழ்வின் எல்லாத் திசைகளிலும் எல்லா மூலைகளிலும் அலைக்கழிக்கப்பட்டவளாய்த் தோன்றி னாள். விளங்க முடியாத ஒரு நெருக்கம் அந்த அம்மாளிடம் எனக்கு உண்டாவதை உணர்ந்தேன்.

எனக்கும் அம்மாவுக்கும் வெகு அந்தரங்கமாக நடந்த பந்தயத்தில் அம்மா ஜெயித்தேவிட்டாள்.

“கிஷ்ணா, ராகவனாத்திலே அண்ணா இருந்தாப் போயிக் கூட்டிண்டு வா” சொல்லிவிட்டு என்னைப் பார்த்துப் புன்னகை வேறு பூத்தாள்.

நான் எரிச்சலுடன் நகர, என் முதுகில் அந்த அம்மாளின் குரல் மோதியது.

“ஒன் கடைக்குட்டியா இது! அத்தானை அப்படியே உரிச்சு வச்சிருக்கேடீ!”

அந்தக் குரலில் அப்போது இருந்த உணர்வின் தகிப்பு நான் அதுவரை அறியாதது. ஒருமுறை அவளைத் திரும்பிப் பார்த்துவிட்டு இருளில் நுழைந்தேன். ஒரு கிலோமீட்டர் தள்ளியிருந்த ராகவன் சார் வீட்டுக்குப் போய்விட்டு வந்தபோது எதிர்பார்த்தபடியே அந்த அம்மாள் போய்விட்டிருந்தாள்.

அங்கே அண்ணா இல்லை என்ற தகவலை நான் சொன்னபோது,

“அவன்தான் கோயிலுக்குப் போறேன்னு சொல்லிவிட்டுப் போனானே” என்றாள் அம்மா.

நாலைந்து நாட்களுக்குப் பிறகு, பள்ளியிலிருந்து திரும்பி வரும் போது, வக்கீல் தெருவின் இருபுறங்களிலும் ஆட்கள் நின்று வேடிக்கை பார்த்துக்கொண்டிருப்பதைக் கண்டேன். நடுத்தெருவில், என் பார்வைக்கு முதுகைக் காட்டியபடி ஆடிக்கொண்டிருந்த பெண்ணுருவத்தின் குரல் மட்டும் பரிச்சயமானதாயிருக்கிறதே என்று நான் எண்ணும்போதே ஆட்டச் சுழற்சியில் என் புறமாகத் திரும்பியது அந்த உருவம். அன்றிரவு வந்த பெண்மணிதான். மன்னி சுற்றுமுற்றும் பார்த்தவாறு, திருட்டுத்தனத்தின் குதூகலிப்பு கூத்தாடும் குரலில் சொன்னது ஞாபகம் வந்தது. என் அப்பாவின் சொந்த மாமா பெண் அந்த அம்மாள். அவளை மணப்பதாக இருந்த என் அப்பா ஏதேதோ காரணங்களால் என் இப்போதைய அம்மாவைக் கல்யாணம் செய்துகொள்ள நேர்ந்ததாம். சுப்பு அம்மங்கா கல்யாணம் செய்துகொள்ளாமலேயே கிழவியாகிவிட்டாள். அப்பா இறந்துவிட்ட தகவலை அம்மா சொன்னபோது குமுறிக் குமுறி அழுதுவிட்டு உடனே புறப்பட்டுப் போய்விட்டாள். அம்மா அவளைப் பைத்தியம் பிடித்தவள் என்றாளாம். லேசான மனக்குறை தென்பட்ட குரலில், “இவ்வளவுதாம்ப்பா அம்மா சொன்னா” என்றாள் மன்னி...

அம்மங்காவின் பாட்டுக்கும் ஆட்டத்துக்கும் ரசிகர்கள் எண்ணிக்கை அதிகரித்து வந்தது. அவள் என் உறவினள் என்பது அங்கிருந்த

யாருக்குமே தெரியாது என்பது எனக்குத் தெரியும் என்றபோதும் அவர்கள் பார்க்கும் கிழவியை நான் பார்க்கவில்லை என்பது விநோதமான அவமான உணர்ச்சியையும், பரிதாப உணர்வையும், ஆழமான துக்கத்தையும், ஆதுரத்தையும் கிளர்த்தியது.

பாட்டு நின்றது. பேச்சுத் தொடங்கியது.

“ராமநாதய்யனைத் தெரியுமாடா ஒங்களுக்கு? அத்தான் ராம நாதன்டா. கானகத்தே காதலியைக் கைவிட்டு நீங்குதலும் வேந்தர்க்கு அழகாமோ? போய்ட்டாண்டா. நாசமாய்ப் போறவன். கட்டேல போய்ட்டாண்டா. நான் அவனை எங்கேன்னுடா தேடுவேன்.

மன்னவன் போனானடி... தோழி...”

கூட்டம் சிரித்தது. எனக்குள் குமிழிகள் தோன்றித் தோன்றி உடைந்துகொண்டிருந்தன.

“என்னடா சிரிக்கறேள். என் காதலன் போய்ட்டாண்டா. என்ன வெல்லாம் சொல்லிக் குடுத்தான். அவம் போய்ட்டாங்கறேன். ஒங்களுக்குச் சிரிப்பா இருக்கோ?”

குனிந்து, இல்லாத கல்லெடுத்து பாவனையாய் எறிந்தாள். இலக்கற்று வீசிய கல்லில் எனக்கு ரணகாயம் ஏற்பட்டது. அந்த இடத்தைவிட்டு நகர்ந்துவிட வேண்டும் என்ற துடிப்பைச் செயல்படுத்த முடியாத குற்ற உணர்ச்சி - இதன் காரணம் இதை உங்களுடன் பகிர்ந்து கொள்ளும் இப்போதுவரை புரியவில்லை - ஊறிப் பெருகியது.

“கம்ப ராமாயணம் ராமநாதய்யர்வாள்... ஒரு பாட்டுச் சொல் லுங்கோ ஸ்வாமி..

மூங்கில் இலை மேலே
தூங்கும் பனி நீரே
தூங்கும் பனி நீரை
வாங்கும் கதிரோனே

போய்ட்டியேடா. சண்டாளா. சண்டாளப் பாவி...”

ஏற்கனவே கம்மியிருந்த குரல் உடைந்து நாராசமாய் அரற்றியது. துடைப்பதற்கான யத்தனமின்றித் தாரைதாரையாய்ப் பொழியும்

கண்ணீர் இரு தாடைகளிலும் ஓடிச் சொட்டியது. இவளேகூட என் அம்மாவாக இருந்திருக்க முடியும். கல்லெறி வாங்கிய தெரு நாயின் வேகத்துடன் அகன்றேன். கூட்டத்திலிருந்த சிறுவன் ஒருவன் குனிந்து ஒரு கூழாங்கல்லையெடுத்தான். மூங்கில் இலைமேல் கல் படுவதும் அதன் கிழிந்த தொண்டையிலிருந்து எழும் ஓலமும் எனக்குத் தெரியாதவை. தெரியவே தெரியாதவை.

***

பிரதி

ரங்கநாதய்யரை வெராந்தாவில் கிடத்தியிருந்தார்கள். துணிக் கிழிசல் கொண்டு கட்டப்பட்ட கால் மற்றும் கைக் கட்டை விரல்களில் நீலநிறம் பாய்ந்திருக்க பவ்வியமாய் மல்லாந்திருந்தார் அய்யர். அய்யர் இவ்வளவு பணிவாக இருந்து யாருமே பார்த்திருக்க மாட்டார்கள். தலைமாட்டில் ஏற்றி வைத்த விலை உயர்ந்த ஊதுபத்திக் கொத்து சுற்றித் தெளித்திருந்த பன்னீர் இவற்றால் ஈடுகட்ட முடியாத மரண வாடை நிரம்பியிருந்த அறையைவிட்டு வெளியில் வந்தேன் - அம்மாவிடமும் மன்னியிடமும் கண்ணால் தெரிவித்துவிட்டு. அண்ணாவின் நண்பர் ராகவன் "சங்கரனுக்கு விவரம் தெரியுமாப்பா" என்றார் கம்மிய குரலில்.

"தெரியும்ண்ணா. போன் பண்ணிச் சொல்லியாச்சு. சாயங்காலத் துக்குள்ள வந்துடுவார்."

ராகவனின் தம்பி வரதன் - அய்யரின் கடைசி மகன் - என்னுடன் தானும் காம்ப்பவுண்டைவிட்டு வெளியேறி வந்தான். கழுத்தில் கைக்குட்டை ஒன்றை இறுகக் கட்டியிருந்தான். தழைந்திருந்த லுங்கியை இறுகக் கட்டினவாறு "கிஷ்ணா ஒரு தம் அடிப்போமாடா" என்றான். பஸ் ஸ்டாப்புக்கு எதிர்த் திசையில் இருந்த சந்துக்குள் மறைவாய்ப் போனோம்.

"இன்னும் ஏகப்பட்ட கூத்து இருக்குடா. குடும்ப மானம் சந்தி சிரிச்சுரும் கொஞ்ச நாள்ல. பம்பாய்க்காரன் வந்ததுக்கு அப்புறம்தான் வேடிக்கை. அவனுக்கு எவ்வளவு குடுத்தாலும் போதாது. கிழவனும் எதுவும் எழுதி வச்ச மாதிரித் தெரியலை. இப்படி வராண்டாவுல கிடக்கத்தான் பேயாய்ச் சம்பாதிச்சான். செத்தும் கெடுத்தான்னு

அஞ்சு பேரையும் நிம்மதியாத் தூங்க விடாமல் செஞ்சுட்டான். எனக்குக் கிழவன் சம்பாத்தியத்துல ஒரு பைசா வாங்கிக்க மாட்டேன். அது அம்புட்டும் பஞ்ச பாண்டவர்களுக்கு. எங்க தாத்தா வச்சுட்டுப் போன சினிமாத் தியேட்டர் மட்டும் எனக்கு" என்று பொரிந்தவன் "இப்படி சுதந்திரமா சிகரெட் குடிக்கணும்னு எத்தனை நாள் ஆசை தெரியுமாடா. கிழவன் கொஞ்சப் பாடா படுத்தினான். ஒரு பேப்பர் அரியர்ஸுக்கு என்னவெல்லாம் பேசினான் தாயளி" என்று சொல்லி முடித்தான்

நான் அவனுடைய தோளில் தட்டினேன். மெயின்ரோடுக்கு வந்து அவர்களது மாளிகையின் வாசலுக்கு வரும்வரை இருவரும் பேசிக் கொள்ளவில்லை. வாசலுக்குச் சற்றுத் தள்ளி ஏணி போன்ற ஒன்று தயாராகிக்கொண்டிருந்தது. பச்சை ஓலைகளின் அருகில் அமர்ந்து பீடி குடித்துக்கொண்டிருந்த சவுண்டியின்மேல் மோதுவதுபோல வந்து நின்றது ஒரு கார். முன் கதவைத் திறந்து இறங்கினான் ஒரு பையன். கல்லூரியில் படிப்பவன்போலத் தோன்றினான். அவனை எங்கோ பார்த்திருக்கிறேன் என்று தோன்றியது. அவன் பின் கதவைத் திறந்துவிட ஒரு நடுத்தர வயதுப் பெண்மணி இறங்கினாள். வயதிடம் தோற்றுவிடாத அவளின் பேரழகு என்னைச் சங்கடப்படுத்தியது. தலைகுனிந்திருந்தாள். நெற்றியில் குங்குமம் இடப்பட்டு அழிபட்டிருந்ததாகத் தோன்றியது. காரிலிருந்து இறங்கும்போது சமன் குலைந்ததாலோ, மன வேகம் காரணமாகவோ, அநேகப் பெண்களுக்கு நடுத்தர வயதில் ஏற்படும் அசிரத்தை போன்றுதானோ, அவள் சேலையின் தலைப்பு தரையில் வீழ்ந்தது. துணியின் மறைப்பில் வருடக்கணக்காகப் பொதிந்திருந்த முலைகள் கன்றின சிவப்பில் அதிர நிதானமாக எடுத்துப் போர்த்திக்கொண்டாள், முதுகோடு சேர்த்து. கழுத்தில் கருகமணி போட்டிருந்தாள். வரதனின் வீட்டில் யாரும் கருகமணி அணிந்து நான் பார்த்ததில்லை. எங்கள் பகுதி ரெட்டியார்ப் பெண்கள் அணிவது அது.

அவர்களைத் தொடர்ந்து நானும் வரதனும் போனோம். வரதன் முகத்தில் நுண்மையான வேதனை கோத்திருப்பது தெரிந்தது. வந்த பெண்மணி நுழைந்ததும் சடலத்தைச் சுற்றி அமர்ந்து பேசிக் கொண்டும் அவ்வப்போது அழுதுகொண்டுமிருந்த பெண்கள் உடனடி நிசப்தத்தில் ஆழ்ந்தனர். மரணத்தின் பேரமைதி நிஜமாகவே

கவிழ்ந்தது ஒரு கணம். பின் அவரவரும் தலைகளை உரசியவாறு ரகசியம் பேசினர். வரதனின் அம்மா, அய்யரின் அருகில் மிகுந்த வாஞ்சையுடன் அரற்றியவாறிருந்தவள் சடாரென எழுந்து உட்புறம் போனாள். வந்தவள் முழந்தாளில் சரிந்து அய்யரின் பாதத்தைத் தொட்டுக் கண்களில் ஒற்றிக்கொண்டாள். புடவைநுனியை வாயில் அடைத்து உடல் குலுங்கினாள். ராகவன் அண்ணா தலையில் அடித்துக்கொண்டார். ஒரு திடீர்த் தீர்மானத்தின்மேல் செயல்படுபவள்போல வேகமாக எழுந்து பின்வாங்கி காரை நோக்கி ஓட்டமாக நடந்தாள்.

பின்தொடர்ந்து ஓடியவனின் அடையாளம் தெரிந்துவிட்டது. ரங்கநாதய்யரும் மாமியும் கல்யாணமான புதிதில் எடுத்துக் கொண்ட மார்பளவுப் புகைப்படத்தை நான் பார்த்திருக்கிறேன். அதில் இருக்கும் முகமேதான் இது.

***

அப்பளம்

காலையில் வந்த மாமாவின் கடிதத்தில் விசாலாட்சியம்மன் கோவில் சமாராதனைத் தேதியும், சுரேஷ் மாமரத்திலிருந்து விழுந்து முழங்காலைப் பெயர்த்துக்கொண்டதும், மாமிக்கு கர்ப்பப்பையை எடுத்தாக வேண்டும் என்று ராமகிருஷ்ணப் பணிக்கர் சொல்லிவிட்ட தும் இருந்தன. கடைசித் தகவல்தான் என்னை மிகவும் ஈர்த்தது.

அப்பளம் பி. எம். எஸ். அய்யர் காலமாகிவிட்டார். பட்லகுண்டு மகாலிங்கமையர் சுப்பிரமணிய அய்யர்.

அய்யரை நான் ஒரே ஒருமுறை பார்த்திருக்கிறேன், பல வருஷங் களுக்கு முன். வத்தலக்குண்டுவுக்குக் கோடை விடுமுறைக்குப் போயிருந்தபோது. மாமாவின் மூத்த பையன் குமார் சில புது சமாசாரங்கள் கற்றுக்கொடுத்தான் அந்த முறை. உடம்பின் ரகசியச் சுனைகளிலொன்றை நான் தெரிந்துகொண்ட சந்தர்ப்பம் அது. பின் பல வருஷங்கள் என்னைப் பீடித்து, சதா வேட்கையும் குற்ற உணர்ச்சியும் புதுப் புது மனச்சித்திரங்களுக்காக அபரிமிதமான எண்ணிக்கையில் வந்து சேர்ந்த பெண்ணுருவங்களின் படையெடுப்பும் என்னை ஆக்கிரமிக்கச் செய்தது. சில புத்தகங்கள் படிக்கவும் சில

பார்க்கவும் கொடுத்தான். அவற்றை மறைத்து வைப்பதற்கான இடங்கள் மாறிக்கொண்டும், கிடைத்தபடியும் இருந்ததில், மாமாவின் வீடு தன் இயல்புத்தன்மை பிறழ்ந்து மந்திரவாதியின் கோட்டைபோல மாறியது. மாமி நாங்கள் இணை சேராமல் தடுக்கப் பெருமுயற்சி எடுத்தவாறிருந்தாள். அவளது அக்கறை என்மேலா, தன் மகன்மேலா என்று புரியவில்லை.

குமாரை அப்பளம் வாங்க அனுப்பியபோது, நானும் கூடப் போனேன். பி. எம். எஸ். அய்யர் வீட்டு வாசலில் வலதும் இடதுமாக இரண்டு கோலங்கள் இருந்தன. ஒரு கோலம் நேர்த்தியாகவும் மற்றது கிறுக்கலாகவும். வாசல் திண்ணையில் உட்கார்ந்திருந்த மனிதரிடம் "மாமா ரெண்டு கட்டு" என்றான் குமார். அவர் எழுந்து உள்ளே போன போதுதான் கவனித்தேன் - வீடு நெடுக்காக இரண்டாகப் பிரிக்கப்பட்டிருந்தது, மூங்கில் தட்டி வைத்து.

அப்பளக் கட்டுகளுடன் திரும்பும்போது குமார் சொன்னான். அய்யருடைய மனைவி திருவேங்கடலக்ஷ்மி அய்யங்கார் பிரிவைச் சேர்ந்தவள். அந்தக் காலத்தில் வத்தலக்குண்டு முழுவதும் வியந்த காதல் திருமணம் அது. கல்யாணமான கொஞ்ச நாளிலேயே இருவருக்கும் ஏதோ சண்டை வந்து வீட்டைச் சரிபாதியாகப் பிரித்துக்கொண்டுவிட்டார்கள். தனித்தனிப் படுக்கை. பேச்சு வார்த்தை கிடையாது. முப்பது வருஷமாக.

"எப்படிடா இந்த மாதிரி இருக்க முடியும்."

குமார் விரசமாகச் சிரித்தான்.

"அதெல்லாம் ஒண்ணும் கஷ்டமில்லேடா மாப்ளே. மாமி குத்தகைக்காரன் பெரியசாமியை வச்சிருக்கா. மாமா அப்பளம் இடற மாத்வப் பொம்பளையையும் கிறுக்கு மீனாட்சியையும் வச்சிருக்கார்."

***

அலங்காரம்

பட்டாசுச் சப்தத்தில் உறக்கம் கலைந்துவிட்டபோதிலும் போர்வையைவிட்டு நீங்க மனமின்றிப் படுத்திருந்த என் நெற்றியில் முத்தமிட்டு எழுப்பி 'ஹேப்பி திவாலி' என்று வாழ்த்தினாள் மோகனா.

எழுந்து நின்று சோம்பல் முறித்தேன். சதையிலும் மூட்டுகளிலும் உணர்ந்த தினவு மனதுக்குப் பிடித்திருந்தது. அவள் என் படுக்கையைச் சுருட்டி எடுத்துக்கொண்டு 'கீழே வந்து சேருடா' என்று சொல்லி இறங்கிப் போனாள்.

நான் சட்டைப்பைக்குள் வைத்திருந்த சிகரெட்டைப் பற்ற வைத்தேன். சென்னை மாநகரத்தின் ஆகாயம் வாணங்களின் பிரளயத்தில் விதவிதமான நிறச்சேர்க்கையைப் பூண்டது. குளிர்ந்த காற்றும் மோகனாவின் முத்தமும் இந்த தீபாவளிக்கு விசேஷ அர்த்தம் இருப்பதாகத் தோன்றச் செய்தன. அவள் என்னைவிட நாலு வயது மூத்தவள். அமேரிக்காவில் - அங்கிருந்து வருகிறவர்கள் இப்படித்தான் உச்சரிக்கிறார்கள் - வேலை பார்க்கும் அண்ணன்மார் அனுப்பும் டாலர்களில் வயதான பெற்றோரைப் பராமரிக்கும் பணியைச் சந்தோஷமாகச் செய்பவள். தினசரியின் அலுப்பு சகிக்க முடியாததாக ஆகிவிடும் சமயங்களில் எனக்குக் கடிதமெழுதுவாள். நான் நாலைந்து நாட்கள் லீவெடுத்து வந்து தங்கி அவளை உற்சாக மூட்டிப் போவேன். அளவான தொடுகைகளும் அவ்வப்போதைய முத்தங்களும் - நாங்கள் ஒருபோதும் உதட்டில் முத்தமிட்டுக் கொண்டதில்லை. 'அது என் புருஷனுக்கு' என்று கூறிச் சிரித்தாள், ஒருமுறை நான் இயல்பாக முனைந்தபோது - முடிவற்ற பேச்சுக்களும் ஆறேழு மாதத்துக்கான வலுவைத் தந்துவிடுவதாக இருவருமே உணர்வதாகச் சொல்லிக்கொள்வோம்.

கீழே இறங்கி வந்தபோது அத்திம்பேர் குளித்துவிட்டு புது வேஷ்டி யின் விலைச் சீட்டைப் பிரிக்க சிரமப்பட்டுக் கொண்டிருந்தார்.

"நான் வேணாப் பிரிச்சுத் தரட்டுமா அத்திம்பேர்."

"போடா சோம்பேறி. தீபாவளியும் அதுவுமாக் குளிக்காம மேலே படாதே. நான் தர்ப்பணம் வேற பண்ணணும்."

அத்தை குளியல் அறையில் இருக்கிறாள் என்றாள் மோகனா.

"அம்மா வர அரைமணி நேரமாவது ஆகும். நீ காப்பி குடிச்சிட்டுப் பல் தேய்க்கறயா."

ஒரு சமயத்தில் ஒருவர் மட்டுமே காலைக் கடன்களை முடித்துக் கொள்ள முடியும் இந்த வீட்டில். குளியலறை, கழிப்பறை, வாஷ் பேஸின் எல்லாமே ஐந்தடிக்கு ஐந்தடி சதுரம் கொண்ட ஒரே அறையில்தான். மாநகரங்களில் வன்முறை அதிகரிப்பதற்கும் உறவுகள் சீர்கெடுவதற்கும் வசிக்கக் கிடைக்கும் இடம் குறுகலாயிருப்பதும் ஒரு காரணம் என்று ஜே.கிருஷ்ணமூர்த்தியின் உரைகளொன்றில் வாசித்திருக்கிறேன்.

காபி குடித்து முடித்து தெருவில் மறைவாகச் சென்று இன்னொரு சிகரெட் பிடித்து நான் திரும்பி வந்தபோது அத்தை குளித்து வெளிவந்தாள். ஈரப் புடவைக்குமேல் தன் மார்போடு அணைத்த டர்க்கி டவலைப் பிடித்த கைகள் நடுங்க என்னைப் பார்த்தாள். பின் குழந்தைபோல எட்டு வைத்து சமையலறைக்குள் உடைமாற்றப் போனாள். மோகனா சமையலறையிலிருந்து தற்காலிகமாக வெளியில் வந்தாள்.

அத்தைக்கு அறுபத்தைந்து வயது. என் அப்பாவின் சொந்தத் தங்கை. பார்க்கின்ஸன்ஸ் வியாதி பீடித்திருந்தது அவளை. சிரிக்கவோ, அழவோ சுருங்கி விரியாத முகத் தசைகளில் ஏகப்பட்ட சுருக்கங்கள். உயிரிழந்த கண்களால் வெறித்துப் பார்த்தபடியிருப்பாள். அவள் வாயருகே என் காதைக் கொண்டு வரும்படி சைகை காட்டி 'உன் வார்த்தைக்குச் சிரிக்கக்கூட முடியாத பாவியாயிட்டேனேடா' என்று முனகுவாள். ஒரு கவளம் உணவை வாய்க்குக் கொண்டு போக மூன்று நிமிஷமாவது ஆகும். அணு அணுவாக உயரும் கையின் நடுக்கத்தைப் பார்க்கும்போது பரிதாபமாக இருக்கும். ஊட்டப் போனால் வேண்டாம் என்பாள்.

"உங்க அம்மாவை ஏண்டி இன்னும் காணம்" என்றார் கிழவர், புது வேஷ்டிக்குமேல் தோல் பெல்ட்டை அணிந்தபடி. அங்கங்கே விபூதிப் பட்டைகளுடனும் கையில் வெண்கலத் தம்ளருடனும் மெல்ல சமையலறை நோக்கி நகர்ந்தார்.

மோகனா சமையலறைக் கதவைத் திறந்தவள் "அம்மா என்னம்மா இது" என்று பதறியவாறு அழத் தொடங்கினாள். நானும் விரைந்தேன். மறக்க முடியாத காட்சி. நடுங்கும் உடலில் துணி எதுவுமின்றி நின்றிருந்தாள் அத்தை. கண்களிலிருந்து தாரை தாரையாகக் கொட்டியது கண்ணீர். பாவம் அற்ற முகம் வெறித்தவாறு உறைந்திருந்தது. மோகனா தரையில் உட்கார்ந்து முழங்காலில் முகத்தைப் புதைத்துக்கொண்டு குலுங்கினாள். அத்தையை நெருங்கவோ உடனடியாக வெளியேறி நான் அந்நியன் என்று ஸ்தாபித்துக்கொள்ளவோ மோகனாவைத் தேற்றவோ அத்திம் பேரிடம் ஒரு வார்த்தை பகிரவோ எதற்கும் திராணியற்றவனாய் நின்றேன்.

கிழவர் அவளை நெருங்கினார்.

"அழாதே மீனாட்சி. எதுக்கு அழறே. நான் மடையன். உன்னைத் தனியா விடலாமோ. நான் மடையன்" என்று சொல்லிக்கொண்டே புதுத் துண்டால் கண்ணைத் துடைத்துவிட்டார். தரையில் கிடந்த புடவையை எடுத்து அவளுக்கு உடுத்திவிடத் துவங்கினார்.

"அப்பா நான் கட்டி விடறேம்ப்பா" என்று நெருங்கிய மோகனாவை,

"போடீ தள்ளி, என் மீனாட்சிக்கு நான்தான் கட்டிவிடுவேன். இல்லியா மீனாட்சி. அம்பாளுக்குக் கட்டிவிடற மாதிரின்னா இருக்கு. இன்னிமே தினமும் நான்தான் கட்டிவிடுவேன்" என்று பேசினபடியே புடவையை உடுத்தி முடித்து மனைவியை அணைத்துக் கொண்டார் கிழவர். உயர ஏறிய கொசுவமும் உணர்ச்சியற்ற முகமும் சமையலறையின் அரையிருட்டும் அத்தை அம்மன்போலத்தான் இருந்தாள். பெரும் பிரயாசையுடன் கிழவரின் தோளில் சாய்ந்து கொண்டாள்.

***

வீணை

சந்துரு வீட்டில் இல்லை. "சீக்கிரம் வந்துருவான். நீ வந்தால் காத்திருக்கச் சொன்னான்" என்றாள் அவன் அம்மா. உள்ளே வந்து உட்காரச் சொன்னாள். ஹாலில் நுழைந்தவுடன் வலது புறச் சுவரருகில் உட்கார்ந்திருந்தவளைப் பார்த்ததும் என் வேகம்

சடாரென்று மட்டுப்பட்டது. சாவகாசமாகச் சாய்ந்திருந்தவள் என் வருகையால் நிமிர்ந்து உட்கார்ந்தாள், சுவரை விட்டு விலகி. "நம்ம ஜானுவோட ஃப்ரெண்டு." சந்துருவின் அம்மா என்னிடம் கூறிவிட்டு "கிஷ்ணன். சந்துருவோட க்ளாஸ்மேட்டு" என்றும் சொன்னாள். அவளுடைய பெயரை என்னிடம் சொல்லவில்லையே என்று தோன்றியது எனக்கு.

"நான் கௌரி" என்றாள் அவள். அகல் நுனியில் அசையாது நின்றொளிரும் சுடர்போலிருந்தாள். அவளையும் அவள் சொற்களையும் நிசப்தம் போர்த்தியிருந்தது. மெலிதான குரல். சற்று உள் சுருங்கின பாவம் கொண்ட முகத்தில் ரகசியமற்ற பின்வாங்கல். மேற்கொண்டு பேசவேண்டும் என்ற ஆவலோடு, என்ன பேசுவது என்று தெரியாமல் தர்மசங்கடமான அமைதி எனக்குள் பரவியது. கூடை நாற்காலியில் முழுவதுமாகப் புதைந்து அமர்ந்தேன்.

சுவர்க் கடிகாரம் இடம் மாறியிருக்கிறது. பழைய இடத்தில் சுவர் கறைபடியாத வெண்மை பூண்டிருக்கிறது. ஜன்னல் திரைச் சீலையில் ஒட்டுப் பொட்டு உதிரத் தயாராக ஒட்டியிருந்தது. வெண்ட்டிலேட்டருக்கருகில் முரட்டுப் பல்லியொன்று. அதன் பார்வைத் தொலைவிலிருந்த பூச்சியை நோக்கித் தியானத்திலிருந்தது. அடுக்களையில் புது டிகாக்ஷன் இறங்கும் மணம் வெளியேறி வந்தது. வாசல் நடையில் நான் அவிழ்த்துப் போட்ட செருப்புகளில் அநியாயப் புழுதி சேர்ந்திருப்பதைக் கவனித்தேன். நகர்ந்து நகர்ந்து வந்த பார்வை தற்செயல்போல அவள் மீது படிந்தது.

அவள் என்னையேதான் பார்த்தபடியிருந்திருக்க வேண்டும். சந்தித்த என் பார்வையை விலக்காமல் கேட்டாள்.

"உங்க வீடு எங்கேயிருக்கு?"

"தல்லாகுளம்."

"அது எங்கேயிருக்கு?"

எப்படிச் சொல்வது? "இங்கேயிருந்து மூணு கிலோமீட்டர் தூரம். நீங்க மதுரைக்குப் புதுசா?"

சிரித்தாள். "பெங்களூரை விட்டு வெளியில் போனதே கிடையாது.

மதுரைக்கு வந்து செட்டிலாயி நாலு நாள்தான் ஆறது. ஞாயிற்றுக் கிழமை வந்தோம்."

மறுபடியும் அமைதி. இந்த முறை தர்மசங்கடமாயில்லை. ஏதோ சாக்கில் பேச்சு தொடர்ந்துவிடும் என்று தோன்றியது. சந்துரு அம்மா காபி கொண்டு வைத்துவிட்டு "கிஷ்ணா, பேசிண்டு இருங்கோ. ஒரு நடை டெய்லர் கடைவரை போயிட்டு வந்துர்றேன். அப்பறம் இருட்டிடும்" என்றவாறே வெளியில் போனாள். சற்றுச் சுதந்திரமாய் உணர்ந்தேன். அவளும் உணர்ந்திருக்கலாம். சற்று முன் நகர்ந்து தன் மிக நீண்ட விரல்களால் காபிக் கோப்பையை எடுத்துக்கொண்டு, சுவருக்கு நகராமலிருந்தாள்.

"சந்துரு நிறையப் புத்தகம் படிப்பார் போல. நீங்களும் படிப்பேளா?"

புத்தகம் என்று சொல்லும்போதே தன்னிச்சையாய் அவளது சுட்டும் கை லேசான நளின நெளிவுடன் அலமாரியின் பக்கம் நீண்டது. சந்துருவின்மேல் ரகசியமான பொறாமை மூண்டது. உலகைக் குலுக்கிய பத்து நாட்கள், wretched of the earth, being and nothingness, அந்நியன், மௌனி கதைகள், பாப்லோ நெரூதாவின் memoirs, love in the time of cholera, புத்தகங்களின் அட்டை மறையாமல் போடப்பட்ட எண்ணெய்த்தாள் மேலுறைகள், அவை அடுக்கப்பட்டிருந்த விதம்.

"ஓரளவு படிப்பேன். பெரும்பாலும் கவிதைகள்தான். மத்தபடி அவன் படிக்கும் பல புத்தகங்கள் எனக்குப் புரியாது."

"எனக்கும் கவிதைகள்தான் படிக்கப் பிடிக்கும். ரொம்ப இன்ட்டலெக்சுவலான புத்தகங்கள் படிக்க அலுப்பாயிருக்கும். தவிர இவ்வளவு நீட்டா அட்டையெல்லாம் போட மாட்டேன். புத்தகம்னா கசங்கியும் அழுக்காவும் இருந்தாத்தானே அழகு." அவள் தோளைக் குலுக்கிய விதம் வெகு அழகாயிருந்தது. அவளை இன்னும் சுதந்திரமாய்ப் பார்த்தேன். ஹெமிங்வே for whom the bell tolls நாயகி மரியாவை வர்ணித்த வரி ஞாபகம் வந்தது... with small, uplifted breasts...

எனக்குள் ஊறிய கிறுகிறுப்பை மறைத்தவாறு கேட்டேன்.

"உங்களுக்கு க்ளாஸிக்கல் டான்ஸ் தெரியுமோ?"

அகன்று மலர்ந்த விழிகளுடன் கேட்டாள்:

“உங்களுக்கு எப்படித் தெரிஞ்சது?”

போதையேறிய மனத்துடன் சொன்னேன்:

“உங்க அசைவுகள் எல்லாமே ஒரு டான்ஸருடையது மாதிரி இருக்கு.”

“ம்யூசிக் கேட்பேளோ?...”

“கர்நாட்டிக் மாதிரி க்ளாஸிக்கல் எல்லாம் கேக்கப் பிடிக்காது. விஸ்வநாதன் - ராமமூர்த்தி, அப்பறம் இளையராஜாவோட சரி. மணிக்கணக்கா டொய்ங்... டொய்ங்னு யாரால் கேட்க முடியும்.”

அவள் முகம் சுண்டியது. நான் அவ்வளவு அவசரமாய்ப் பதில் சொல்லியிருக்க வேண்டாமோ.

“நான் வீணையும் வாசிப்பேன். கேக்கக் கேக்கத்தான் க்ளாசிக்கல் ம்யூஸிக்கோட அருமை தெரியும். சினிமாப் பாட்டுலே தெறிக்கிற சின்னச் சின்னத் துளியே மயக்கறதுன்னா சமுத்திரக்கரை எப்பிடியிருக்கும்.”

சந்துருவின் அம்மா வந்ததும் நாங்கள் இருவரும் கௌரியின் வீட்டுக்குப் போனோம். அவள் தன் தாய்க்கு என்னை அறிமுகம் செய்தாள். அவளுடைய அம்மாவும் நடனமணிபோன்ற அசைவுகளு டன் என்னை வரவேற்றாள். ஒருவிதமான அசட்டுத் தித்திப்புடனி ருந்த இனிப்பும் விநோதமான மசால் நெடியடித்த மிக்ஸரும் பால் குறைவான தேநீரும் தந்து உபசரித்தாள். கலம்காரி துணியில் உறை போட்டிருந்த, உயர்தரமான மெத்தை உடைய நாற்காலியில் உட் கார்ந்து கௌரி வீணை வாசிக்கக் கேட்டேன். இருபது வருடங் களுக்குப் பிறகு பீம்ஸென் ஜோஷியும் ரஷீத் கானும் பேகம் அக்தரும் மதுரை மணி அய்யரும் பட்டம்மாளும் சௌராஸியாவும் என் அதிகாலை நேரங்களின் உயிர்ப்பை எனக்கு வடிவமைத்துத் தரும் தருணங்களில் எப்போதோ ஒருமுறை கௌரியின் வீணையொலியும் நினைவில் வரும். மகா சங்கீதம் இல்லைதான் அது. ஆனால் மகா சங்கீதங்கள் நோக்கி என் முகத்தைத் திருப்பிய அனுபவம். எரிகல்லைக் காட்டும் விரைவுடன் அவள் எனக்கு நிகழ்த்தியது. பிரத்யேகமாக எனக்காக வீணை முன்பு அவள் அமர்ந்திருந்ததும்

அவள் விரல்களின் பாய்ச்சலும் ஒலிக் குறிப்புகளின் ஏற்றத்தாழ்வு களுக்கேற்ப அவள் முகத்தில் மின்னி மறைந்துகொண்டிருந்த உணர்வுப் பொறிகளும் அருகமர்ந்து கண்மூடி ஒற்றைத் தாளமிட்ட படி தலையசைத்துக்கொண்டிருந்த அவளது தாயும் வகிட்டின் ஆரம்பத்தில் அவள் அள்ளி அப்பியிருந்த குங்குமமும் பல யுகங் களாகத் தொடர்ந்துகொண்டிருந்த அனுபவத் தொடரின் ஏதோ வொரு கண்ணியில் ஒட்டின தூசாக என்னை உணரச்செய்தவை.

மனசேயில்லாமல் புறப்படும்போது தங்கச் சரிகைச் சட்டத்தில் சுவரில் தொங்கி வெகுநேரமாய்ப் பார்வையில் உறுத்திக்கொண்டி ருந்த மார்பளவுப் புகைப்படத்தைக் காட்டிக் கேட்டேன்:

“இது...?”

கௌரி மௌனமாய் இருக்க, அவள் தாய் அவசரமாய்ச் சொன்னாள்.

“கௌரியோட அப்பா. பெங்களூரிலே இருக்கார். சர்க்காரிலே பெரிய உத்யோகம்.”

இருவரின் முகத்திலும் தோன்றியிருந்த சங்கடம் நான் அந்தக் கேள்வியைக் கேட்டிருக்க வேண்டாமே என்று உறுத்தியது.

அடுத்த வியாழக்கிழமை கௌரியைப் பார்ப்பதும் வீணை வாசிக்கச் சொல்லிக் கேட்பதுமான ஆவலுடன் போனபோது வீட்டின் கதவில் பெரிய பூட்டு தொங்கியது. சந்துருவின் அம்மா சொன்னாள். கௌரியின் அம்மா தீக்குளித்து இறந்துவிட்டதாகவும் கௌரி பெங்களூர் விடுதியில் சென்று தங்கப்போவதாகவும் போய்க் கடிதம் எழுதும்போது முகவரியைத் தெரிவிப்பதாகச் சொல்லிச் சென்றதாகவும், ‘கிருஷ்ணனிடம் சொல்லுங்கள்’ என்றும் சொல்லிப் போனாளாம்.

***

அந்நியக் கதை

சுகவனம் ஒரு கனத்த உறையைத் தபாலில் அனுப்பியிருந்தான். பம்பாயில் ஒரு தனியார் நிறுவனத்தில் உயர்ந்த பதவியில் இருக் கிறான். தீவிரமான வாசகன். மொழிபெயர்ப்பதில் மிகுந்த ஆர்வம். உறைக்குள் மராத்திக் கதையொன்றின் தமிழ் வடிவமும் மூல

ஆசிரியை பற்றிய குறிப்பும். அஞ்சனா ஜோஷி என்ற அந்தப் பெண்மணி மூன்று திருமண முறிவுகளுக்குப் பின் பெண்ணிய அமைப்புக்களில் ஆர்வமாகப் பணியாற்றி வருகிறார். நவீன நாடகங் களில் ஈடுபாடு உடையவர். சர்ச்சைக்குரிய, பரவலாகக் கவனம் பெற்ற சிறுகதைத் தொகுப்பு ஒன்று வெளியிட்டிருக்கிறார். அதில் சுகவனத்துக்குப் பிடித்த கதை இது. சுகவனத்தின் நுணுங்கிய கையெழுத்தில் இருபத்தேழு பக்கங்கள். எனக்கும் பிடித்திருந்தால் தமிழ்ச் சிறுபத்திரிகை எதிலாவது பிரசுரத்துக்குக் கொடுக்கலாம்.

அகலிகையின் கதை அது.

அகலிகைக்கு சாபம் தீர்வதற்குச் சற்றுமுன் ஆரம்பமாகிறது கதை. முதல் பாராவிலேயே ஒரு அதிர்ச்சி இருக்கிறது. அகலிகை கல்லாகவெல்லாம் மாறவில்லையாம். கௌதமனின் சந்தேகம் மற்றும் கோபம் காரணமாக உள்சுருங்கிவிடுகிறாள். நிரந்தரமான மௌனம். யாருடனும் பேசுவதில்லை, யாரையும் தீண்டுவதில்லை. கானகத்தின் உட்பகுதியில் தேடி வருவதற்கு அதிகம் பேர் கிடையாது என்பதால் தன் விரதக் கூட்டின் தனிமையில் உறைந்தவளாயிருக்கிறாள் - அவ்வளவுதான். கல் சமாசாரமெல்லாம் கிடையாது.

வாசல் முற்றத்தில் கௌதமர், விசுவாமித்திரர், ராமன், லட்சுமணன் ஆகியோர் பேசிக்கொண்டிருக்கிறார்கள். ஆண்கள் உலகத்தின் ஆண் தத்துவங்கள், ஆண் தர்மங்கள், ஆண் நியதிகள், ஆண் சாபங் கள், ஆண் விமோசனங்கள், ஆண் தேடல்கள், ஆண் தரிசனங்கள் சம்பந்தமான ஆண்களின் விவாதம் ஆண் குரல்களில் கேட்டவாறு இருக்கிறது. சாணம் பூசிய மண் சுவரருகில் ஒருக்களித்துப் படுத்திருக் கும் அகலிகையின் செவிகளில் அவர்களின் குரல்களும் பேச்சின் சாராம்சமும் எரியும் ஈட்டிகளாய்ப் பாய்ந்து, பல காலமாக அணையாமல் காத்திருக்கும் நெருப்பை ஊதி விசிறியது என்று எழுதுகிறாள் ஜோஷி.

இந்த இடத்தில் கதை வேறுபுறம் திரும்புகிறது. வந்தவர்களுக்கு உணவு தயாரித்து வைத்துவிட்டு, நீர் மொண்டு வருவதற்காக அகலிகை குளத்துக்குச் செல்லும் காட்சி வர்ணிக்கப்படுகிறது. புராண வனத்தின் மலர்கள், செடிகள், வன விலங்குகளின் நடமாட்டம், பருவ காலங்களின் மாற்றம் வனத்தின் உள் அமைப்பில் ஏற்படுத்தும் விளைவுகள் பற்றி மூன்று பக்கத்துக்குமேல் எழுதிச்

செல்லும் ஜோஷியின் கடும் உழைப்பும், சொல்லும் ஒவ்வொரு தகவலும் அகலிகை - கௌதமரின் பிறழ்ந்துவிட்ட உறவுநிலைக்கு உடனடியான அல்லது தொலைதூரக் குறியீடுகளாக ஆவதும் பெரும் பிரமிப்பை ஏற்படுத்துகின்றன.

குளத்துக்குச் செல்லும் பாதையிலிருந்து சற்று விலகிய ஒரு பெரும் விருட்சத்தினடியில் மான்கள் இரண்டு சம்போகம் செய்வதைப் பார்க்கிறாள். அடக்க முடியாத வேட்கை தன் உடம்பின் ஆதாரமான தளங்களில் சுரப்பதையும், அளவற்ற துக்கம் ஊற்றெடுப்பதையும், அவற்றின் பார்வையில் தான் பட்டு தியானம் கலைந்து அவை விலகி ஓடிவிடுமோ என்ற கவலையையும் ஒரு மரத்தின் பின்னுள்ள சிறு பாறையில் அமர்ந்து கண்கொட்டாது அனுபவம் கொள்கிறாள். ஆண் மானின் கண்களிலும் அசைவுகளிலும் தென்படும் தீவிரம், பெண் மானின் கண்களில் தென்படும் மிரட்சி, கால்களில் ஏற்படும் நடுக்கம் இவை உண்மையிலேயே உள்ளவைதானா, தனக்குத்தான் அவ்வாறு தோன்றுகிறதா என வியந்தவாறு பார்த்துக் கொண்டிருந்தவளுக்குத் திடீரென்று ஒரு பதட்டம் உண்டாகிறது. குரலெழுப்பாது கூவுகிறாள்... "அசட்டுப் பெண்ணே... சரியாகப் புரிந்துகொண்டாயா, அவன் உன் புருஷன்தானா?"

விரைவாக அந்த இடத்தைவிட்டு நகர்கிறாள். கண்ணீர் புனலாய்ப் பெருகுகிறது. அதிகாலைகள் பயங்கரமான பொழுதுகள். முக்காலம் உணர்ந்த ஞானிகளையும் குழப்பக்கூடியவை. அண்ட சராசரங்களின் பெருவெளியில் இலக்கற்றுச் சிதறிக் கிடக்கும் தாபத்தின் கதிர்கள் தாரைதாரையாய் மனித உடலுக்குள் பாயும் தருணங்கள் அவை. கண்ணீரும் கோபமும் கொலைவெறியும் ஆற்றாமையும் ஆதங்கமும் அலைகளாய்ப் புரளும் சமுத்திரங்கள்.

முக்காலமும் உணர்ந்த ஞானிக்குத் தன் மனைவி ஏமாந்திருக்கவும் கூடும் என்று தோன்றாததேன்? ஏமாந்தே இறங்கின பின்னும் மீண்டு வரமுடியாத வேட்கையின் புதைமணல் பற்றித் தெரியாமல் போனதேன்? தன்னை வேவு பார்க்கும் ஒற்றனுடன் வாழ்வைப் பகிர்ந்துகொள்ள நேர்ந்ததை எண்ணி வேதனையுற்ற அதே சமயம் அவன் வெறும் ஒற்றன்தான், ஒற்றறிய அனுப்பிய எஜமானனல்ல என்று முதல்முறையாய்த் தோன்றுகிறது அகலிகைக்கு. தான் படும் நரகத் தனிமையின் வேதனையை ஒருவேளை கௌதமனும் படக் கூடும் என்றும் முதன்முறையாய்த் தோன்றுகிறது.

நீர் சேந்தும்போது கிடைநீர்ப் பளிங்கில் தன் முகத்தைப் பார்க்கும் அகலிகைக்கு தலையின் ஓரங்களில் தோன்றியிருக்கும் நரை, துக்கத்தை அதிகமாக்குகிறது; இழப்பின் பரிமாணம் பிடிபட ஆரம்பித்தது என்கிறாள் ஜோஷி.

கதை மறுபடி அகலிகை படுத்திருக்கும் குடிலுக்குள் வந்து சேர்கிறது. ஒருக்களித்துப் படுத்திருக்கும் அகலிகையைத் தாண்டி நீர் அருந்த உள்ளே போகும் ராமனின் பாதம் அகலிகையின் காலில் இடறிவிட, ஸ்பரிஸத்தின் சீற்றம் அவள் தேகமெங்கும் பாய்கிறது.

வந்தவர்களை வழியனுப்பித் திரும்பிய கௌதமனுக்கு, குழல் கற்றைகளை ஒழுங்கு செய்தும், அலம்பித் துடைத்த முகத்தில் புன்சிரிப்புமாய் பர்ணசாலையின் வாசலில் நின்றிருக்கும் பெண்ணுருவம் பேராச்சரியமாய் இருக்கிறது. கால் அலம்பக் கொண்டு தந்த நீர்க்குவளைக்குள், பாயத் தயாராயிருக்கும் தண்ணீரை நடுங்கும் கைகளுடன் வாங்கிக்கொள்கிறான். உடமையாயிருந்து உடமையாய் இல்லாது போன உருவத்தின் சௌந்தர்யத்தில் கௌதமன் உருகத் தொடங்கினான் என்று கூறுகிறாள் அஞ்சனா ஜோஷி. காலங்காலமாய் அவன் பராமரித்து வந்திருந்த அகங்காரம் பொசுங்கும் சுகந்தம் வனத்தின் சகல திசைகளிலும் பரவிற்றாம்.

அன்றைய பின்னந்தி வேறு உருக்கொள்கிறது. மோகத்தின் ஆளரவமற்ற பள்ளத்தாக்குகளில் சரிந்தும் பறந்தும் உருண்டும் சிரித்தும் அழுதும் கவ்வியும் விலகியும் சாடியும் புரண்டும் கொண்டாடும் மனித உடல்கள் காலம் சுருங்குவதான உணர்வில் மூழ்குகின்றன. அனலில் கருகும் வேதனையை ரத்தத்தின் ஒவ்வொரு துளியிலும் ஆனந்தமாய் உருவகித்துக்கொள்ளும் அகலிகைக்குச் சந்தேகம் ஒன்று உண்டாகிறது. ‘வழியனுப்பப் போனவன்தான் திரும்பி வந்தானா.’ தேகம் லேசாக நடுங்குகிறது. ‘எவனாயிருந்தால் என்ன’ என்ற உடனடிச் சமாதானத்தில் இன்னும் ஆவேசமாக இறுக்குகிறாள் மற்ற உடலை...

இஸ்மாயிலிடம் காட்ட வேண்டும். அவன் சொல்லும் பத்திரிகைக்கு அனுப்பிவிடலாம்.

***

குளிரும் தனிமை

முதல் வகுப்புப் பெட்டியில் என்னைத் தவிர ஒரு வட இந்தியக் குடும்பம். ஒரு பெரியவர், அவருடைய மனைவியும் மகளும் போலத் தென்பட்ட இரு பெண்கள். இளம் பெண் என் உயரம் இருப்பாள் என்று தோன்றியது. திரும்பத் திரும்பப் பார்க்கத் தூண்டும் முகம். சமச்சீரான உடலமைப்பு. கோணல் வகிட்டில் அடர்த்தியாக இட்ட செந்தூரம். முகத்தில் நிரந்தரமான துக்கம் இருந்ததாகத் தோன்றியது. அவளுடைய தாய் ஊறுகாய் சீசாவைத் திறந்து அவ்வப்போது வழித்துத் தின்றுகொண்டிருந்தாள். கிழவர் நான் புகைத்துவிட்டுத் திரும்பியவுடனே எங்கள் அறையின் கதவை ஞாபகமாக எழுந்து சாத்துவார். அவளை நான் பார்த்த முறைகளின் எண்ணிக்கைக்குக் குறையாமல் தானும் என்னைப் பார்த்தாள் என்று நினைக்கிறேன். அவர்களுக்குள் பேசிக்கொள்ளும்போது என்னையும் சுட்டிக் காட்டி - நான் கவனிக்கவில்லை என்று எண்ணியவர்கள் போல - ஏதோ பேசிக்கொண்ட ஓரிரு முறைகளில் 'உமேஷ், உமேஷ்' என்ற பெயர் அடிபட்டது. அந்தப் பெயர் உச்சரிக்கப்படும்போது ஆஷாவின் - பெற்றோர் அப்படித்தான் அவளை விளித்தனர் - முகத்தில் மலர்ச்சியும் தொடர்ந்து துக்கமும் நிழலாடின.

நான் அவர்களுடன் ஓரிரு வார்த்தைகள்கூடப் பேசமுடியாது. எனக்கு இந்தி தெரியாத அதே அளவு அவர்களுக்கு ஆங்கிலம் தெரியாமலிருக்கலாம். ஆஷாவின் பேச்சில் தலைகாட்டிய ஆங்கிலச் சொற்களை அவள் உச்சரித்தவிதம், அவளால் ஆங்கிலத்தில் உரை யாட முடியும் என்று நம்பிக்கை தந்தது. அவள் விரும்பவில்லையோ என்னவோ.

சில புத்தகங்கள் - இவான் துர்கனேவ்வின் மூன்று காதல் கதைகள் ஆங்கிலப் பதிப்பு, ஹெமிங்வேயின் a farewell to arms, ஜே.கிருஷ்ணமூர்த்தியின் உரைத் தொகுப்பு ஒன்று, தமிழ்ச் சிறு பத்திரிகைகள் சில - சில கேசட்டுகள் - பீம்ஸென் ஜோஷியின் மராத்தி அபங்கங்கள், குமார் கந்தர்வாவின் பஜன்கள், குலாம் அலி, பேகம் அக்தர் பாடிய கஸல்கள், எம்.கே. தியாகராஜ பாகவதரின் திரைப்பாடல்கள், பித்துக்குளி முருகதாஸின் கண்ணன் பாடல்கள் - எடுத்து வந்திருந்தேன், பயணத் துணையாக. கேஸட்டுக்களைக் கேட்டுக் கேட்டுத் திரும்பவும் பையில் வைக்கச் சோம்பலுற்று

இருக்கையிலேயே இறைந்து கிடந்தன. அவள் என்னிடம் கேட்காமலே அவற்றையும் புத்தகங்களையும் சமயத்துக்கொன்றாக எடுத்துப் பார்ப்பதும் வைப்பதுமாக இருந்தாள்.

முதல் நாள் இரவு அந்நியர்களாயிருந்த நாங்கள் ஓரிரவை ரயிலில் ஒன்றாய்க் கழித்த பின்பு சற்று நெருக்கமாகிவிட்டோம் போலும். காலை உணவுக்குத் தாங்கள் கொண்டு வந்திருந்த சப்பாத்திகளில் ஓரிரண்டை எனக்கும் நீட்டினாள் அந்தக் கிழவி. நான் சிரித்தவாறே மறுத்துவிட்டேன்.

டிசம்பர் மாதத்தின் குளிர் ஆந்திர எல்லையைத் தாண்டும்வரை வெம்மை படராமல் பார்த்துக்கொண்டது. மாறிவரும் நிலப்பரப்பில் வைக்கோல் போர்கள், குட்டிச் சுவர்கள், வண்ண வண்ணச் சுவரொட்டிகள், ஒரு கணம் அலறி மறையும் ஒலிபெருக்கிகள், வெட்டவெளிக் கட்டாந்தரையில் மலம் கழிக்கும் மனிதர்கள் - என் தேசம் என்று சொல்லப்படும் அடையாளத்தின்மீது நெருக்கமும், அவமான உணர்வும் மாறிமாறி ஊறிக்கொண்டிருந்தன. காலமும் இடைவெளியும் மனிதப் பிரக்ஞையான தருணம் முதல் அவற்றைக் கடக்கவும் தாண்டவுமான மனித வேட்கையின் விரைந்தேகும் சான்றாக ஓடியது க்ராண்ட் ட்ரங்க் எக்ஸ்ப்ரஸ்.

வார்தாவுக்கருகில் அரைவட்டமாகத் திரும்பும் ரயில். கதவருகில் நின்று பார்த்தால் என்ஜின் முனையும் ரயிலின் வால் நுனியும் ஒரே சமயத்தில் பார்க்கக் கிடைக்கும் - எதிரில் தரைப்பரப்பும் எதிர்த்திசையில் வேகமாகத் திரும்புவது ராட்சசத் திருகையின் மேல் நிற்கும் அனுபவம் தரும். நான் பார்த்துக்கொண்டிருக்கும் போதே என் பிடரியில் மூச்சுக் காற்று பட, வலது தோளுக்கு மேலாக ஆஷாவின் முகம் தோன்றி ரயிலின் இருமுனைகளையும் ஆவலுடன் வெறித்தது. என் முதுகின் மேல் தன் மார்பு லேசாக அழுந்தியதைப் பொருட்படுத்தாதவள் போலிருந்தாள் அவள். நான் அவளை அனுபவம் கொண்ட சுருக்கில் தலையைப் பின்னிழுத்துத் தன் இருக்கைக்குப் போய்விட்டாள். என்னால் உடனே திரும்ப முடியவில்லை.

சிகரெட்டைப் பற்ற வைத்தேன். அவள் விட்டுச் சென்ற மெலிதான வாசனை என்னுடன் இருந்தது கொஞ்சநேரம்.

இரண்டாவது நாள் இரவில் குளிர் பின்னியெடுக்க ஆரம்பித்தது. ரயிலின் உட்சுவர்களில் உடல் படும்போது தைத்த குளிர், பிரம் மாண்டமான குளிர்பதனப் பெட்டிக்குள் உறங்க நேர்ந்த அவஸ் தையைத் தந்தது. ஏகப்பட்ட சிகரெட்டுகள் குடிக்க வேண்டி வந்தது. அதிகாலையில் ரயில் வெகுநேரமாக நிற்பதாகத் தோன்ற, கதவைத் திறந்து, நின்றிருந்த நிலையம் ஆக்ரா என்று தெரிந்துகொண்ட மறுவினாடியே கதவை அறைந்து சாத்திவிட்டேன். சூழ்ந்திருந்த மஞ்சுப் புகைக்கு விடிந்த பிறகுதான் ரயில் நகர முடியும்.

அனிச்சையாக ஸ்வெட்டருக்குள் சிகரெட் எடுக்க நுழையப்போன கையை இறுகப் பிடித்து என் உதடுகளைத் தன் உதடுகளால் பொதிந்தாள் ஆஷா. ஸ்வெட்டர்களின் கனத்தையும் தாண்டி அவளுக்குள் உயிர் துடிப்பதையும் அசாத்திய வெப்பம் ஊறுவதையும் என்னால் உணர முடிந்தது. தலையை இருபுறமும் அசைத்தவாறு என்னை உறிஞ்சிவிடும் ஆவேசத்துடன் தன் வசமுள்ள முத்தங்களின் மொத்த இருப்பையும் அந்தக் கணமே தீர்த்துவிடத் துடிப்பவள் போல் என்னுடன் பொருந்திக்கொண்டாள். இடையில் மூச்சுவிடு வதற்காக ஒரு முறை பிரிந்தபோது ‘உமேஷ், கஹாங் கயே உமேஷ், கஹாங் கயே’ என்று புலம்பினாள். (எனக்கு இந்தி தெரியாது. அவள் இப்படிச் சொன்னதாய்க் கேட்ட ஞாபகம். அவள் என்ன சொன்னாளோ.)

***

மதிப்புரை

இஸ்மாயில் பதினொரு மணிக்கு வந்தான். மொட்டைமாடிக் கீற்றுக் கொட்டகையில் சிகரெட் பாக்கெட்டோடு சென்று உட்கார்ந் தோம். தமிழர்களின் பண்டிகைக் காலப் பலகாரமாக குலாப் ஜாமூன் ஆகிவிட்டதையும், தாவணிகளைச் சுடிதார் இடம் பெயர்த்து விட்டதையும் பாரம்பரிய உணவுப் பதார்த்தங்கள் தலைமுறை மாறும்போது அழிந்து வருவதையும், பிரதேசம் சார்ந்த மருத்துவ முறைகள் போஷிக்கப்பட வேண்டியதன் அவசியமும் பற்றி ஒரு மணி நேரத்துக்குக் குறையாமல் பேசினான்.

நான் எழுத எழுதவும் பிறகு மொத்தமாகவும் அவன் படித்து வந்திருந்த 23 காதல் கதைகள் பற்றி ஏதாவது அவன் சொல்ல

வேண்டும் என்று எதிர்பார்த்தேன். திருடன். கேட்டாலொழியச் சொல்ல மாட்டான். அவமானமாய்த்தானிருந்தது என்றாலும் கேட்டேன்.

ம். படித்து விட்டேன்.

எப்படியிருந்தது?

அதில் ஒரு கதையைக் கூடக் கதை என்று ஏற்றுக்கொள்ள மாட்டேன். உன் கவிதைகளில் இருக்கும் அதே பாசாங்கு கதைகளிலும் இருக்கிறது.

நான் பதில் சொல்லாமலிருந்தேன்.

முதலில் நீ ரஸ்புத்தீனா, கேஸனோவாவா என்று முடிவாய்த் தெரியவில்லை.

எனக்கு அவர்கள் இருவரையும் தெரியாதே இஸ்மாயில், கிருஷ்ணனை மட்டும்தானே தெரியும்?

மழுப்பாதே. தெரியாவிட்டால் பணிவாகக் கேட்கவாவது தெரிய வேண்டும்.

முகத்தைத் துடைத்துக்கொண்டேன்.

ரஸ்புத்தின் தன் தாந்திரிகப் பயிற்சியின் பகுதியாய்ப் பெண்களுடன் உறவு கொண்டவன். கேஸனோவா அப்படியில்லை. அவன் காதலன். தான் உறவு கொண்ட ஒவ்வொரு பெண்ணையும் உண்மையாகவே நேசித்தவன். உன் கதைகளில் வரும் நீ என்னதான் செய்கிறாய் என்றே புரியவில்லை. பல பகுதிகள் வணிகப் பத்திரிகை எழுத்தைப் படிக்கிற மாதிரி இருக்கிறது - சில பகுதிகள் அதை சமனப்படுத்துகின்றன. அபூர்வமாகச் சில கதைகளில் மட்டும் வேறெங்கோ நகர்ந்திருக்கிறாய். அதையும் பிரக்ஞைபூர்வமாகச் செய்திருக்கிறாயா என்பதற்கு நிரூபணம் இல்லை.

நான் சிகரெட் பற்ற வைத்துக்கொண்டேன்.

உயிர்க் கணம் கதையில் நான் ஆட்சேபித்த பகுதியைத் தனியாகப் பிரித்து உண்மைக்கதை என்று தலைப்பு வேறு

வைத்திருக்கிறாய். பத்மினி என்ற பெண் கதையாளியின் மனைவியாகவே இருப்பதும், அது சம்பந்தமான அவனது தழுதழுப்பும் எல்லாம் ஏங்கல்ஸின் Orgin of Family ஏற்கனவே காலி செய்த விஷயம்.

அது உண்மையிலேயே நடந்ததுதானே இஸ்மாயில்.

நடந்திருக்கலாம். ஆனால் பிரதியின் மற்ற பக்கங்கள் எல்லா வற்றையும் அது காலி செய்து விடுகிறது என்று நான் சொன்னது நினைவிருக்கிறதா?

ஆனாலும் அது நிஜமாக நடந்ததே இஸ்மாயில். கோட்பாடுகளின் பொதியைச் சுமந்துகொண்டே நான் எழுத வேண்டுமா என்ன? என் வாழ்வின் அனுபவம் அப்படி. அவ்வளவுதான்.

இதைத் தெளிவுபடுத்திவிடு. நீ எழுதியிருப்பது புனைகதையா, சுய வரலாறா?

இஸ்மாயில், மகா காவியங்களிலும் செயல்படுவது வாயுக்கோளங்கள்போல ஊதி விரிந்த சுயங்களின் வரலாறுதான் என்று சொல்லத் தோன்றுகிறது.

உண்மையில் காதல் என்று ஒன்றே கிடையாது கிருஷ்ணா. எல்லாம் வெறும் அசையும் உயிர்ச் சித்திரங்கள்தான். மறு உற்பத்திக்கு ஒவ்வொரு ஜீவராசி ஒவ்வொரு வழிமுறை வைத்திருக்கிறது. மனித உடல் நேரடிச் சேர்க்கையை வைத்திருப்பதுமாதிரி. மகரந்தச் சேர்க்கைக்கு மகரந்தப் பொடியுடன் பறக்கும் பூச்சிகள் ஆண் மலரின் பறக்கும் குறிகள் இல்லையா? இனப்பெருக்கத்துக்கு ஒரு டிகிரி அதிகமாக ஆண்பெண் உறவில் இருக்கும் எந்த ஒரு அம்சமும் மொழியின் சதியின்றி வேறு கிடையாது.

உனக்கு இலக்கியம் படிக்கும் மன வார்ப்பே கிடையாது என்று தோன்றுகிறது.

நீயும் இலக்கியம் எழுத லாயக்கற்றவன் என்று தோன்றுகிறது எனக்கு. ஆனாலும் ஒன்று சொல்ல வேண்டும்.

என்ன?

23 காதல் கதைகளிலும் நான் உருப்படியான கதையாய் மதிப்பது ஒன்றே ஒன்றைத்தான். அதில் கதையம்சம் இல்லாது போனாலும் ஒரு விசாரணை இருக்கிறது.

ஆச்சரியத்துடன் கேட்டேன்.

எந்தக் கதை?

மதிப்புரை.

***

உயிர்க்கணம்

சில விஷயங்கள் ஞாபகம் இருக்கின்றன. பல விஷயங்கள் மறந்துவிட்டன. அந்த மூன்று வருடங்களுமே அநேகமாகப் புகைமூட்டமாகத்தான் தெரிகின்றன. நான் சில வேளைகளில் நானாகவும் சில வேளைகளில் நான் அல்லாத வேறு மனிதனாகவும் நடந்துகொண்டேன் என மற்றவர்கள் சொல்வார்கள். என்னிடம் பேரன்பு செலுத்தின மன்னியின் திடீர் மரணமாக இருக்கலாம். அவளுக்கு நாற்பது வயதுகூட முடியவில்லை அப்போது. என் புது மனைவிக்கு அந்தி நேரங்களில் பார்வை மங்கியது, திருமணத்திற்கு முன் அவ்வாறு இருந்ததேயில்லை என்று அவர்கள் வீட்டில் சத்தியம் செய்தார்கள், நானும் வயதான என் சித்தப்பாவும் திருச்சி சென்று இறங்கின இரவில் உய்யக் கொண்டான் வாய்க்கால் அருகே எங்கள் ஆட்டோவை வழிமறித்துக் கடத்தி ஒரு சுடுகாட்டுக்குக் கூட்டிப்போய் அணிந்திருந்த உடைகளைத் தவிர எல்லாவற்றையும் பிடுங்கிக்கொண்டு துரத்திவிட்டது, அல்லது ஏகப்பட்ட பெண்களுடன் பழகிச் சுதந்திரமாய்த் திரிந்துவிட்டு ஒரே பெண்ணுடன் எந்நேரமும் வாழ நேர்ந்ததும் அதன் நுட்பமான நிபந்தனைகளும் தந்த நெருக்கடிகூடக் காரணமாயிருக்கலாம்.

வங்கியின் கவுண்ட்டரில் அளவற்றுப் பணம் வாங்கும்போது அல்லது கொடுக்கும்போது கொள்ளையர்கள் வந்து துப்பாக்கி நீட்டுவது போலத் தோன்றும். கடும் வெய்யிலில் நடக்கும்போது எனது உடல் கருகும் வாசனை எழுவதாகத் தோன்றும். நிலையத்தில்

நிற்கும் பேருந்தில் ஏறி ஜன்னலோர இருக்கையில் இடம் பிடித்து அமர்ந்து பேருந்து புறப்பட்டு ஊர் எல்லையைத் தாண்டின பிறகு கவலை உண்டாகும் - தவறான வண்டியில் ஏறிவிட்டேனே என்று. கிளை மேலாளர், வாடிக்கையாளர், சக ஊழியர்கள், உறவினர்கள், நண்பர்கள், சலவைக்காரர், முடிதிருத்துபவர் என்று பலவிதமான விரோதிகள் எனக்கு உருவானார்கள். அடைமழை பெய்த ஒரு நாளில் பலத்த இடிச்சத்தம் கேட்ட மாத்திரத்தில் அலறிக்கொண்டே மூர்ச்சையடைந்து விழுந்தேனாம்.

அதன் பிறகு சிகிச்சை ஆரம்பித்தது. டாக்டர் கிருஷ்ணஸ்வாமி கேட்ட கேள்விகளுக்குத் தெளிவாகப் பதில் சொன்னேன் என்று அவர் என் மனைவியிடமும் இஸ்மாயிலிடமும் தெரிவித்தாராம். எனக்கும்கூடச் சில பதில்கள் நினைவிருக்கின்றன.

எழுத முடியவில்லை, டாக்டர். கைநடுங்குகிறது.

யாரோ என்னைத் தொடர்ந்து ஏமாற்றிக் கொண்டேயிருக்கிறார்கள் டாக்டர்.

சாயங்காலமானா ம்யூஸிக் கேக்காம இருக்க முடியலை.

மதுரை மணி அய்யர். ரஞ்சனி ராகத்தில் துன்மார்க்க ஸரா என்ற கீர்த்தனைக்கான ஆலாபனையை அவர் ஆரம்பித்ததுமே அழுகை வந்துவிடுகிறது டாக்டர். கேஸட்டை ரீவைண்ட் பண்ணிப் பண்ணித் தொடர்ந்து அழுவேன்.

என் மனைவிக்கு வேறு யாரோ ஆணுடன் தொடர்பு இருக்கிற மாதிரித் தோன்றுகிறது டாக்டர். அதனால்தான் பல நாட்கள் நான் கூப்பிடும்போது மறுத்துடறா. டயர்டா இருக்குன்னு பொய் சொல்றா.

எனக்கு இஸ்மாயில் மேலதான் சந்தேகம்.

சிரிச்சுக்கிட்டே அப்படியெல்லாம் நினைக்காதேடா கிஷ்ணாங்கறான். ரொம்ப அழுத்திக் கேட்டா அழுதுடறான்.

அவன்தான் எனக்கு ஒரே உயிர் நண்பன் டாக்டர்.

செக்ஸ் நிறைய வேண்டியிருக்கு டாக்டர். ஆனா முடியாமப் போயிடுது.

சில சமயம் கௌரி, சுகந்தா, நாச்சியார்... எல்லாரையும் ஒரே நேரத்துல ஒண்ணாப் பாக்கணும்னு தோணுது டாக்டர்.

அப்படிச் சொல்ல முடியாது டாக்டர். அப்படியில்லேன்னும் சொல்ல முடியாது.

சில மருந்துகள் எழுதித் தந்தார். நாள் முழுக்கத் தூங்குவேன். நிறையச் சாப்பிடுவேன். ஒரு நாளைக்கு ஆறுவேளை. ஆறு விதமாக உணவு தயாரித்துத் தருவதோடு தன் அலுவலகத்துக்கும் போய் வருவாள் பத்மினி. நானும் தவறாமல் அலுவலகம் சென்று வரச் செய்வாள். கோவம் வந்தா என்னைத் திட்டுங்கோ. அடியுங்கோ. பக்கத்தாத்துக் குழந்தையை அடிக்கலாமா. அவா சண்டைக்கு வரமாட்டாளா என்று நயமாகக் கேட்டாள். குரல் தழுதழுத்தது. கண் லேசாகக் கலங்கியிருந்தது. நான் வாக்குக் கொடுத்தேன் - இனிமே எதுக்குமே கோவம் வராது. அன்றிரவு இரண்டு மணிக்கு தமிழ்ப் பாட்டு வரவில்லையென்று ட்ரான்ஸிஸ்டரை விட்டெறிந்து உடைத்துவிட்டேனாம். அவ்வப்போது எங்களைப் பார்க்க வரும் என் மாமனார் மாமியார் அத்தை சித்தி வகையறாக்களின் என்ன இது இப்பப் போய்த் தூங்கறார் என்ற கேள்விக்கு ஒரே பதில் வைத்திருந்தாள் பத்மினி. பாவம் ராத்திரி பூராப் படிச்சிண்டும் எழுதிண்டும் இருந்தார்.

கணிப்பொறியில் நான் தட்டிக்கொண்டிருக்கும்போது காஃபி கொடுக்க வந்தவள் திரையைப் பார்த்து, பத்மினி என்ற சொல்லில் ஆவலுற்று முழுக்கப் படித்துவிட்டாள்போல.

இதைப்போயி எழுதணுமா? அதையெல்லாம் கனவு மாதிரி மறந்தாச்சே.

என்று என் தலையைக் கோதுகிறாள்.

அவள் ஸ்பரிசத்தில், மணமாகிப் பன்னிரண்டு ஆண்டுகள் கழிந்தும் தீராத மின்சாரம் என் மேனியெங்கும் பரவுகிறது.

நான் எழுதிக்கிட்டிருக்கிறதெல்லாமே காதல் கதைகள்தானே.

என்று சிரித்தேன்.

இஸ்மாயிலைப் பத்தி எழுதிட்டு சுகவனத்தை விட்டுட்டேள்.

பாத்தியா, மறந்தே போச்சு. இதோ சேர்த்துடறேன்.

***

உண்மைக் கதை

ஒருநாள் வங்கியிலிருந்து திரும்பின நேரம். வீட்டின் முன்வாசலில் நின்று சிகரெட் புகைத்துக்கொண்டிருந்தேன். உள்ளே எம்.எஸ்.சுப்புலட்சுமியின் செமி - களாசிக்கல் கேஸட் ஒன்று பாடிக்கொண்டிருந்தது. சிலப்பதிகாரத்தில் கோவலனும் கண்ணகியும் மதுரைக்குள் நுழையும்போது மதுரையில் ஆய்ச்சியர் பாடுவதாக ஒரு பாட்டு இளங்கோவடிகள் எழுதியிருக்கிறார். அந்தப் பாடலைப் பாடுகிறார் எம். எஸ்., மெலிதான குரலில் பாடும் என் பத்மினியுடன் சேர்ந்து. பகவான் கிருஷ்ணனின் லீலைகளைப் பற்றிய பாட்டு அது.

கரியவனைக் காணாத கண்ணென்ன

கண்ணே ... கண்ணிமைத்து

காண்பார்தம் கண்ணென்ன கண்ணே...

என்ற வரிகள் வரும்போது எனக்குள் ஏதோவொன்று உடைய ஆரம்பித்தது.

நாராயணா... வென்னா

நாவென்ன நாவே.....

இந்த இடத்தில் எம்.எஸ்ஸின் குரல் உச்சத்துக்குப் போய், சற்று அலையாடி, ஏங்கி, கிறுகிறுத்து, மடிந்து, பின் அதே வார்த்தைகளைத் தூக்கிக்கொண்டு அதைவிட அதிக உயரம் சென்று... என் மயிர்க்கால்களில் உணர்ந்தேன் அதை. பாடல் வரிகளும், மெட்டும், குரலும், அந்தியும், சிகரெட் புகையும், தன் அன்றாடத்தை என்னையும் என் அசட்டுத்தனங்களை, போதாமைகளைச் சுற்றியும் வடிவமைத்துக்கொள்ளும் என் பத்மினியின் குரலும், எம். எஸ்ஸின் குரலிலில்லாது இவள் குரலில் மட்டும் தோயும் ஒரு துளிக் கண்ணீருமாக ஒரு கணம். உடைத்துப் பார்க்க முடியாத, ஒன்றைத் தொட்டதும் சரசரவென அத்தனையும் சரிந்து என்னை

மூழ்கடிக்கும் ஒற்றைப் பொற்கணம். பத்மினி என் தலையைக் கோதும்போதெல்லாம் உயிர்க்கிறது அக் கணம்.

***

அறியாமை

இந்த மாநகரம் மனிதர்கள் வசிப்பதற்குரிய இடமாய் எனக்கு எப்போதுமே தோன்றியதில்லை. மாறும் பருவங்கள் ஒவ்வொன்றிலும் மனிதர்கள்மீது இந்த நகரம் காட்டும் வன்மமும், காற்றில் மிக இயல்பாகக் கலந்திருக்கும் வன்முறையும் என்னுடைய அபிப்பிரா யத்தை உறுதி செய்தவாறிருக்கின்றன. தொழில் நிமித்தம் நான் மூன்று மாதத்துக்கு ஒரு முறை இங்கே வரவேண்டியிருக்கும். பருவம் மாறியிருக்கும். அமரத்துவ நிலையின் நடமாடும் சான்றுகளான தன் பிரஜைகளுடன் இருந்தபடியேயிருக்கும் இந்த நகரம்.

தற்சமயம் கோடை. கத்திரி வெயில் என்கிறார்கள் இந்த ஊரில். எங்கள் ஊர்ப்பக்கம் அக்னி நட்சத்திரம் என்போம். பெயரில் எதுவுமேயில்லை என்பதற்குச் சாட்சியமாக என் நெற்றியிலிருந்து உருகி வழிகிறது வியர்வை. கைக்குட்டை நாறியது. மின்சார ரயிலுக் காகக் காத்திருக்கும் நேரத்தில் காத்திருப்பதைத் தவிர வேறு எதுவும் செய்ய இயலாமலாக்கியது வெய்யில்.

நடைமேடையின் சிமெண்ட் பெஞ்சில் உட்கார்ந்திருந்தவளை எங்கேயோ பார்த்திருக்கிறேன். வெவ்வேறு பெண் முகங்களை வெவ்வேறு நெருக்கத்தில் வருஷக்கணக்காகப் பார்த்து வருபவனுக்கு அவற்றிலிருந்து இப்போது எதிரிலிருக்கும் முகத்தைப் பொறுக்கித் தனியே எடுப்பது அத்தனை சுலபமாயில்லை. அவளும் சில சமயம் நானிருந்த திசையில் பார்த்தாள், என்னைத் தாண்டிய அகாதத்தைப் பார்ப்பவளாக.

மனம் தன் விசித்திரமான துழாவலில் எங்கிருந்தோ அவளது புகைப்படத்தைத் தேடிக் கண்டுபிடித்துவிட்டது. கோமதி. எச்சப்ப மணி ஸ்டோரர் என்ற குடித்தனத் தொகுப்பில் நாங்கள் குடியிருந்த போது எதிர்த்த போர்ஷனில் குடியிருந்தவள். பிரமாதமாகப் பாடு வாள். மூடிய ஜன்னல் திரைக்குப் பின்னாலிருந்து ஊதுபத்தி மணமும் தம்பூரின் ரீங்கரிப்பும், தயங்கித் தயங்கி ஆரம்பித்துச் சுழன்று

மேலேறி உச்சத்தில் நிலைத்து அலையாடும் அபூர்வமான குரலை இப்போது உருவகித்துக்கொள்ளும்போது கத்திரி வெய்யிலில் ஒரு துணுக்குக் குளுமை கிட்டிய மாதிரி உணர்ந்தேன்.

அவள் அருகில் இருந்த சிறுவன் சளைக்காது வதைத்துக் கொண்டிருந்தான். பெட்டிக் கடையைக் காட்டிக் காட்டி ஏதோ கோரியபடி அவள் கைகளை முகத்தை புடவைத் தலைப்பை இழுத்தவாறிருந் தான். அவள் அவனைப் பலவீனமான குரலில் அதட்டினாள். வியர்வையில் நனைந்து ஊறிய அக்குள் தெரிகிறமாதிரிக் கையை ஓங்கினாள். நாக்கைத் துருத்தினாள். ஒருமுறை பையன் அவள் எதிர்பார்க்காத விசையுடன் புடவையை இழுத்துவிட தலைப்பு முழுவதுமாகச் சரிந்து, தொய்ந்திருந்த மார்புகளை வெளிக்காட்டியது. தர்மசங்கடம் தெறித்த முகத்துடன் புடவையைச் சரிசெய்துகொண்ட அதே வேகத்தில் பையனின் முதுகில் ஓங்கி அறைந்தாள். குரலையும் பெரிதாக்கி அதட்டினாள். பாடிய குரலில்லை அது.

நடைமேடையின் மறுமுனையிலிருந்து மேலேறி பெஞ்ச்சை நோக்கி விந்தி விந்தி நடந்து வந்தான் நடுத்தர வயதுடைய ஒரு மனிதன். அழுதுகொண்டிருந்த பையனிடம் வந்ததும் ஏதோ கேட்டான். பையன் விசும்பிக்கொண்டே சொன்னதைக் கேட்டு விட்டு கையிலிருந்த துணிக்கடைப் பையைத் திறந்து ஒரு பாலிதீன் பையை எடுத்து உள்ளங்கையில் சேகரித்த சில்லறைக் காசுகளைக் கொடுத்தான். பையன் கோமதியைப் பெருமிதமாகப் பார்த்துவிட்டு கடையை நோக்கி ஓடினான். வந்தவனிடம் இவள் ஏதோ கோபமாகச் சொன்னாள். அவன் பொறுமையாகக் கேட்டுக் கொண்ட பிறகு பதில் சொன்னபோது முகத்தில் கனிவு இருந்தது. தன் தோளில் தொங்கிய நீண்ட ஜோல்னாப் பையை - அதில் கல்யாண சமையல்காரர்கள் வைத்திருக்கும் ராட்சச அரிகரண்டிகள் இருந்தன - இறக்கி வைப்பதும், கடைக்குப் போன பையன் திரும்பி வருவதும், தொலைவில் அலறலுடன் ரயில் தென்படுவதும் ஒரே லயத்தில் இசைந்தன. அவர்கள் புறப்பட ஆயத்தமானார்கள்.

இந்தப் பெண் கோமதிதானா, எனக்குத்தான் பிரமையா என்று எனக்குத் தெளிவில்லை. அவள் கோமதியாகவும் இருக்கலாம். எங்கள் குடும்பம் பெரியகுளத்தைவிட்டு மதுரைக்குக் குடிபெயர்ந்த சமயம் தன்னிடம் அவள் சொன்னதாக என் தங்கை சொன்னதை

நான் மறக்கவில்லை.

"உங்கண்ணன் எல்லாம் ஒரு மனுஷனா. மானத்தை விட்டு ஒரு பொம்பளை சுத்திச் சுத்தி வரா. புரிஞ்சுக்க முடியாதவன் ஒரு ஆம்பளையா. தூ."

நாறும் கைக்குட்டையால் முகத்தைத் துடைத்துக்கொண்டேன்.

***

கடைசிக் கதைக்கு முந்தின கதை

இந்தக் கதையை நான் சொல்லப்போவதில்லை. சரசரக்கும் பட்டுப் புடவைகளும், மேளச் சத்தமும், உள்ளூர் நாதசுரக்காரனின் அபசுரங்களும், சாப்பாட்டுப் பந்தியின் இரைச்சல்களும், விருந்தினர்களின் நடமாட்டமும் ஓய்ந்த பின்னிரவில் திருமண மண்டபத்தின் மொட்டைமாடியில் அரைமணி நேரம் மட்டுமே நீடித்த கதை. அந்தக் கல்யாணப் பெண்ணின் கதை. யாரிடமும் சொல்வதில்லை என்று அவள் உடலின்மீது ஆணையிட்டு வாக்குக் கொடுத்திருக்கிறேன் - யாரிடமும் எக்காலத்திலும் சொல்வதில்லை என.

ஆனால், சொல்லாவிட்டால், உங்களுக்கும் எனக்குமான அந்தரங் கத்தில் ஊனமொன்று இருக்கும் என்பதாலும், பகிர்ந்துகொள்ள நினைத்த அனைத்தையும் பகிர்ந்துவிட்ட திருப்தி எனக்கு இருக்காது என்பதாலும் சொன்னேன்.

***

சந்திப்பு

சித்திரைப் பொருட்காட்சி ஓசைகளின் களேபரமாயிருந்தது. அசட்டுத்தனமான நிறச்சேர்க்கையில் வண்ண வண்ண விளக்குகளின் கூச்சல் வேறு. தலைப் பிரசவத்துக்காக மனைவி தகப்பன் வீட்டுக்குப் போயிருக்கிறாள். சாயங்காலத்தின் இரண்டு மணி நேரப் பொழுதைக் கடத்தலாம் என்று உள்ளே வந்திருந்தேன். இரண்டு தலை மனிதன், கடல் கன்னி, நிறம் மாறும் பூக்கள் என்று அசாத்தியங்களைக் காட்டும் கூடத்துக்கு வெளியில் அவளைப் பார்த்துவிட்டேன். என் தூரத்து உறவுக்காரி. கொஞ்ச காலம் நண்பர்களாயிருந்தோம். குமுதம், விகடன், கல்கியில் வரும் தொடர்கதைகள் ஒன்று விடாமல்

படித்து விவாதிப்போம். ப்ளஸ் டூ படிக்கும் பெண் எவ்வளவு நுட்பமாக, விரிவாகச் சிந்திக்கிறாள் என்று அதிசயித்து மாளாது எனக்கு. ஜோடிகள் இடம் மாறுவதைப் பற்றி, அதற்கான நியாயங்கள் அந்த உறவுக்குள்ளேயே இருப்பது பற்றி, வாரா வாரம் 'தொடரும்' போடும் இடத்தில் இதயச் சதையில் கொக்கி போடும் திறமை பற்றி தெளிவாக உன்னிப்பாகக் கவனிக்கக்கூடியவள்.

சுங்க இலாகா வேலையை ஆறே மாதத்தில் ராஜினாமா செய்துவிட்டு வங்கியில் வேலைக்குச் சேர்ந்த மறுமாதம் - அவளுக்குப் பொதுத் தேர்வு நெருங்கிக்கொண்டிருந்த நேரம் - அவளிடம் கேட்டேன். 'நாம் கல்யாணம் செய்துகொள்ளலாமா, தேர்வு முடிவுகள் வரும் வரை நான் காத்திருக்கத் தயார்.'

அவள் ஐந்து நிமிஷம் சிந்தித்துவிட்டுப் பிறகு சொன்னாள், 'வேண்டாம், நாம் நண்பர்களாகவே இருப்போம்.' வாராந்திர எழுத்தாளர்களின்மேல் எழுந்த கடுங்கோபத்தை மறைத்தபடி, 'சரி நீயும் நான் கேட்டதை மறந்துவிடு' என்று சொன்னேன்.

கொஞ்ச நாளிலேயே சுவாரசியம் குன்றிவிட்டது. இயல்பாக விலகிவிட்டோம், ஒருவருக்கு மற்றவர் வெளிப்படையாக அறி விக்காமலே.

சற்றுப் பெருத்திருக்கிறாள். சதை போட்டிருந்த பகுதிகள் கண்ணை ஈர்க்கும்படி நேர்த்தியாக உடுத்தியிருந்தாள். சிநேகிதிகளுடன் ரிப்பன் வளையல் கொள்முதல் செய்வதில் ஈடுபட்டிருந்தவள் தன்னிச்சை யாய்த் திரும்பும்போது என்னைப் பார்த்துவிட்டாள். அகல விரிந்த கண்களில் ஆச்சரியமும், சிரிப்பும் பிதுங்க அவர்களிடம் சொல்லி விட்டு என் அருகில் வந்தாள். 'உங்க மிஸஸ் எங்கே?'

சொன்னேன்.

'ஒரு நிமிஷம்' என்று என்னை அமர்த்திவிட்டு அவர்களிடம் ஏதோ சொல்லித் திரும்பினாள். 'நாம போலாம்.'

ஏதேதோ பேசியவாறு நடந்தோம். மனைவியின் பிரிவை மறைத்துக் கொள்ள வந்து, அதை உக்கிரமாக விசிறிவிட்டுக்கொண்ட மனநிலையுடன் நடந்த என்னிடம் தான் வேலைக்குச் சேர்ந்தது, அவளுடைய அக்கா தந்தையுடன் கோபித்துக்கொண்டு உழைக்கும் மகளிர் விடுதியில் போய்த் தங்கிவிட்டது, தனக்குத்தான் ஆரம்பத்திலிருந்தே தைரியம் கிடையாது, தினசரியும் திண்டுக்கல்

சென்று வேலை பார்த்து வருவதன் ஆயாசம், பொதுத்துறை நிறுவனத்தில் வேலை கிடைப்பது சாதாரண விஷயமா என்பதற்காகப் பல்லைக் கடித்துக் கொண்டு பொறுத்துக்கொள்ள நேர்வது எனப் பலவாறு பேசிக் கொண்டே வந்தாள். நாங்கள் இலவச சினிமா அரங்கத்தினருகில் வந்து சேர்ந்திருந்தோம்.

நுழைவாயில் பலகையில் **மணாளனே மங்கையின் பாக்கியம்**, ஜெமினி கணேசன் அஞ்சலி தேவி நடித்தது, இசை ஆதி நாராயண ராவ் என்று எழுதியிருந்தது. இந்தப் படத்தை நான் பாதிவரை பார்த்திருக்கிறேன். பூலோகத்துக்கு வரும் கந்தர்வக் கன்னி இங்கு சந்திக்கும் இளைஞனிடம் காதல் வசப்பட்டு, வேண்டும்போது தன்னை அழைப்பதற்காக ஒரு புல்லாங்குழலைத் தந்து செல்வாள். இந்திர சபையில் அவள் ஆடவிருக்கும் நேரம் பார்த்து இங்கே இவனுக்கு அவள் ஞாபகம் வந்து புல்லாங்குழலை எடுத்து வாசிக்க, 'அழைக்காதே, அழைக்காதே...' என்று பாடியபடி அவள் நடனமாடும் காட்சி திரையில் ஓடிக்கொண்டிருந்தது - மழையாய்க் கொட்டும் கோடுகளை மீறி. படத்துக்குப் போட்ட முதன்முதல் பிரதியாய் இருக்க வேண்டும்.

பாட்டு முடிந்ததும் வெளியே வந்தோம். மைதானத்தின் சுவரை யொட்டி அமைந்திருந்த படிக்கட்டில் நாலைந்து படி ஏறி அமர்ந்தோம். நான் ஒரு சிகரெட் பற்ற வைத்துக்கொண்டேன்.

'இன்னும் இந்தப் பழக்கத்தை விடல்லியா.'

சிரித்தேன்.

சற்று நேரம் மௌனமாயிருந்தவள் திடீரென்று சொன்னாள்.

'நீங்க என்னைக் கேட்டது ஞாபகமிருக்கா.'

தலையாட்டினேன்.

'நான் காலேஜ் ஃபைனல் இயர் படிக்கும்போது முடிவே எடுத்துட்டேன். சரின்னு சொல்லிடணும்னு. அப்ப நீங்க மதுரைக்கே ட்ரான்ஸ்ஃபர் ஆயி வந்தாச்சு. உங்களுக்கு ஃபோன் பண்ணிச் சொல்லிட்டு நேரே வரச் சொல்லலாம்னு க்ரைம் ப்ராஞ்ச்வரை நடந்து வந்துட்டேன்.'

அமைதியாகிவிட்டாள். மூச்சு சற்று கனத்த மாதிரி ஒலி கூடியது. தன் கைகளை ஒன்றுடன் ஒன்று பிணைத்து இறுக்கிக்கொண்டாள்.

‘ஃபோன் கடை ஷட்டரை இறக்கிண்டுருந்தான். இந்திரா காந்தியைச் சுட்டுக் கொன்னுட்டான்னு கடைகளையெல்லாம் வேகவேகமாக அடைச்சிண்டுருந்ததைப் பார்த்துப் பயந்து வேகமாய்த் திரும்பிட்டேன்.’

மறுபடியும் மௌனமானாள். நீண்ட ஒரு பெருமூச்சு...

‘உங்க மிஸஸுக்கு எப்போ ட்யூ?’

***

கதைகளைப் பற்றி...

நண்பரே, இத்துடன் இருபத்து மூன்று காதல் கதைகளை இணைத் திருக்கிறேன். நிதானமாகப் படியுங்கள். உங்கள் அபிப்ராயங்களை, முடிந்தால், எனக்கு எழுதி உதவுங்கள். என் முதல் கவிதைத் தொகுப்புக்கு நீங்கள் முன்வைத்த விமர்சனங்கள் அதற்குப் பிறகான என் கவிதைகள் எழுதப்படுவதற்கு உதவிகரமாய் இருந்தன. உண்மை யில் என் எழுத்து பற்றி எனக்குத் தீர்மானமான கோட்பாடு எதுவும் கிடையாது. எழுத்து பற்றியே தீர்மானமான முடிவுகள் என்னிடம் இருப்பதாக நான் நம்பவில்லை. நாள்தோறும் மாறிக் கொண்டேயிருக்கின்றன என் நம்பிக்கைகளும் விழைவுகளும். ஆதரிசமான கதைகள் வெளிறிப்போவதும் புரியாமல் இருந்தவை புரிந்து அகண்டாகாரமான அனுபவத்தைத் தருவதும் நடந்த வண்ணமிருக்கிறது.

உரைநடை எழுதுவது எனக்கு முதல் அனுபவம். தினசரியின் தேய்ந்த பாட்டையைப் புதுப்பிக்கும்விதமாக நபர்களும், நிகழ்வுகளும் இடங்களும் அனைத்துக்குமான என் எதிர்வினைகளும் தர்க்கங்களும் அ - தர்க்கங்களும் சூழ்ந்து தகவல்களைக் கவனமாய்க் களைந்து கவிதை எழுதுவது எனக்கு உவப்பான விஷயம். மேல் தளங்களில் தெரியக்கிடக்கும் முரண்நிலைகளுக்கு அடியில் இயங்கும் ஒத்திசைவை, சமநிலையைக் கேலிக்குரியதாக்கும் வகையில் உள்ளோடும் ஆதாரமான முரண்களைக் கவிதையில் நிகழ்த்திக்காட்டுவது எந்த அளவுக்குச் சவாலோ அதே அளவு சுவாரஸ்யமாகவும் இருந்தது. உடனடித் தகவல்களைத் தொடர்ந்து நிராகரிப்பதன்மூலம் கவிதையின் சுயத்தன்மை செறிவு பெறுவதையும் அறிய முடிந்தது:

கதை எழுத முனையும்போது தகவல்கள் பாய்ந்து குவிகின்றன.

என்னையும் எழுது என்று விண்ணப்பித்தபடி வரிசையில் வந்து நின்று மன்றாடுகின்றன. எழுதக் கூடாதது, எழுத்தின் ஒட்டு மொத்த அமைதியைக் குலைக்கக்கூடியது என்று ஒரு அம்சத்தையும் சுட்டிக்காட்ட முடிவதில்லை. எல்லாமே எழுதப்படுவதற்கான பெறுமானத்துடன் இருக்கின்றன.

ஒரு அர்த்தத்தில், இக் கதைகளை நான் எழுத நேர்ந்ததும் இவற்றைச் சுற்றுக்கு விடுவதும் அவர்களுக்கு நான் செய்யும் நம்பிக்கைத் துரோகம். அனுபவ நெருக்கம் கருதி நான் உபயோகித்த அவர்களின் அசல் பெயர்களைத் திருத்திய பிரதியில் கவனமாக மாற்றிவிடுவேன், என்றபோதும். ஒருநாளும் வெளிவரமாட்டா என்ற நம்பிக்கையிலேயே அவர்கள் என்னை முத்தமிட்டனர். காறியுமிழ்ந்தனர். தன் உடல்களின் கன பரிமாணங்களை என் ஆளுகைக்கு உட்படுத்தி, என் அந்தரங்கங்களைத் தாம் உணர்ந்து கொண்டனர்.

ஆனால், எனக்கு வேறு வழியில்லை. என்னுள் சதா கனன்று முதிர்வின் பாதையில் நகர்வதற்கான என் சுதந்திரத்தைக் கேலி செய்யும் இந்த ஞாபகங்களைப் பொதுவாக்குவதன் மூலம் நான் தப்பிக்கும் வழி ஒன்று திறக்கக்கூடும். எனினும், உங்கள் வாலிபப் பிராயத்தின் பொருக்குத் தட்டிய ஓரிரு ரத்தக் காயங்களை இவற்றில் ஏதேனும் திறக்கக்கூடுமானால் என்னை மன்னித்துவிடுங்கள். அவ் வாறு மன்னித்த, மன்னிக்க மறுத்த நண்பர்களின் இரு பட்டியல்கள் என்னிடம் இருக்கின்றன. எந்தப் பட்டியலில் இடம் பெறுவது என்பது உங்கள் தேர்வு. படித்து முடித்தபின் பிரதியை ஞாபகமாகத் திருப்பி அனுப்புங்கள் தயவுசெய்து. ஏனெனில் இவை என் கதைகள்.

மற்றபடி, நீங்களும் இன்னும் மற்ற நண்பர்களும் சொல்லும் அபிப்ராயங்களைத் தொகுத்தே இவற்றைப் பிரசுரிப்பது பிரசுரிக் காமல் அழிப்பது பற்றி நான் முடிவு செய்ய வேண்டும்.

வீட்டில் அனைவரும் நலம்தானே?

உங்கள்
கிருஷ்ணன்.

__ஆரண்யம்__ - தை மாசி பங்குனி 2000

1999-ன் சிறந்த கதை

கூர்முனை இலக்கிய அமைப்பு கடந்த ஆண்டுக்கான சிறந்த சிறுகதையைத் தேர்ந்தெடுக்க என்னை நியமித்தது குறித்துப் பெருமிதமடையும் அதே சமயம், பொறுப்பும் சுமையும் கூடிவிட்டதையும் உணர்கிறேன். சிறந்த சிறுகதை எழுதியவனாகவோ, தேர்ந்தெடுப்பதற்கான அடிப்படைகள் எதுவும் அமையப் பெற்றவனாகவோ என்னைக் கருதியதில்லை. கூர்முனையின் அமைப்பாளர்கள் என்னிடம் தெரிவித்தபோதும் இதையே அவர்களிடம் சொன்னேன். அவர்கள் விடுவதாயில்லை. அவர்களின் எதிர்பார்ப்புக்குத் தகுந்தவாறு நடந்துகொள்ள முயலுவேன் என்று மட்டும் உறுதி கூறுகிறேன். அவர்களுக்கு என் நன்றி உரித்தாகிறது.

கூர்முனை இலக்கிய அமைப்பு முந்தைய ஆண்டுகளில் வெளியிட்ட தொகுப்புகள் பலவற்றையும் படித்திருக்கிறேன். மாதத்துக்கொருமுறை சிறந்த சிறுகதையைத் தகுந்தவர்கள் மூலம் தேர்ந்தெடுத்து, அந்தப் பன்னிரண்டு கதைகளில் சிறந்ததை இன்னோர் எழுத்தாளரால் தேர்ந்தெடுத்து, ஆண்டுக்கொரு தொகுப்பு வெளியிடும் அமைப்பாளர்கள் மணி பல்லவன், குடந்தைக் கிள்ளி ஆகியோரின் இலக்கியப் பற்று சந்தேகத்துக்கு அப்பாற்பட்டது. ஆனாலும் சில யோசனைகள்.

ஒரு மாதத்தில் வெளியாகும் சிறுகதைகளில் மூன்று மிகச்

சிறந்தவை என்று வைத்துக்கொள்வோம். (சில வருடங்களுக்கொரு முறையாவது தமிழில் ஒரே மாதத்தில் நாலைந்து நல்ல சிறுகதைகள் பிரசுரமாகிவிடுகின்றன.) தேர்வில் ஒரு சிறுகதை மிஞ்சும். மற்றவை நிராகரிக்கப்பட்டுவிடும். மாறாக, அடுத்த மாதத்தில் ஒரு நல்ல கதைகூட வெளியாகவில்லை. (இதற்கான வாய்ப்பு நாம் யூகிப்பதை விடவும் பல மடங்கு அதிகம்.) அப்போது என்ன ஆகும்? மோசமான சிறுகதைகளில் உசத்தியானது அந்த மாதத்தின் சிறந்த கதையாகித் தேர்வு பெறும். ஆக, தேர்வு முறையை வேறு மாதிரி மாற்றியமைக்க அமைப்பாளர்கள் முன்வர வேண்டும்.

மாதாந்திரத் தேர்வாளர்களில் எழுத்தாளர்கள் மட்டுமே இடம் பெறுமாறு பார்த்துக்கொள்ள வேண்டும். 'சங்க காலப் பெண்களின் மூக்குத்தி' போன்ற தலைப்புக்களில் ஆராய்ச்சிக் கட்டுரைகள் சமர்ப்பித்து டாக்டர் பட்டம் வாங்கிய பல்கலைக்கழகப் பேராசிரியர்கள், பெண்ணுரிமை பற்றி முன்னூறு கூட்டங்களில் பேசிப் பன்னிரண்டாயிரத்து அறுபத்தெட்டு தடவைகள் கரகோஷம் பெற்ற மாதர்கள், பட்டிமன்ற சொல்வீரர்கள், திரைப்பட சிகரங்கள், முன்னாள் இன்னாள் அமைச்சர்கள், உபன்யாசச் செம்மல்கள், மிருதங்கக் கலைஞர்கள் போன்றவர்களை அந்த மாதத்தின் சிறந்த சிறுகதையைத் தேர்ந்தெடுக்கச் சொல்வது, நடுவாந்தர எழுத்தாளனாகிய எனக்கு சிறந்த தவில் வாசிப்புக்கான பத்மஸ்ரீ விருது வழங்குவதுபோலத்தான். அவரவர் துறைகளில் அவரவர் மேதைமையை வெளிப்படுத்தவும் தக்கவைத்துக் கொள்ளவு மான அவர்கள் உரிமையை நான் மறுக்கவில்லை. இலக்கிய சமா சாரங்களை எழுத்தாளர்களிடமே விட்டுவிடுவதுதான் உத்தமம். குடந்தைக் கிள்ளிக்கு இந்த யோசனை உவப்பாகவே இருக்கும் என்பதை நான் அறிவேன்.

தொகுப்பு புத்தகமாக வெளிவரும் விதத்திலும் எனக்கு இரண்டு மனக்குறைகள் உண்டு. ஒன்று அட்டைப்படம் சம்பந்தமானது. வாழ்த்து அட்டையை அல்லது பள்ளிப்பாடப் புத்தகங்களுக்கு ஏற்ற சித்திரங்கள் மற்றும் புகைப்படங்களை உரிய நீள அகலத்தில் அச்சடித்துச் சிறுகதைத் தொகுப்புக்கு அட்டையாக்குவது பார்வைக்கு நோவாக உள்ளது. இரண்டாவது, அச்சுப் பிழைகள். எனக்குப் பார்க்கக் கிடைத்த முந்தைய ஆண்டுத் தொகுப்பில் கூட, 'கணிப்பொரி, கணிப்பொரி' என்று பதினாறு இடங்களில்

வந்திருக்கும் கதை ஒன்று இருக்கிறது. கணிப்பொறி வாணலியில் வறுத்தெடுக்கப்படும் விபரம் எனக்குப் புதிதாய் இருந்தது. கவனமாகப் பிழைபார்த்துத் திருத்துவதும் மொழிக்கும் இலக்கியத்துக்குமான சேவையே. இவ்வளவும் சொல்ல நேர்ந்தது கூர்முனையின்மேல் எனக்குள்ள அன்பு மற்றும் அக்கறை மிகுதியால்தான்.

இனி, கதைகள்...

ஜனவரி

இம் மாதத்திற்கான சிறந்த சிறுகதையை எழுதியிருப்பவர் திருமதி. கண்ணகிதேவி. அமைதியான நடையில் பூக்களைத் தொடுப்பது போல் வார்த்தைகளைக் கோர்த்து, பதறாத தொனியில் கதைகளை எழுதும் கண்ணகிதேவியின் கதைகளை நான் எப்போதுமே விரும்பி வாசித்திருக்கிறேன். சிந்தனையின் தெளிவான ஓட்டம் அவர்களின் எழுத்தில் ரகசியமாகப் புதைந்திருக்கும். இந்தக் கதையும் அவர்களின் எழுத்துக்கு உதாரணக் கதைதான்.

இதுதான் கதை. ஒரு இளைஞன். அவன் பெயர் பாபு. புத்தம் புது சைக்கிளை அடுக்குமாடிக் குடியிருப்பின் சுற்றுச் சுவருக்குள் நிறுத்திவிட்டு இரவு உறங்கப் போகிறான். மறுநாள் காலையில் சைக்கிளைக் காணோம். தன் நண்பரும், ஆசானும், வழிகாட்டியுமான (பக் - 3) செல்வகுமாரிடம் மாலையில் மிகுந்த வேதனையுடன் சொல்கிறான். அவர் பரிவுடன் கேட்டுக்கொண்டிருக்கிறார். திடீரென்று ஆவேசம் வந்தவனாகக் கேட்கிறான் பாபு.

> *எனக்கு ஏன் ஸார் இப்படி நடக்க வேண்டும்? நான் யார் சைக்கிளையாவது திருடியிருக்கேனா? திருட நினைத்தாவது இருக்கிறேனா? நான் ஒரு பெண்ணையும் கேலி செய்ததில்லை. என் தங்கை கல்லூரி விட்டு வந்தால் தினமும் கதைகதையாய்ச் சொல்கிறாள். நீதி என்ற ஒன்று உண்மையில் கிடையவே கிடையாதா? (பக் - 4)*

இன்னும் பலவாறு சொல்லிச் செல்கிறான். செல்வகுமார் சாந்தமாகக் கேட்டுக்கொண்டிருக்கிறார். அவனுடைய ஆவேசம் உச்சத்திற்குச் சென்று அடங்கும் நேரத்தில் பேச ஆரம்பிக்கிறார். இடையில்

அவர் எந்த மாதிரியான மனிதர், என்னென்ன புத்தகங்கள் வாசிக்கக் கூடியவர், யார் யாருக்கு நண்பர் போன்ற கதைக்கு அவசியமான விவரங்கள் சற்றுத் தாராளமாகவே சொல்லப்படுகின்றன. அவர் சொல்கிறார். திருடியவன் பாபுவின் சைக்கிளைத் திருட வந்தவன் இல்லை என்றும், அவன் திருடியது ஒரு **சைக்கிளையே** தவிர **பாபுவின் சைக்கிளைத்** திருடவில்லை என்றும், திருட்டு என்ற சொல்லும் அறுதியான அர்த்தம் எதையும் தர வல்லது இல்லை என்றும், ஒரு தேசத்தின் எல்லைக்குள் மாவீரனாக, தலைவனாக, காப்பாளனாக அடையாளம் காணப்படுபவன், மறு தேசத்தின் சட்டங்களில் தேடப்படும் குற்றவாளியாக இருப்பதை நாம் வாழும் காலத்திலேயே பார்க்கிறோம் என்றும் சொல்லிச் செல்கிறார். நீதியும் அநீதியும் மனித வரையறைகளுக்குள்ளாக ஏற்படுத்தப்பட்ட தர்க்க நிலைகள் மட்டுமே என்றும் சொல்கிறார். அவர் பேசப்பேச பாபுவின் முகம் மலர்ந்துகொண்டே செல்வதாக எழுதுகிறார் திருமதி. கண்ணகிதேவி.

இதுவரை சரியாகச் செல்லும் கதை தடம் மாறுகிறது. கண்ணகி தேவியின் பிற கதைகளில் இல்லாத ஒரு புது அம்சம், அலுப்பூட்டும் விதமாகச் சேருகிறது கதையில். அந்தப் பகுதியைப் பார்ப்போம்.

> பாபூ, ஒரு சைக்கிள், சாதாரண சேதன வஸ்து, இவ்வளவு கவலைக்குள்ளாக்குகிறதே உன்னை. இதைத்தான் மார்க்ஸியர்கள் உடைமைவாதம் என்கிறார்களோ? இதையே மனோதத்துவம் possessiveness என ஒரு வார்த்தையில் சொல்லி முடித்துவிடும். எனக்கு வேறு ஒன்று சொல்லத் தோன்றுகிறது. உடல் உறுப்புக் களையும், உடனடிச் சூழலின் பிரதிபலிப்புக்களையும் தான் உருவாகவும், உறுதிப்படவும் உபயோகித்துக்கொள்கிறது சுயம். புதிதாக வந்த சைக்கிள், சுயத்தின் சிறகில் மற்றொரு இறகாகச் சேர்கிறது. அது காணாது போகும்போது, சுயம் இரண்டாகப் பிளந்து, இருக்கும் பகுதி, விண்டு நகர்ந்துவிட்ட பகுதியை எண்ணி ஏங்குகிறது. நீ பார்க்கவும், கேட்கவும், நுகரவும், ஸ்பரிசிக்கவும், ருசிக்கவும் உன் சுயமன்றி வேறெதுவும் இல்லை என நீ அறிய மாட்டாயா? (பக் - 7)

மனித குலத்துக்கே பலன் தரக்கூடிய உன்னதமான சிந்தனைகள் தாம். ஆனாலும் சிறுகதை என்பதை ஒரு கலை நுட்பமாகவே நான்

பார்க்கிறவன் என்பதால் கட்டுரை படிக்கும் ஆயாசத்தை மனம் உணரத் தருவது கலையாகாது என்று நிறுவி, அடுத்த கதைக்குச் செல்கிறேன்.

பிப்ரவரி

கதையைத் தேர்ந்தெடுத்திருப்பவர் முனு. அரங்கராசன். ஜனநாயக எழுத்தாளர் கூட்டமைப்பின் மாநிலச் செயலாளர். கதையை விடவும் கதாசிரியரைப் பற்றிய குறிப்பு மிகவும் சுவாரசியமானதாக இருக்கிறது. அரங்கராசன் எழுதுகிறார்.

> இந்தக் கதையை எழுதியுள்ள திரு. சாத்தூர் சாத்தையா எனது நெடுநாளைய நண்பர். சென்னைக்கு அவர் முதன் முறையாக வரும்போது, தெரியாத ஊருக்கு வருகிறேன்; ரயில் நிலையத்தில் வந்து கூட்டிக்கொள்ள முடியுமா என்று எழுதியிருந்தார். ரயிலை விட்டு இறங்கியதும் ஒரு பிடி மண் கிடைக்குமா என்று ஏக்கமாகக் கேட்டார். நான் எழும்பூர் நிலைய வாசல் தார் ரோடுகளால் ஆனது. ஆலந்தூரில் தான் தங்கப் போகிறீர்கள். அங்கு வண்டி வண்டியாக மண் கிடைக்கும் என்று ஆறுதல் சொல்லிக் கூட்டிப் போனேன். பரங்கிமலை ரயில் நிலையத்துக்கு வெளியில் வந்ததும் ஆவலாகத் தெருமண்ணை இரண்டு கைகளாலும் அள்ளி முகர்ந்தார். முகச்சுளிப்புடன், இந்த ஊர் மண்ணுக்கு வாசனையே இல்லையே அய்யா, என்றார். இவன் மண்ணின் கலைஞன் என்று நான் உணர்ந்த சந்தர்ப்பம் அது. இவருடைய கதைகளில் மண்ணின் கவிச்சி முதன்மையாய் இருப்பதன் காரணம் எனக்குப் புரிந்தது. (பக் - 9)

தனியார் பள்ளித் தமிழாசிரியரும், சங்கம் மற்றும் கட்சிப் பணிகளில் தீவிரமாக ஈடுபட்டதற்காக இடைநீக்கம் செய்யப்பட்டவருமான சாத்தூர் சாத்தையாவை முனு. அரங்கராசன் சாத்தூரில் சந்திக்கச் சென்றதும் சொல்லப்பட்டிருக்கிறது. வீட்டில் சாத்தையா இல்லை. வைப்பாற்றுப் பக்கம் போனார் என்று வீட்டில் சொல்கிறார்கள். வைப்பாற்று மணலில் உச்சி வெயிலில் வேஷ்டி மட்டும் உடுத்திய சாத்தையா வெற்றுடம்புடன் உருண்டுகொண்டிருக்கிறார்.

வெயிலின் தகிப்பில் முகம் கோண, தியாக உணர்வுடன் அவர் உருள்வதைப் பார்த்துக் கண் கலங்கியது என்று எழுதுகிறார் திரு. முனு. அனுபவத்தைத் தேடி வந்ததாகச் சொன்னாராம் சாத்தையா. அவருடைய சேகரிப்பில் வண்ணத்துப் பூச்சிகளின் விதவிதமான சிறகுகள், மண்புழுக்களின் மாதிரிகள், ஒலி நாடாக்களில் பதிவு செய்யப்பட்ட பறவைகளின் சப்தங்கள், தாவரவியல் நூல்கள், ரசாயன நூல்கள் என்று பலவும் இருந்ததாகப் பதிவு செய்திருக்கிறார் தேர்வாளர்.

கழுவப்படாமலும் தூக்கம் கலையாமலும் சுணங்கிய முகத்துடன் பேருந்தில் தீப்பெட்டி ஆபீஸுக்கு வந்திறங்கும் சிறுமியைப் பற்றிய கதை அது. அவளுடைய ஒழுகும் மூக்கில் மனிதகுல துக்கம் மகாநதியாய்ப் பாய்கிறது என்று கதையை முடிக்கிறார் திரு.சாத்தூர் சாத்தையா.

இந்தக் கதையைப் பற்றின அபிப்பிராயத்தைச் சொல்லத் தயக்கமாயிருக்கிறது. சமுதாய மேன்மைக்கோ, சமத்துவத்துக்கோ, சிறார்களின் கல்விக்கோ, ஊதிய நிர்ணயத்தில் கடைப்பிடிக்கப்பட வேண்டிய நீதிக்கோ, கலையின் அரசியல் செயல்பாட்டுக்கோ நான் எதிரானவன் அல்ல. ஆனால் கலை, கலையாக இருந்துகொண்டே தன் ரகசியத் தளங்களில் அரசியல் செயல்பாட்டை மேற்கொள்ள வேண்டும் என்று நம்புகிறவன். தமிழிலேயே இதற்கான ஒன்றுக்கு மேற்பட்ட உதாரணங்களைச் சொல்ல முடியும் என்னால். இடப் பற்றாக்குறை கருதியும், நகர்சார், மத்திய வர்க்க, பார்ப்பன ஆண் மகன் என்பது போன்ற என் அடையாளங்கள் விவாதிக்கப்படுவதில் எனக்கு ஆர்வமில்லாததாலும் அடுத்த கதைக்கு நகர்கிறேன்.

மார்ச்

மூன்றாவது கதை ஒரு சிறுபத்திரிகைக் கதை.

தத்துவ மேதை ஒருவரைப் பற்றிய கதை இது. பெரும் புகழ் பெற்ற மேதையும், எளிய ஆங்கிலத்தில் ஆழமாக உரையாற்றியவரும், தன் வாழ்வையே பரிசோதனைச்சாலையாகப் பயன்படுத்தியவரு மான அம் மேதை, மனித சிந்தனையில் கூட்டு வாழ்க்கை சம்பந்த மாகப் படிந்திருக்கும் வண்டல்களைச் சுரண்டித் தள்ளி, மனித மனத்தை அதன் இயல்பான ஸ்படிக நிலைக்கு மீட்டெடுக்கும்

பணியில் தன் வாழ்நாள் முழுவதையும் முதலீடு செய்தவர் என்று அவரைப் பற்றிய இடைக்குறிப்புகள் கதையில் வருகின்றன. மனித வாழ்க்கை பற்றி அவர் நிகழ்த்திய உரைகளிலிருந்து சில பகுதிகள் கதையில் மேற்கோள் காட்டப்படுகின்றன.

1. ஞாபகம் என்ற சிறையிலிருந்து மனித மனம் விடுதலை பெற வேண்டும். புலன்களால் நாம் அறியக் கிடைப்பவை ஞாபகங்களே. வெண்மை என்று பொதுக்குறிப்பின் ஒப்பந்தத்தில் நாம் காணுவது முதன்முதலில் சிசுவாய் இருந்து பார்த்த பெயரற்ற நிறப்பரப்பையே. வெண்மை என்ற அனுபவம் ஒரு முறைதான் ஏற்பட முடியும். பின்பு தொடர்வதெல்லாம் ஞாபகத்தின் அடிப்படையில் ஒப்பிட்டு அறியும் செயல்பாடே.

2. மொழி, சிந்தனை, காலம், வெளி என்று வெவ்வேறாகக் குறிப்பிடப்படும் யாவையும் ஒன்றே. பிரக்ஞை என்ற பொதுச் சொல்லால் குறிக்கப்படும் அதை, பெயரும் சுவையும் நிறமும் ஒலியும் மணமும் அற்ற பொதுத்தளமாகச் சொல்லும் மதங்களும் இருக்கவே செய்கின்றன. பொதுவாகவே எல்லா மதங்களிலும் அவை நிறுவனமாவதற்கு முந்தைய நிலையில் நிலவும் பளிங்குத் தன்மை பேதமற்ற நிலையொன்றை வலியுறுத்துவதைக் காணலாம்.

3. கற்றுத்தருதல், கற்றுக்கொள்ளல் என்ற இரண்டு கிளைகளாகப் பிரிந்து மனிதார்த்த அறிவு தன் வளர்சிதை மாற்றத்தை நிகழ்த்திக் கொள்கிறது. மனிதார்த்த அறிவு என்பது பிரபஞ்ச அறிவின் ஒரு நுண்மையான பகுதியே. நிலநடுக்கத்துக்கான அறிகுறிகளை அறிய மனிதர்களுக்கு நுட்பமான அறிவியற் கருவிகள் தேவைப்படுவதும், விலங்குகளும் பறவைகளும் தங்கள் உடலின் ரகசியத் தடங்களில் முன்கூட்டியே உணர்ந்துவிடுவதும் கவனத்தில் கொள்ளத்தக்கது. அணுப்பிரளயத்திற்குப் பிறகும் உயிருடன் இருக்க வல்ல கரப்பான் பூச்சியின் உடல், தப்பித்தல் பற்றிய அறிவின் பொக்கிஷமல்லவா?

4. பசியின்றிப் படுத்திருக்கும் சிங்கத்தின் அருகில் நடமாடும் வரிக்குதிரைகளும், மான்களும் சக ஜீவராசிகளாகவே

தென்படுகின்றன. அவற்றை உணவுப் பொருட்களாகக் கருதி எந்நேரமும் திரிவதில்லை சிங்கம். மனித மனமோ ரொட்டியைப் பார்த்த மாத்திரத்தில் உணவுப் பண்டம் என்று அறிகிறது. இதையே ஞாபகத்தின் சிறை என்று சொன்னேன்.

5. கற்றல் தன்னை நிகழ்த்திக்கொள்கிறது என்று பலமுறை கூறி வந்திருக்கிறேன். நான் எனும் இந்த உடல் கற்றலின் அரங்கமாகப் பயன்படுகிறது. இது அழிந்த பின்னும் கற்றல் தொடரும். கற்றல் பற்றிய கவனமே முக்கியம். மாறாக, என் மரணத்திற்குப் பின்னும் என்னை நினைவுகூர்வது, ஞாபகம் பற்றிய என் சிந்தனைகளை நிராகரிப்பதாகும். *(பக் 17, 19, 22)*

மேதையின் பெயரால் ஏற்படுத்தப்பட்ட சர்வதேச அறக்கட்டளை யின் இந்தியப் பிரதிநிதியான இளைஞனின் பார்வையில் சொல்லப் படும் கதை. மேதைக்கு நினைவகம் அமைப்பது பற்றி விவாதிக்கக் கூட்டப்பட்ட கூட்டத்தில் அவரவரும் மேதையின் வெவ்வேறு சந்தர்ப்ப உரைகளை இஷ்டம்போல வியாக்கியானம் செய்ய, இந்திய இளைஞனின் கடும் எதிர்வாதத்தை மீறி, கண்ணாடிக் கூண்டில் கோப்பையில் வைக்கப்பட்ட பாதரசத்தை மையமான காட்சிப் பொருளாகக் கொண்ட இரண்டடுக்கு மாடிக்கட்டிடமும், நாற்பது ஏக்கர் நிலத்தில் ரோஜாச்செடிகளில் உலகில் உள்ள அனைத்து வகைகளும் வளர்க்கப்படும் தோட்டமும் கொண்ட நினைவகம் அமைக்கத் தீர்மானம் நிறைவேற்றப்படுகிறது.

உலோகமாயிருந்தும் திரவத்தின் வடிவம் கொண்டதாலும் ஒளிர்வதாலும் வெப்ப தட்பத்துக்கு உயிர்ப்பொருள் போன்றே எதிர்வினை புரிவதாலும் பாதரசத்தைத் தேர்வதாகத் தீர்மான வரிகள் தீர்மானிக்கப்படும்போது இந்திய இளைஞன், அவன் பெயர் சோம்நாத் பட்டாச்சார்யா, கவிழ்ந்த தலையுடன் வெளியேறுகிறான். சிறுபத்திரிகைகளைப் பீடித்த வியாதிக்குச் சரியான சான்று இக்கதை. அஞ்சலிக் கட்டுரையைச் சிறுகதையாக எப்படி ஏற்றுப் பிரசுரிக்கிறார்கள்? ஆச்சரியமாய்த்தான் இருக்கிறது.

ஏப்ரல்

அடுத்த கதை வாரப் பத்திரிகையும், மூன்று லட்சம் பிரதிகள் விற்பனையாவதுமான 'வசந்தம்' இதழில் வெளியானது. சரளா என்ற புனைபெயரில் நாற்பது வருடங்களாக எழுதிவருபவரும், எழுத்தில் இருபது வயதுக்கு மிகாமல் இருப்பவருமான சுந்தரமூர்த்தி எழுதிய கதை. துபாயில் நடக்கிறது கதை. துபாயில் ஆறு மாதத்துக்கு ஒருமுறை நடக்கும் கிரிக்கெட் பந்தயத்தைப் பற்றிய வர்ணனை கதையின் ஆரம்பமாக உள்ளது.

> இரவு பகல் ஆட்டத்தின் முதல் பந்து வீசப்படுகிறது. ஆர்ப் பரிக்கும் கூட்டத்தின் ஓசையில் சாகசமாய்ச் சரிந்திறங்கும் விமானத்தின் சப்தம் மழுங்குகிறது. Care me, Sachin என்ற வாசகங்கள் பொறிக்கப்பட்ட டி. ஷர்ட்டுக்குள் சிறைப்பட்டு, சுதந்திரத்துக்கு ஏங்கும் மார்புகள் குலுங்க யுவதியர் எழுந்து உற்சாகப்படுத்த, வேகப்பந்து வீச்சாளர் ஓடி வருகிறார். அகலப் பந்து என்று கைவிரிக்கிறார் சிலுவையில் தொங்குவது போன்ற தோற்றம் காட்டும் அம்பயர் ஷெப்பர்டு. பந்து வீசப்படும்போது பந்துகளைக் கவனித்து விசிலடிக்கிற இளை ஞர்களின் முகத்தில் 'நான் இந்தியன்' என்ற பெருமிதம் ஒளிந்து கிடக்கிறது. (பக். 28)

சரளாவின் எழுத்து வயது பற்றி நான் குறிப்பிட்டதற்குச் சான் றாகவே இந்தப் பகுதியைக் கோடிட்டுக் காட்டுகிறேன். எழுத்தில் இளமை துள்ளுவதும், விடலைத்தனம் தெறிப்பதும் இரண்டு வெவ் வேறு விஷயங்கள் என்று சொல்வேன். இப்படி ஆரம்பிக்கும் கதை துபாய் நகருக்கு வெளியே வெகு தொலைவில் அதே நேரம் நடந்துகொண்டிருக்கும் ஒரு சம்பவத்தை நோக்கிச் செல்கிறது.

நெடுஞ்சாலையில் கார் பழுதாகிவிட, தாயும் மகளுமான பெண் கள் இருவர் வலதுகைக் கட்டைவிரலை உயர்த்திக் காட்டி, தங் களையும் ஏற்றிச் சென்று உதவும்படி கோருவதைப் புறக்கணித்துப் பறக்கின்றன கார்கள். விரைந்து விலகும் கார்களின் பெயர்கள், விலை விவரம், உள்ளே இருக்கும் வசதிகள் பற்றிய வர்ணனை ஆகியவை ஏழையான தமிழ்க் காதலர்களை காதலிக்கும் பொருட்டு ஸ்விட்சர்லாந்தின் பனிப்பிரதேசங்களுக்கும், பிரமிடுகளுக்கும், நியூ

யார்க்கின் ஆகாசக் கட்டிடங்களுக்கும் அனுப்பும் தமிழ் சினிமாவின் வியாபாரத் தந்திரத்தை ஒத்ததாய் இருக்கிறது.

ஒரு கார் நிற்கிறது. பெண்கள் இருவரையும் ஏற்றிக்கொள்கிறது. சற்றுத் தூரம் சென்ற பிறகு பாலைவனத்தின் அத்துவான இருட்டில் ஓர் ஓரமாக நிற்கிறது. காருக்குள் பெண்கள் இருவரும் அலறும் சப்தம், அதிரும் ஸ்டீரியோ ஸ்பீக்கர்கள் மற்றும் குளிர்பதனம் காக்க ஏற்றிவிடப்பட்ட ஜன்னல் கண்ணாடிகளுக்கு உள்ளேயே மடங்கித் திரும்புகிறது என்று முடிக்கிறார் சரளா.

1. தாயும் மகளும் யாரிடமோ சிக்கி இருளில் மானபங்கம் செய்யப்படும் துயரத்தைச் சொல்லக் கிரிக்கெட் ஆட்டம் ஏன் ஆரம்பமாகவேண்டும்?

2. நெடுஞ்சாலையில் பறக்கும் ஒவ்வொரு காரையும் துல்லியமாக விவரிக்கும் சரளா ஒரு கதைசொல்லியாகத் தன்னைப் பொருத்திக் கொள்ளும் இடம் எது?

3. கதையில் செய்தி என்று எதையும் கோரும் மனோபாவத்தை சீரிய வாசகன் என்றுமே கைக்கொண்டதில்லை. ஆனாலும் கதாசிரியனின் உத்தேசம் என்ன என்று புலப்பட வேண்டாமா?

4. வெறும் கிளுகிளுப்பூட்டுவதுதான் நோக்கம் என்றால், கிளு கிளுப்பை தரும் எத்தனையோ சாதனங்கள் இருக்கையில், சிறுகதைக்கான விசேஷ அவசியம் என்ன?

இந்தக் கதையை ஏப்ரல் மாதத்தின் சிறந்த கதையாகத் தேர்ந் தெடுத்த பேய்க்கதை மன்னன், அலெக்ஸ் என்ற புனைபெயர் கொண்ட சங்கரசுப்புவின் உள்நோக்கம் பட்டவர்த்தனமாகத் தெரி கிறது. வசந்தம் மே இரண்டாம் வார இதழில் தனக்குப் பிடித்த சமகால எழுத்தாளர் என சங்கரசுப்புவைக் குறிப்பிட்டிருக்கிறார் சரளா.

மே

மே மாதக் கதை ஒரு விஞ்ஞானப் புனைகதை. எழுதியவர் டாம்ஜிக்ஸ் என்ற விநோதமான புனைபெயர் சூட்டிக்கொண்ட

நாகராஜன். அரசாங்கக் காசநோய் ஆராய்ச்சி நிறுவனத்தில் இளநிலை விஞ்ஞானியாகப் பணிபுரிபவர். நல்ல எழுத்து. நிரடாத வாசிப்பைத் தரும் எளிய வார்த்தைக் கோவைகள். ஆனால், விஞ் ஞானக் கதைகள் சம்பந்தமாக எனக்கு உள்ள புகாரை உறுதி செய்வதாக இருக்கிறது இந்தக் கதை. Double helix, DNA, RNA , Radio Active Substance என்று விரவிக் கிடக்கிற குழூஉக் குறிகள் பாமர வாசகனை மிரளச் செய்பவை. இவற்றைக் கூடுமானவரை தவிர்த்து, கதையோட்டத்திலேயே வேறு காலம், வேறு களம், வேறு நடைமுறை என்று எல்லாம் வேறான பின்னணியில் மனித மனம் திகைப்புக்குள்ளாகும் நிகழ்வைச் சுட்டினாலே போதுமானது இல்லையா.

மரபணு ஆய்வு நிகழும் சோதனைச்சாலையில் ஆராய்ச்சி மேற்கொள்ளும் பெண்ணொருத்தியின் கதை இது.

அனுபமா, நுண் உயிரியல் ஆராய்ச்சியில் ஈடுபட்டிருப்பவள். சோதனைச்சாலையில் மரபணுக்களைப் பார்க்கும் விதமாக கதிரியக்கப் பொருட்களும், குடுவைகளும், ட வடிவத் தட்டுகளும் குழாய்களும் சீசாக்களும் நிரம்பிய தன் மேஜையின் இடது மேல் ஓரத்தில் தினசரி காலையில் வருகைதரும் பல்லி ஒன்றுடன் நட்பு கொள்கிறாள். பல்லிக்குக் காலையில் குட்மார்னிங் சொல்லி விட்டு வேலையைத் தொடங்கும் பழக்கம் உண்டாகிறது. அதுவும் இவளை நிமிர்ந்து பார்க்கிறது. சிலவேளைகளில் நடுமேஜையை நோக்கி அது முன்னேறிவிடும்போது மேஜையை உரத்துத் தட்டி விரட்டவும் செய்கிறாள்.

கதையின் மையம் நிகழும் காலையில் தன் சிநேகிதப் பல்லி இருக்கும் இடத்தில், இரண்டு பல்லிகளின் பரிமாணம் கொண்ட மரப்பல்லி ஒன்று இருப்பதைக் காண்கிறாள். இது என்ன புது வரவாய் இருக்கிறதே, நம் ஆளை எங்கே காணோம் என்று வியந்து விட்டு, வேலையைத் தொடர்கிறாள்.

மறுநாள் காலையில் அதிர்ச்சி காத்திருக்கிறது. மரப்பல்லி இருந்த இடத்தில் ஒரு பெரிய ஓணான் உட்கார்ந்திருக்கிறது. கதிரியக்கம் காரணமாக மரபணு விபத்து ஏதோ நடந்திருக்கிறது என்பதை உள்ளுணர்வில் உணர்ந்தவளாகப் பதறி ஓடி வெளியேறுகிறாள் அனுபமா. மேஜையில் இருக்கும் ஓணான் நினைத்துக்கொள்கிறது.

'இரு, இரு. இன்னும் பதினைந்து நாளில் நான் டினோசாராகி முதல் உணவாக உன்னைத்தான் புசிக்கப்போகிறேன். எத்தனை முறை மேஜையைத் தட்டி விரட்டியிருப்பாய்.' (பக் - 47)

இந்தத் தொகுப்பின் மிகச் சிறந்த கதை பிரசுரமாகியிருக்காவிட்டால், மிகச் சிறந்த கதையாகத் தேர்ந்தெடுக்கப்பட்டிருக்கக்கூடிய கதை. ஆசிரியருக்கு என் வாழ்த்துகள்.

ஜூன்

ஜூன் மாதத்தின் தேர்வாளராய் நியமிக்கப்பட்டவர் திரு. ஜீனசேனன். தூத்துக்குடி மாவட்ட ஆட்சியர். தமிழிலக்கியத்தின்பேரில் ஆசை உள்ளவராக அறியப்படுபவர். **நிர்வாக முறையியலின் நடைமுறைச் சிக்கல்கள், பல்லவர் கால வரிவிதிப்பு முறைகள்** என்ற இரண்டு நூல்களை எழுதியவர். சென்ற ஆண்டு சாகித்ய அகாதமி விருதுக்குப் பரிந்துரைக்கப்பட்டார் என்ற வதந்தியும் உண்டு.

சரித்திரக் கதையைத் தேர்ந்தெடுத்திருக்கிறார். முதுபெரும் எழுத்தாளர் அதியமானஞ்சியின் கதை. உருவிய வாளுடன் ஏரிக்கரையில் தோன்றினான் இதயகுமரன். வசுந்தராதேவி ஏரியில் ஜலக்கிரீடை செய்துகொண்டிருந்தாள். (பக் - 50)

முதல் வரியிலேயே வாளும், குளிக்கும் பெண்ணுமாய்க் களை கட்டிவிடுகிறது சரித்திரம். வசுந்தராதேவியின் பருத்த மார்புகள் (சிறுத்த மார்புள்ள பெண்களுக்குச் சரித்திரத்தில் இடமில்லை என்ற பிடிவாதம் கொண்டவராய் இருக்கிறார் அதியமானஞ்சி) கலிங்கத்தில் ஒற்றறியச் சென்றகாலை, தான் உறங்கிச் சுகிக்க நேர்ந்த இலவம் பஞ்சுத் தலையணையை ஞாபகப்படுத்தினவாய் இருந்தன இதயகுமரனுக்கு. கலிங்கத்தில் இலவம்பஞ்சு பயன்பாட்டுக்கு வந்த காலகட்டம் பற்றிய சரித்திரச் சான்று அடிக்குறிப்பாக வழங்கப்பட்டிருக்கிறது.

மிகவும் அதிகம் சொல்லிவிட்டேன் இந்தக் கதையைப் பற்றி என்று தோன்றுகிறது.

ஜூலை

ஜூலை மாதம் பேறுபெற்ற மாதம் போலும். இந்த மாதத்தில் வெளியானதாகத் தம்மிடம் தேர்வுக்கு வழங்கப்பட்ட ஒரு சிறுகதை யும் உருப்படியில்லை என்றும், வேறு யாரிடமாவது கொடுத்துத் தேர்ந்தெடுக்கச் சொன்னால் அந்தக் கதையைப் பற்றியும், அதை எழுதியவரைப் பற்றியும், தேர்ந்தெடுத்தவர் பற்றியும், கூர்முனையைப் பற்றியும், அறுபத்தேழு பக்கங்களுக்கு விமர்சனக் கட்டுரை பாயும் என்றும் தெரிவித்திருக்கிறார், நவீன விமர்சகரும் ஒரிஸ்ஸா பல்கலைக் கழகமொன்றில் வேதியியல் துறைப் பேராசிரியராகப் பணிபுரிபவரு மான திரு. தேசிகன்.

ஆகஸ்ட்

அடுத்த கதை, என் நெடுநாளைய நண்பரும், முடிவற்ற உரை யாடலைத் தொலைபேசியிலும், நேரிலும் என்னுடன் நிகழ்த்தி வருபவருமான எம். நாராயணனின் கதை. சிற்றிதழில் வெளியாகி, நூற்று அறுபத்தாறு கண்டனக் கடிதங்களையும், மூன்று பாராட்டுக் கடிதங்களையும் பெற்றுக் கண்டனத்தின் காரணமாகவே பெரும் கவனிப்பைச் சம்பாதித்த கதை. கதை இதுதான்.

கதையின் முதல் வரியில் உடலுறவை (மனைவியுடன்தான்) ஆரம்பிக்கிறான் நாயகன். உடலுறவு முடிவதற்குள் கதை முடிந்து விடுகிறது. இடையில், வற்றிய முலை சுவைக்கும் ஸோமாலியக் குழந்தை, தொப்புள் கொடி அறுபட்ட மாத்திரத்திலேயே போராளியாகிவிடும் பாலஸ்தீனிய சிசுக்கள், மலேசிய உணவுப் பண்டத்தின் செய்முறை, ஜப்பானியர்கள் தம் பாரம்பரிய உடையான கிமோனோவைத் தைக்கும் விதம், லத்தீன் அமெரிக்கக் காடுகளில் வளரும் தாவரங்கள் பற்றிய குறிப்பு, ப்ளாக் மாஜிக் பற்றிய குறிப்புகள் பிரவாகமெடுக்கின்றன. ஆறு வரிகளுக்கொருமுறை உலக்கையின் நர்த்தனம். கதை வெளியான சமயம் நண்பரிடம் கேட்டேன்:

> உலக்கையின் தொந்தரவு தாங்க முடியவில்லையென்றால் பூண் பிடிக்க வேண்டியதுதானேய்யா, ஏன் கதை எழுதுறீர்?

சென்னை நகரின் பூங்காக்களில் புற்கள், பள்ளிச் சீருடையில் மதியத்தில் வந்த காதலர்கள், சிமெண்ட் நடைபாதையில் மூன்று மணி நேரத்துக்குக் குறையாமல் நடக்கும் ஜீன்ஸ் அணிந்த வயோதிகர், கொசுக்கள், கட்டெறும்புகள் சாட்சியாக அவரிடம் நான் கேட்ட கேள்விகளை இங்கும் தருவது உசிதம் என்று நினைக்கிறேன். (தன்னுடைய பதில்களை அவர் எப்படியும் கட்டுரையாக எழுதிப் பிரசுரிப்பார்.)

1. மனதின் அசைவுகளை **மட்டுமே** நவீனத் தமிழிலக்கியம் பதிவு செய்து வந்திருப்பதாகக் குற்றம் சாட்டும் நீங்கள், உடலை **மட்டுமே** பிரதானமாக்கிக் கதைகள் எழுதுவது ஒற்றைத் தரப்பான பார்வை கிடையாதா?

2. உன்னதங்களை **மட்டுமே** வலியுறுத்தும் ஆன்மிக, மத நூல்களை நிராகரிக்கும் நீங்கள், சமூகம் பிறழ்வு என்று புறக்கணிப்பதை **மட்டுமே** பதிவு செய்தால் அதை நிராகரிக்கும் உரிமை எனக்கு உண்டா, இல்லையா?

3. உடலால் கடும் சித்திரவதைக்கு ஆளாகும் உங்கள் கதாபாத்திரங்கள் அனைவரும் கூட்டுத் தற்கொலை செய்து கொள்ளாததற்குக் காரணமாயிருக்கும் நம்பிக்கை எது? பௌதிக இருத்தலுக்கான வேட்கை தவிர்த்து வேறு காரணம் ஏதேனும் இருக்குமானால் அது உங்கள் எழுத்தில் வெளிவராதது ஏன்?

4. உங்கள் பாத்திரங்கள் சுயமாக இயங்குகிறார்களா? உங்கள் விரலின் ஆணைக்கு இயங்கும் பொம்மைகளா?

5. குரூரம் என சமகால மனம் அடையாளம் காணுவதை, பட்டவர்த்தனமான மொழியில் தாட்சண்யமின்றிச் சொல்லிச் செல்லும் உங்கள் எழுத்தின் அடியோட்டமாக விவிலிய அன்பு பாய்வதை அறிவீர்களா?

6. அந்த அன்பைச் செய்தியாக்குவதுதான் உங்கள் நோக்கம் என்றால், அதை வெளியிடுவதற்கான மொழி இது என நீங்கள் தேர்ந்தெடுத்த காரணம் என்ன?

7. இருத்தலின் சிக்கல் என்பது சமூக அமைப்பின் கால - வெளிச் சட்டகத்துக்குள் மட்டுமே அடங்கிய ஒன்றா அல்லது

மனிதார்த்தம் என்பதே சிக்கல்தானா?

8. கலகம் என்பது வெறும் மொழி அதிர்ச்சியை உண்டுபண்ணும் சமாச்சாரம்தானா? குண்டி, வக்காளி என்ற சொற்களையெல்லாம் தமிழ்த் திரைப்பட உலகம் cliche ஆக்கிவிட்ட சங்கதி நீங்கள் அறியாததா என்ன? நீங்கள் உபயோகிக்கும் அதிரடிச் சொற்கள் cliche ஆக வெகுகாலம் ஆகும் என்று நினைக்கிறீர்களா?

9. எழுத்து, எழுத்தின் மீதான விமர்சனம், விமர்சனத்தின் மீதான எதிர்வினை, எதிர்வினைக்கு பதில், பதிலுக்கு பதிலான எதிர்வினைக்கு எதிர்வினையான பதிலுக்கு பதிலாக வசவுகள், முகம் கிழித்தல்கள் என்ற தொடர் செயல்பாடுகள், நீங்களும் உங்களுடன் அவ்வப்போது சேர்ந்து விலகும் நண்பர்களும் அறிவித்த **எழுத்தாளன் செத்துவிட்டான்** என்ற கோட்பாட்டுக்கு நியாயம் செய்பவையா?

10. உடலுக்குள் மனம் இருப்பதான பாமரக் கருதுகோள், அல்லது மனத்துக்குள் உடல் இருப்பதான மெட்டஃபிஸிக்கல் கருதுகோள் இவற்றில் எதன் ஆதரவாளர் நீங்கள்?

இத்தனை கேள்விகளுக்கு அப்புறமும் இந்தக் கேள்விகளை எழுப்பக் காரணமாய் இருந்ததற்காகவும், ஒருவிதமான சமூகப் பிரஷ்டத்தை எதிர்கொள்ள நேரும் சாத்தியத்தை உள்ளடக்கியிருப்பதற்காகவும் இந்தக் கதையை நான் ஆதரிக்கவே செய்வேன். எனினும் இதன் ஒருதலைப்பட்சமான போக்கு என்று நான் கருதுவதையும் சொல்லும் சுதந்திரம் எனக்கு உண்டு என உறுதியாக நம்புகிறேன்.

உங்கள் பதில்கள் என்ன, நண்பர் நாராயணன்?

செப்டம்பர்

இந்த மாதக் கதை, யுவன் சந்திரசேகர் என்ற புது எழுத்தாளருடையது. தாயம்மாப் பாட்டி என்ற கிழவி சாகக் கிடக்கிறாள். வலது மார்பில் புற்றுநோயாம் அவளுக்கு. இன்னும் பதினைந்து நாட்களுக்குள் அவள் இறந்துவிடுவாள் என டாக்டர்கள் சொல்லிவிடுகிறார்கள். (பாட்டி ஐந்தாவது நாளிலேயே இறந்துவிடுகிறாள் என்பது கதையில் பூடகமாகச் சொல்லப்படுகிறது.) பாட்டி, தினத்துக்குப்

பத்து என்று முப்பது கதைகள் சொல்கிறாள். நாலாவது நாள் உணர்வு தப்பிவிடுகிறது. தான் குழந்தையாய் இருந்தபோது பாட்டி சொன்ன கதைகளை நினைவுகூர்கிறான் கதைசொல்லி.

சாகக் கிடக்கும் கிழவி அய்யோ அம்மா என்று முனகாமல், பேரனை அழைத்துக் கதைகள் சொல்வது நம்பக்கூடியதாய் இல்லை. முப்பது கதைகளிலும் அக்ரஹாரத்து அம்மணியாய் உருவாகும் தாயம்மாப் பாட்டி, கடைசிப் பத்துக் கதைகளில் ஈசாப், ஜென் குரு, தாஓ ஞானி என்று பல அவதாரங்கள் எடுப்பதும், பையன் பாட்டியின் மரணத்தைவிடவும் அவள் சொல்லும் கதைகளைத் தொகுப்பதைப் பிரதானப்படுத்திக்கொள்வதும் படு செயற்கையாய் இருக்கிறது.

தமிழ் எழுத்தாளர்கள், தங்கள் சிந்தனையை ஏற்றிச்செல்லும் வாகனங்களையே சிருஷ்டிக்கிறார்கள்; மாமிசமும் குருதியுமான உயிர்ப் பாத்திரங்களைத் தங்கள் கதைகளில் உலவவிடுவதில்லை என்ற பரவலான குற்றச்சாட்டுக்குச் சான்றான கதை இது. ஆனால், யுவன் சந்திரசேகரைச் சொல்லிக் குற்றமில்லை, பாவம். இதுபோல கதாபாத்திரங்களைக் கூறுகளாகப் பிரித்து, தம் கதைகளை வழக்காடு மன்றம் ஆக்கிய தமிழ் முன்னோடிகள் இருவர் சாகித்ய அக்காடமி விருது பெற்றிருக்கிறார்கள் எனும்போது, புதியவர்களை என்ன சொல்வது?

இந்தக் கதையில் எனக்கு அந்தரங்கமான எரிச்சல் ஒன்றும், ஆச்சரியம் ஒன்றும் இருக்கின்றன. முதலில் எரிச்சல்.

> முதல் நாள் இரவே பாட்டி பத்துக் கதைகள் சொன்னாள். எல்லாமே குட்டிக் கதைகள்தான். ஒரு கதை சொல்லிவிட்டு நீள நீளமாய்ப் பெருமூச்சுகள் விட்டுக்கொள்வாள். அந்தக் கதைகளை அவளுடைய மொழியிலேயே உங்களிடம் சொல்லத்தான் ஆசை. ஆனால் முடியாது. முத்துக் கிருஷ்ணக் கோனார் மாடுகளை நகர்த்த எழுப்பும் ஒலிகளைப் பாட்டி எழுப்பிக்காட்டுவதும், சம்பவங்களைச் சொல்லும்போது பாட்டியின் முகம் மேற்கொள்ளும் அபூர்வமான உணர்வுக் குறிப்புகளும், குரலில் நேரிடும் ஏற்ற இறக்கங்களும் எந்த மொழியிலுமே பதிவு செய்யப்பட முடியாதவை.
>
> தவிரவும், ஏற்கனவே நான் எழுதிய குறுநாவல் ஒன்றின்

> கைப்பிரதியை நண்பர்களிடம் படிக்கக் கொடுத்தபோது அவற்றில் தயிர்வடை வாசனை லேசாக அடிப்பதாக ஒரு நண்பர் சொன்னதாக இன்னொரு நண்பர் தொலைபேசியில் சொன்னார். மொத்தமாக இத்தனை தயிர்வடைகளைத் தின்ன நேர்ந்தால் பல நண்பர்களுக்குப் பேதியாகிவிடும் வாய்ப்பு உண்டு. பாட்டிக்கும் நியாயம் செய்ய வேண்டும், நண்பர்களின் ஆரோக்கியமும் கெட்டுவிடக்கூடாது என்ற இரண்டு எதிர்முனை அக்கறைகளின் காரணமாக மையமான ஒரு மொழியில் திருப்பிச் சொல்கிறேன் கதைகளை. அதனால், மொழிக் குற்றம் ஏதும் இருந்தால் அதற்கு நான் பொறுப்பில்லை. பார்ப்பன வழக்கில் தமிழில் புனைகதைகள் எழுத முடியாமலிருக்கும் சூழ்நிலைதான் பொறுப்பு. (பக் 67)

சொந்த விரோதங்களைத் தீர்த்துக்கொள்ளும் களமாகக் கலையைப் பயன்படுத்திக்கொள்வதை மலினமான உத்தியாகக் கருதுகிறேன். இந்தப் பத்தியின் முதல் பகுதியில் பதிவுபெறும் இயலாமைக்கும், இரண்டாம் பகுதியில் பதிவுபெறும் இயலாமைக்கும் உள்ள வேறுபாட்டை யாரும் உணர முடியும்.

ஆச்சரியம் தந்த விஷயம், யுவன் சந்திரசேகரின் கதையில் தன்மை ஒருமையில் கதையைச் சொல்லிச் செல்லும் கதாபாத்திரத்தின் பெயர் **கிருஷ்ணன்** என்பது.

அக்டோபர்

அக்டோபர் மாதக் கதை நவீனச் சிறுகதையின் சிற்பி என்று அவரது அயராத வாசகர்களால் கொண்டாடப்படும் ஸிஸிபஸ் எழுதியது. இரண்டு இதழ்களே வெளியாகி நின்றுபோன நுட்பம் என்ற சிற்றிதழில் முதன்முறையாக வெளியாகி, பலத்த வரவேற்பைப் பெற்றதினால், அதீதம் என்ற புதிய சிற்றிதழின் முதல் இதழில் மறுபிரசுரம் செய்யப்பட்டது என்று குறிப்பு தெரிவிக்கிறது. தேர்ந் தெடுத்தவர் ஜைன தத்துவங்களைக் கற்றுத் துறைபோகியவரும், மானுடவியல் ஆர்வலரும், Ethnic பத்திரிகையின் தமிழ்ச் செய்தியாளருமான மனீஷ் சாஸ்திரி.

ஸிஸிபஸ்ஸின் எழுத்தில் கவிதைக்குரிய மயக்கம் முதன்மையாக

இருப்பதும், சிறுகதை வாசகனை அயர வைக்கும் தெளிவின்மை ஊடாடுவதும் கவனத்திற்குரியது. கதை ஆரம்பிக்கும் விதம் வருமாறு:

> பாலைப் பாழ்வெளியில் படர்ந்த பசலைக் கொடிபோல அடர்கிறது இருள். நியாண்டர்தால் மனிதனின் இமைக்குக் கீழ் யூகலிப்டஸ் சருகைச் சொருகி விலகிய காற்று ஸிர்ரஸ் மேகத்துடன் உறவாடி நகர்ந்து கோத்தகிரிப் படகனின் கலைந்த தலையைக் கோதி நகர்ந்து தாதம்பட்டிச் சாலையில் சைக்கிள் உருட்டும் கடம்பனின் முதுகில் தாய்மையுடன் வருடுகிறது. சிப்பிச் சிமிழுக்குள் உருக்கொண்ட முத்து கர்ப்பத்தில் கதறும் ஒலி, அண்டப் பிண்டங்களை வெருட்ட, இக்ளூவிலிருந்து எட்டிப்பார்க்கும் எஸ்கிமோ குழந்தையென மரப்பொந்திலிருந்து தலையை நீட்டுகிறது ஆந்தை.
>
> சாவின் கரங்கள் துடிக்கின்றன. கல்லினுள் தேரையாய்ப் புதிரின் அவிழாத முடிச்சுகள் தாதம்பட்டிக் கூரையொன்றின் மேல் சாபமெனக் கவிழ்கிறது. மாராயி புரண்டு படுத்ததில் பிரபஞ்சம் சற்றே அதிர்கிறது. முலையிலிருந்து விலகிய குழந்தை வாயில் ஒட்டிக்கிடக்கும் பாற்துளி திரிகிறது மூச்சுக் காற்றின் வெம்மையில்.
>
> ஸோர்பாவின் ஸந்த்தூரியில் நூறாவது தந்தி அறுந்த சப்தம் உனக்குக் கேட்கிறதா கடம்பா? கடம்பன் சைக்கிளைக் குனிந்து பார்க்கிறான். செயின் அறுந்து சக்கரங்கள் சுதந்திரத்தின் பிரகடனமெனத் தனித் தனியாய்ச் சுழல, இருளைக் கீறின தொழுநோய்க் கூறுகளாய் மின்னல் வெட்டுகின்றன மினுக்கட்டாம் பூச்சிகள். ராசராச சோழனும், சாளுக்கியப் புலிகேசியும், ஆல்பர்ட் ஸ்வைட்சரும், மேடம் க்யூரியும், ஜோசப் ப்ராட்ஸ்கியும், ஆஸ்த்ரலோப்பித்திக்கஸும், ஸியாச்சன் க்ளேஸியரும், வெஸுவியஸும் உறங்கும் மூன்றாம் சாமப் பின்னிரவில், டார்வினின் கனவில் துடித்த இதயம்போலக் கசங்குகிறான் கடம்பன். ஆதிச்சடங்குகளின் பகுதிபோல நடந்து, நடப்பதுபோல மிதந்து, பிரபஞ்ச வெளியின் குளிர் காய்ச்சலாய் அடங்கிக் கிடக்கும் குடிசையின் எரவாணத்தில் சொருகிய அருவாளை உருவி எடுக்கிறான். ஹோஹோவெனக் கூச்சலிடுகின்றன குலத் தாளத்தின் லயத்தில் உறைந்த ஊழிக்

குழந்தைகள்.

இந்தக் கதையைப் பற்றி நான் எதுவும் சொல்வதைவிட, ஒரு நூற்றாண்டுத் தமிழிலக்கியத்தை வாசித்து அனுபவம் கொண்ட தமிழ் வாசக மனம் என்ன கருதுகிறது என்று அறியவே ஆவலுறுகிறேன்.

நவம்பர்

நவம்பர் மாதக் கதை வனம் என்ற சிற்றிதழில் வெளியானது. வெற்றிநிலவன் என்ற இளைஞர் எழுதியது. முனியாண்டி விலாஸ் ஓட்டலில் கல்லாவில் இருக்கிறார் என்றும், கிராமப்புறப் பின்னணி உள்ளவர் என்றும், மேற்கத்திய இசை கேட்பதில், உலகத் தரத்திலான திரைப்படங்கள் பார்ப்பதில் ஆசையுள்ளவர் என்றும் குறிப்பு இருக்கிறது. தேர்ந்தெடுத்தவர், சிறந்த திரைப்பட ஒப்பனைக் கலைஞருக்கான தேசிய விருதைச் சென்ற ஆண்டு பெற்ற திரு. சாபு ஆப்ரஹாம்.

மலையின் குழந்தை எனத் தன்னைக் கருதிக்கொள்ளும் ஒருவன் மலையேறுகிறான். ஒரு கிழவனைச் சந்திக்கிறான். கிழவனுடன் நீண்ட விவாதம் ஒன்றைத் தொடங்குகிறான். உள்ளொளி, அக தரிசனம், மீமாயம், தத்துவ இயலின் இருட் பொந்துகள், அறிவியலின் எல்லைகள் என்று உரையாடலாக்கப்பட்ட சொற்பொழிவு. தொலைக்காட்சி கொன்றுதீர்த்த வாசிக்கும் பழக்கத்தைக் குழியில் புதைத்து, கல்லறை கட்டும் இதுபோன்ற கதைகளில் இருக்கும் பாசாங்கு, தமிழில் படிப்பதை விரயமாக உணர வைக்கிறது.

டிசம்பர்

டிச. 99க்கான சிறந்த கதையைத் தேர்ந்தெடுத்திருப்பவர் குழந்தை எழுத்தாளர் மேகவண்ணன். பெரியவர்களுக்கான பத்திரிகைகளில் பெரியவர்கள் குழந்தைத்தனமாக எழுதிய நூற்றைம்பது கதைகள் தன்னிடம் கொடுக்கப்பட்டதாகவும், பெரிய பெரிய விஷயங்களைக் குழந்தைகளின் மனத்தில் பதியவைக்கும் வண்ணம் எழுதியவரும், தன்னுடைய குருநாதரும், அவரது மணிவிழா அன்று

ஏகப்பட்ட குடங்கள் தண்ணீரால் அபிஷேகம் செய்யப்பட்டதில் மூச்சுத் திணறி, மூக்கில் ரத்தம் வழிய அமரரானவருமான பழ. குஞ்சிதபாதத்தின் கடைசிக் கதை, அவருடைய மரணத்திற்குப் பிறகு பிரசுரமானது என்பதால் இந்தக் கதையைத் தேர்ந்தெடுத்ததாகவும் குறிப்பிடுகிறார் மேகவண்ணன்.

சில கதைகளை மீண்டும் மீண்டும் கேட்பதும், திரும்பச் சொல்வதும் மனதிற்கு மிகுந்த குதூகலத்தை உண்டாக்குகிறது. இந்தத் தன்மையின் காரணமாகவே, அச்சுக்கலை கண்டுபிடிக்கப்படுவதற்குப் பல நூறு ஆண்டுகள் முன்பே உருவான ராமாயணம், மகாபாரதம் போன்றவை இன்றளவும் கொண்டாடப்படுகின்றன என்பது என் எண்ணம். இந்தக் கதையைத் திரும்பச் சொல்வதில் எனக்குள்ள பிரியத்தின் காரணமாக நானும் ஒருமுறை சொல்கிறேன்.

இரண்டு காக்கைகள் மரத்தின் கிளையில் அமர்ந்திருக்கின்றன. பெண் காக்கை வியாகூலமுற்றதாகவும், அதிகம் பேசாமலும் அமர்ந்திருக்க, ஆணோ தன் இணையை உற்சாகப்படுத்தும் பொருட்டுப் பலவிதமாகப் பேசியும் கிச்சுகிச்சு மூட்டியும் பிரயாசைப்படுகிறது. நகைச்சுவை வெடிகளை வெடித்துத் தள்ளுகிறது. பெண் காக்கை ஒரு கட்டத்தில் பொறுமையிழந்து கத்துகிறது.

> கொஞ்ச நேரம் சும்மாயிருக்க மாட்டாயா? நானே நொந்திருக்கிறேன். இதுகூடப் புரியாத நீ என்ன ஜென்மம்.
>
> ஸகி, உன் மனவருத்தம் தெரிந்ததினால்தானே, அதைப் போக்குவதற்குத்தானே, நான் தலையால் தண்ணீர் குடிக்கிறேன்.
>
> நீ பேசாமலிருந்தாலே நான் நன்றாக ஆகிவிடுவேன்.
>
> அப்படிச் சொல்லாதே கண்ணே. ஒரு புராணக் கதை வேண்டுமானால் சொல்லட்டுமா?

கதை கேட்பதில் ஆசையுள்ளவளான பெண் காக்கை சொல்கிறது.

> சொல், சொல்...
>
> மஹாவிஷ்ணு இருக்கிறாரில்லையா, அவருக்கு முற்றின

மூல வியாதி.

பெண் காக்கை உடனடியாகச் சிரித்துவிடுகிறது.

இரு. அதற்குள் சிரிக்காதே. இந்த வியாதி விஷயம் இரண்டே இரண்டு பேருக்கு மட்டுமே தெரிந்த ரகசியம். ஒன்று சாட்சாத் மஹாவிஷ்ணு. இரண்டாவது, பூலோகத்தில் இருக்கும் கஜேந்திரன் என்ற யானை. சம்பவ தினத்தன்று கஜேந்திரன் தாகசாந்திக்காகப் போன இடத்தில் முதலையின் வாயில் மாட்டிக்கொள்கிறது. வலது முன்னங்கால் முதலையின் பிடியில் இருக்க, தும்பிக்கையை உயர்த்திப் பிளிறுகிறது. மஹாப்ரபூ, ஹே க்ருஷ்ணா, மாதவா, மதுசூதனா, கேசவா, ரிஷிகேசா, கோவிந்தா, நாராயணா, லக்ஷ்மீபதே...

மஹாவிஷ்ணுவுக்கு அன்று பார்த்து ஆசனவாயில் மகா எரிச்சல். லேசான உதிரப்போக்கு வேறு. பாம்புப் படுக்கையும் பாற்கடலும் தரும் சீதளத்தின் புண்ணியத்தில் சற்று ஆசுவாசப்படும்போது, பூலோகத்திலிருந்து வரும் ஓலம் எரிச்சலைக் கூட்டுகிறது. மஹாலக்ஷ்மி தேவி சொல்கிறாள்.

ஸ்வாமீ, கஜேந்திரன் அலறும் சப்தம் கேட்கிறதே.

லக்ஷ்மீ, சற்றுச் சும்மாயிரு. எனக்குத் தெரியும். நான் பார்த்துக் கொள்கிறேன்.

கஜேந்திரனை முதலை நீருக்குள் இழுக்கிறது. கிட்டத்தட்ட இடுப்பு வரை தண்ணீருக்குள் சென்ற பிறகு, கஜேந்திரன் மரண பயத்தில் நிலையிழந்து வீறிடுகிறது.

அடேய், ஆதி மூலமே காப்பாற்ற மாட்டாயா...

மஹா லக்ஷ்மி அதிர்ச்சியுடன் விஷ்ணுவைப் பார்க்கிறாள். மஹாவிஷ்ணு ஈரேழு பதினான்கு லோகங்களிலும் சங்கதி பரவிவிடப்போகிறதே என்று பதறி, கஜேந்திரனை நோக்கிச் சக்கராயுதத்தை ஏவுகிறார். பதற்றமாய் ஏவினதில் குறி தவறி முதலைமேல் பாய்கிறார் சக்கரத்தாழ்வார். இந்தக் கதைக்கு ஆதாரம் கருட புராணத்தில் வருவதாய் பூதலூர் நரசிம்மாச்சாரியார்

உபன்யாசத்தில் கேட்டேன்.

பெண் காக்கை சந்தோஷமாகச் சிரிக்கிறது. ஒரு கணம்தான். மறுபடி முகம் கூம்பிவிடுகிறது.

ஸகி, துயரத்தை விண்டு சொல்லக்கூடாதா? நான் உன் மணாளனல்லவா?

இன்று ஒருவன் என்னை ஏமாற்றிவிட்டான். இந்த தேசத்தில் பெண்கள் பிறப்பதே ஏமாறுவதற்குத்தானே.

அப்படிச் சொல்லாதே ஸகி. மனம் அல்லலுறுகிறது. நீ கெட்டிக்காரியாச்சே. ஜாடியின் அடியில் இருந்த தண்ணீரை மேலே வரவழைக்கக் கூழாங்கற்களை நீ உபயோகித்த சம யோசிதமும், உன் கெட்டிக்காரத்தனமும் ஊர் பூராப் பேச்சாய் இருக்கிறது. நீயா ஏமாந்தாய்? அது சரி, யார் அந்தக் கயவன்? என்ன செய்தான்?

நான் பெரும்பாடுபட்டு, ஒரு வடையைத் திருடிக்கொண்டு வந்து மரக்கிளையில் உட்கார்கிறேன். அந்த நரிப்பயல் விசித்திரன் மரத்தடிக்கு வந்தான். வந்தவன் என்னைப் பாடு, பாடு என்று மன்றாடினான். நான் எத்தனையோ முறை மாட்டேன் என்று தலையசைத்தும் கெஞ்சு கெஞ்சென்று கெஞ்சினானா. எனக்கு மனசு கேட்கவில்லை.

உன் பூஞ்சை மனசை நான் அறியாதவனா கண்ணே.

சரி, பாவம் என்று தியாகையரின் மாமவ பட்டாபிராம கிருதியை எடுக்கிறேன். வடை கீழே விழும் என்று நான் நினைத்துக்கூடப் பார்க்கவில்லை.

அவன் வடையைத் தூக்கிக்கொண்டு ஓடிவிட்டானாக்கும்?

வடை போனதுகூட வருத்தமில்லை எனக்கு. என் சங்கீதத்தை அவமதித்துவிட்டானே. தியாகையரையும் சேர்த்தல்லவா அவமதித்துவிட்டான். அவனைச் சும்மா விடத் தகுமா?

கவலையை விடு. அவனைப் பழிவாங்க வேண்டும். அவ்வளவுதானே?

ஆமாம். எப்படியாவது நாளைக்கு இன்னொரு வடையைத் திருடி வா.

விளையாடுகிறாயா? அந்தக் கிழவி இனிமேல் பகலில் தூங்கு வதில்லை என்று விரதமே பூண்டிருப்பாள். இன்றே எவ்வளவு நேரம் தவம் மாதிரிக் காத்திருந்தேன் தெரியுமா? உறுத்துப் பார்த்துப் பார்த்துக் கழுத்தெல்லாம் வலி. கண்ணும் பூத்துவிட்டது.

இல்லை, நாளைக்கு அவன் வந்தால் வடையைக் காலுக்கடியில் பத்திரமாக வைத்துக்கொண்டு பாடிவிடலாமே என்று சொல்ல வந்தேன்.

அலகிலிருந்து காலுக்கு நகர்த்தும்போது வடை கீழே விழுந்துவிட்டால்? இரண்டு தடவை ஏமாறச் சொல்கிறாயா என்னை?

அப்படியென்றால் ஒரே ஒரு வழிதான் இருக்கிறது. நேரே செல்லம் ஹார்டுவேர் கடைக்குப்போ. வாசலில் ஏகப்பட்ட இரும்பு நட்டுகள் இறைந்து கிடக்கு. கனத்த நட்டு ஒன்றைக் கவ்விக் கொண்டு மரக்கிளைக்கு வந்துவிடு. அவன் பாடச் சொன்னால் அவன் தலையைக் குறிபார்த்துப் பாடு. உன் பட்டுப் போன்ற அலகால் இரும்பு நட்டைக் கவ்வு என்று சொல்ல எனக்கே சங்கடமாய்த்தான் இருக்கிறது. ஆனால் பழிவாங்குவதென்றால் லேசுப்பட்ட காரியமா? தியாகம் செய்யாமல் நடக்குமா?

பெண் காக்கை மலர்ந்த முகத்துடன் தன் கணவனை ஆரத் தழுவிக் கொள்கிறது. கைகோர்த்துப் பறக்கின்றன இரண்டும்.

நீதி: கெடுவான் கேடு நினைப்பான்.

இந்தக் கதையையே **1999**-ன் மிகச் சிறந்த கதையாக நான் கருதுகிறேன். இதைத் தேர்ந்தெடுத்ததற்கான காரணங்களை நான்

சொல்வதைவிடவும் அழுத்தமாகவும் பட்டவர்த்தனமாகவும் கதையே சொல்லிவிடுகிறது என்று மட்டும் கூறி முடிக்கிறேன்.

கதைகளைப் பற்றிப் பேசும்போது, வாசிப்பின் துல்லியமான எதிர்பார்ப்பையும், நிச்சயமின்மையையும் பறிக்கும் விதமாக, கதைச் சுருக்கத்தையும் சொல்ல வேண்டியதாகிவிடுகிறது. ஒரு குறிப்பிட்ட விதமான வாசிப்புக்கு வாசகனைத் தயார் செய்யும் தந்திரோபாயமாக மாறிவிடுகிறது அறிமுகக் கட்டுரை. வேறு ஒருவர் இக்கதைகளைப் பற்றிப் பேசும் பட்சத்தில், வேறுவிதமான அபிப்பிராயங்களும் தரவுகளும் வாசகர்களுக்குக் கிடைத்திருக்கும் சாத்தியமுண்டு. இக்கதைகள் முழுக்க வேறானவையாக அப்போது தென்படக்கூடும். கட்டுரையாளனின் பார்வைக் கோணத்திற்கு வெளியிலும் கதைகள் இயங்குவது அசாதாரணமான விஷயமல்ல. எனவே இக்கட்டுரையை முன்னுரையாக அல்லாமல், கதைத்தொகுப்பின் பின்னுரையாகச் சேர்க்கும்படி அமைப்பாளர்களை வேண்டுகிறேன். வாசகர்கள், தங்கள் அந்தரங்க வாசிப்பில் திரளும் வகைப்பாடுகளை இக்கட்டுரை பிரதிபலித்திருக்கிறதா என்று பரிசோதித்துக்கொள்ள உதவியாக இருக்கும்.

இந்த வாய்ப்பை எனக்கு அளித்த கூர்முனை அமைப்பாளர்களுக்கு என் நன்றியை மறுபடியும் காணிக்கையாக்குகிறேன்.

கிருஷ்ணன்
சென்னை
4.4.2000

பன்முகம் - முகம் *1* ஆண்டு *2001*

யுவன் சந்திரசேகர் (1961)

இயற்பெயர் சந்திரசேகரன். மதுரை மாவட்டம் சோழவந்தானுக்கு அருகிலுள்ள கரட்டுப்பட்டி என்ற கிராமத்தில் பிறந்தவர். சென்னையில் வசிக்கிறார். பாரத ஸ்டேட் வங்கியில் பணிபுரிந்து ஓய்வு பெற்றவர்.

பிற சிறுகதைத் தொகுப்புகள்

ஏற்கனவே (2003)
கடல் கொண்ட நிலம் (2009)
நீர்ப்பறவைகளின் தியானம் (2009)
ஏமாறும் கலை (2012)
ஒற்றறிதல் (2017)
கடலில் எறிந்தவை (2021)

www.ingramcontent.com/pod-product-compliance
Ingram Content Group UK Ltd.
Pitfield, Milton Keynes, MK11 3LW, UK
UKHW042135021026
15589UKWH00003B/838

9 789395 511162